நரகத்தின் நிழல்

நவநீதன்

aelay
publish

நரகத்தின் நிழல்
கதை
ஆசிரியர்: நவநீதன் 2022 ©
முதல் பதிப்பு : டிசம்பர் 2022
வெளியீடு : ஏலே பதிப்பகம்
5/175, பாத்திமா நகர், கூத்தென்குழி,
திருநெல்வேலி - 627104
தொடர்புக்கு : +91 9944992571

Naragathin nizhal
Story

First Edition : December 2022
Pages: 233 Price : ₹ 280
ISBN : 978-93-5533-600-2
Aelay Publish
Contact : +91 9944992571
Designed by : Aelay publish team

என் கற்பனையில்..,

இந்த கற்பனை கலந்த உலகத்தில், சில கதைகளும் நம்மை செதுக்கும் அப்படிப்பட்ட சில கதைகள் - நம்மை சிரிக்க வைக்கும், ஆழமாக சிந்திக்க வைக்கும், அழுக வைக்கும், ஏன் பிரம்மிக்க கூட வைக்கும் அது மட்டும் இல்லாமல் நாம் யாரென்று புரிய வைக்கும், நாம் எவ்வாறு எதிர்காலத்தில் இருப்போம் என்றும், கடந்த காலத்தில் எவ்வாறு இருந்தோம் என்றும் புரிய வைக்கும்.

சில கதைகள் காலச்சக்கரம் மாதிரி அந்த காலக்கட்டத்திற்கே கூட்டி செல்லும், அப்படி கூட்டி செல்லும் சில கதைகள் என் முன் ஜென்மத்தை நினைவு படுத்தும் ஆனால் அதில் எனக்கு நிஜத்தில் நம்பிக்கை இல்லை இருந்தாலும் கதைகளில் வரும் கதாப்பாத்திரங்களை ஆழமாக படிக்கும் போது மட்டும் உணர்வேன்.

நிஜத்திலோ அல்ல கற்பனையிலோ சில கதாப்பாத்திரங்கள் நம்மை உத்வேகப்படுத்தும், சில பேர் அந்த கதாபாத்திரங்களாகவே வாழ ஆசைப்படுவர் ஆனால் நானோ மற்றவர்களின் நிழலாக வாழ ஆசைப்படாமல் நவநீதனாகவே வாழ ஆசைப்படுகிறேன் இருந்தாலும் என் கடந்த கால மோசமான நினைவுகள் என்னை சிறை பிடித்து நரகத்தில் தள்ளியது.

நிழலும் நரகமும் என்னை சூழ அதிலிருந்து தப்பிக்க நான் "நரகத்தின் நிழல்"-ஐ எழுதினேன்.

இப்புத்தகத்தை - நாம் தோற்று விட்டோமோ என்று எண்ணுபவர்களுக்கும், தோற்று விடுவோமோ என்று அஞ்சுபவர்களுக்கும் சமர்ப்பிக்கிறேன் நீங்கள் இன்னும் தோற்கவில்லை என்பதற்காக.

நவநீதன்,
(07/12/2022).

contact,
Email : navikdirector@gmail.com
Instagram : @navik_director

உள்ளடக்கம்

1. நான் தான் நிழல்.

* ★ *

ஆழ்ந்த இருளும், ஆழமான கடலும் பார்க்குறதுக்கு எப்பையும் அமைதியா தான் இருக்கும். ஆனா அது ரொம்ப ஆபத்தானது. கனவுகளும் அதே போல தான் ஆபத்தானதா இருக்கும், சில சமயங்கள்ல பிரம்மிப்பா இருக்கும், பல நேரங்கள்ல மோசமானதா கூட இருக்கும், ஒவ்வொரு கனவும் ஒவ்வொரு விதமா இருக்கும் சிலது சொர்க்கத்தின் வாசலா இருக்கும், சில கனவுகள் நரகத்தின் நிழலா இருக்கும், ஆனா சொர்கத்துக்கும் நரகத்துக்கும் நடுவுல இருக்க ஒரு மாயையான கோடு மாதிரி கனவுகள் நம்மள ஏமாத்தும், அப்படி ஒரு கனவுல நான் ஏமாந்து விழிக்கும் போது ஒரு காட்டுக்குள்ள இருந்தன், அது ஒரு வித்தியாசமான காடு, இரவு நேரம் வேற அதனால அது பயங்கரமாக இருந்துச்சு. இருந்தாலும் எனக்கு சூப்பர் பவர் இருக்குறதால தைரியமா காட்டுக்குள்ள நடக்க ஆரம்பிச்சன்.

அப்படியே போயிட்டு இருக்கும்போது எனக்கு ஒரு சத்தம் கேட்டுச்சு, திரும்பி பார்த்தா ஒரு புதர்க்குள்ள இருந்து ஒரு கருநீல சிறுத்த வந்தது, அதோட கண்ண பார்க்குறதுக்கு பயங்கரமா இருந்துச்சி, என்கிட்ட இருக்க வாள வச்சி அத தாக்கலாம்னு நெனைக்கும் போது அது கூடவே இன்னும் ரெண்டு சிறுத்தைங்க வந்துருச்சு, இத சமாளிக்க முடியாதுனு தெரிஞ்சிக்கிட்ட நான் அதுக்கிட்ட இருந்து தப்பிச்சி ஓட ஆரம்பிச்சன், வழியில இருந்த நதியில குதிச்சன், அந்த நதி என்னைய ஒரு கடல்ல சேர்த்தது, சரி நானும் நீந்தி வெளிய போகலாம்னு பார்க்கும் போது யாரோ என் கால புடிச்சி கடலுக்குள்ள இழுத்துட்டு போற மாதிரி இருந்துச்சி, யார்ரா இழுத்துட்டு போறான்னு பார்த்தா ரொம்பவே வித்தியாசமான ஒரு உயிரினம், அது பார்க்குறதுக்கு வெட்டுக்கிளியும், தேளும்,

கூடவே காண்டாமிருகமும் சேர்ந்த கலவ மாதிரி இருந்துச்சி, அதோட தலையில ஒத்த கொம்பும், அதோட பின்னாடி ஒரு கொடுக்கு இருந்தது, அதோட முதுகுப்பக்கம் வெட்டுக்கிளி மாதிரி றெக்கைகளும் இருந்துச்சி, நானும் அதுக்கிட்ட இருந்து தப்பிக்கலாம்னு வேகமா நகர பார்த்தா என்னால வேகமா செயல் பட முடியல, அப்புறம் தான் புரிஞ்சுது நான் இருக்குறது கடலுக்குள்ளனு, சரின்னு நானும் சண்ட போட ஆரம்பிச்சன், நாங்க ரெண்டு பேரும் மாத்தி மாத்தி சண்ட போட்டுட்டு இருந்தோம், கடலுக்குள்ள இருந்ததால என்னைய விட பல மடங்கு பலசாலியா அது தான் இருந்தது, அதனால அது என்னைய வேகமா தாக்கிட்டே இருந்துச்சி நானும் முடிஞ்சளவு சமாளிச்சிட்டே இருந்தன், ஒரு கட்டத்துக்கு மேல அதோட கொடுக்குல இருக்க வெஷத்த யூஸ் பண்ண ஆரம்பித்தது, இதுக்கு மேல தாக்குப்புடிக்க முடியாதுனு முடிவு பண்ண நான் தப்பிக்கலாம்னு நெனச்சி போகும் போது அதோட கொடுக்கால என்னைய கொத்திருச்சி நானும் அம்மானு கத்திட்டன்,

"டேய் நவநீ எழுந்திரிடா...எதுக்குடா இப்படி கத்திட்டு இருக்க?"னு, எங்க அண்ணனோட சத்தம்.

ஆமான்டா ஒரு பயங்கரமான கனவு அதான் கத்திட்டன்.

"இதுக்கு தான் டீசி, மார்வெல்னு ஹாலிவுட் படத்த மட்டுமே நைட் நேரத்துல பார்க்க கூடாது".

சரிடா அத விடு இன்னைக்கு தேதி என்ன?
"ஏன்டா டேய் டென்த் ரிசல்ட் தேதி கூட மறந்துட்டியாடா?"

'அதெல்லாம் மறக்கலடா உனக்கு நியாபகம் இருக்கான்னு கேட்டன்' அப்படினு சொல்லிட்டு நானும் குளிக்க போயிட்டன், குளிச்சிட்டு வந்துட்டு, என் ஃப்ரண்ட் அர்ஜுனையும் கூட்டிட்டு நாங்க ரெண்டு பேரும் ப்ரவ்சிங் சென்டர்க்கு ரிசல்ட் பார்க்க போனோம்,

"மச்சா நான் பாஸ் ஆயிட்டன்டா, 310 மார்க்குடா, நீ எவ்வளவு மார்க்கு மச்சா?"

நான் 471 மார்க்கு மச்சா.

"டேய் சத்யாவே 469 மார்க்கு தான்டா மச்சா அப்ப நீதான்டா ஸ்கூல் ஃபர்ஸ்ட்டு" அப்படினு ரெண்டு பேரும் சந்தோஷமா பேசிட்டே வீட்டுக்கு வந்துட்டோம்.

"பத்தாம் வகுப்பு - தேர்வு முடிவுகள் வழக்கத்திற்கு மாறாக மாணவிகளை விட மாணவர்கள் அதிக தேர்ச்சி சதவீதம்"னு வீட்ல நுழையும்போது நியூஸ் ஓடிக்கிட்டு இருந்தது.

அம்மா நான் தான் மா ஸ்கூல் ஃபர்ஸ்ட்டு, 471 மார்க் எடுத்திருக்கன்.

"நல்லது சாமி, ரொம்ப சந்தோஷம்" அப்படின்னு அம்மா சொன்னதும் அப்பாவும் வந்துட்டாரு,

"சூப்பர் நவநீ நீ நல்ல மார்க் எடுத்திருக்க ஆனா அப்பானால இனி அந்த ஸ்கூல்ல உன்ன படிக்க வைக்க முடியாது. இப்போ கொஞ்சம் வீட்டுல நிலம சரியில்ல நீ புரிஞ்சிக்கோ, அப்பா உன்னைய ஒரு நல்ல கவர்மெண்ட் ஸ்கூல்ல சேர்த்து விடுறன்".

மா அப்பா என்னமா சொல்லிட்டு இருக்காரு? நான் ஸ்கூல் ஃபர்ஸ்ட் மார்க் எடுத்திருக்கன், வேற ஸ்கூல் சேர்க்குறன்னு சொல்றாரு, எப்படிமா வேற ஸ்கூல் போக முடியும்?

"இல்ல சாமி, அண்ணனும் காலேஜ் போ போறான், அதனால தம்பி படிக்கிற ஸ்கூல்ல நீயும் சேர்ந்து படி".

மா நான் பார்ட் டைம் ஜாப் போயிட்டுதான படிச்சிட்டு இருக்கன் அப்புறம் என்னம்மா?

"அதுக்கு சொல்லல சாமி தம்பி தனியா தான ஸ்கூலுக்கு போயிட்டு வர்றான் அவன் கூட போயிட்டு வா அதுக்கு தான் சொல்றன்".

'சரிமா ஏதோ பண்ணுங்க' அப்படினு நானும் என் மனச தேத்திக்கிட்டு காளான் கடைக்கு வேலைக்கு கிளம்பிட்டன். வேலலாம் முடிச்சிட்டு 10:30 ஆனதும் வீட்டுக்கு வந்தன், வழக்கம் போல அப்பா குடிச்சிட்டு வந்ததால அப்பாவும் அம்மாவும் சண்ட போட்டுட்டு இருந்தாங்க, நாங்க மூனு பேரும் என்னதான் தடுத்தாலும் அவங்க ரெண்டு பேரும் சண்ட போட்டுட்டே இருந்தாங்க, இவங்க சண்டைய இப்ப நிறுத்த மாட்டாங்கனு தெரிஞ்சி நான் எதும் பேசாம சாப்ட்டுட்டு மாடிக்கு போயிட்டன், அப்போ என் மனசுல நிறைய ஓடிட்டு இருந்துச்சி ஏன் அப்பா இப்படி பண்ணுறாரு? மத்த பசங்க எல்லாம் ஜஸ்ட் பாஸ் ஆகிட்டு சந்தோஷமா இருக்காங்க, நல்ல மார்க் எடுத்தும் ஏன் எனக்கு மட்டும் நிம்மதி இல்ல அப்படின்னு யோசிச்சுக்கிட்டே தூங்கிட்டன்.

அப்போ எனக்கு ஒரு வித்தியாசமான சத்தம் கேட்டுச்சு அதனால முழிச்சுகிட்டன். பக்கத்துல இருக்க காட்டுல இருந்து தான் சத்தம் வந்துச்சு, எனக்கு பயமா இருந்தாலும் அந்த காட்டுக்குள்ள நடந்து போனன், அப்போ கொஞ்ச தூரத்துல ஆந்தைங்க கூட்டமா ஒரு கழுக தாக்கிட்டு இருந்தது. இத பார்க்குறதுக்கே கொஞ்சம் வினோதமா தெரிஞ்சிது. பயத்துல என்ன பண்றதுன்னு தெரியாம கையில இருந்த கல்ல தூக்கி வீசினன், அதனால திடீர்னு ஆந்தைங்க எல்லாம் என்ன நோக்கி பறந்து வந்துச்சு, நானோ பயத்துல தடுமாறி அம்மான்னு அலறிட்டே கீழ விழுந்துட்டன்.

"இன்றைய ராசிபலன் விருச்சிக ராசி நேயர்களே", அப்படின்னு டிவி சத்தம் கேட்கவும், பேந்த பேந்த முழிச்சுக்கிட்டு எழுந்திரிச்சன். கட்டில்ல இருந்து எப்படி கீழ விழுந்தோம்னு யோசிச்சுகிட்டே கிச்சனுக்கு போனன்.

'மா நான் எப்படி கீழ விழுந்தன்'னு கேட்டுக்கிட்டே டீ டம்ளர் எடுக்க போனதுக்கு,

"டேய் டம்ளர கீழ வை பிச்சிருவேன் போய் பல்ல தேய்ச்சுட்டு வா" அப்படின்னு அம்மா சொன்னதும் நான் ரெஸ்ட் ரூம் போயிட்டன்.

"பாதி ராத்திரியில கொசு கடிக்குதுனு வந்துட்டு, எப்ப வந்தன்னு, எப்படி வந்தன்னு கேள்வி வேற கேட்குறான் என்ன பையனோ இவன்" அப்படி முனங்கிட்டே, "நவநீதா பக்கத்துல கட வரைக்கும் போயிட்டு வர்றன், டம்ளர்-ல டீ வச்சு இருக்கன், ஆறுறதுக்குள்ள குடி சாமி"னு சொல்லிட்டு கிளம்பிட்டாங்க. நான் ரெஸ்ட் ரூம்ல இருந்து வெளிய வந்து டீ குடிச்சிகிட்டே டிவில சேனல் மாத்துனன். *Ktv*-ல ஜித்தன் படத்தோட "தண்ணீரில் வாழும் மீனின் தாகத்தை யார் அறிவார்"னு பாட்டு ஓடிட்டு இருந்துச்சு, பாட்டு முடிஞ்சதும் டிவிய ஆஃப் பண்ணிட்டு புக்ஸ் எடுத்துக்கிட்டு வெளிய திண்ணையில உட்கார்ந்து படிக்க ஆரம்பிச்சன்.

அடுத்த நாள்,

நைட் தூங்கும் போது பவர் கட் ஆகவும் அம்மாகிட்ட நானும் என் அண்ணனும் மாடில போய் படுத்துகுறோம்னு சொல்லிட்டு மாடியில தூங்க போயிட்டோம். அன்னைக்கும் வித்தியாசமான சத்தம் கேட்டுச்சு ஆனா எங்க அண்ணனுக்கு எதுவும் கேட்காம தூங்கிட்டு இருந்தான். அவன எழுப்பாம நான் மட்டும் மறுபடியும் காட்டுக்குள்ள போக ஆரம்பிச்சன், அப்போ ஒரு பத்து ஆந்தைங்க பறந்துட்டு இருந்துச்சு, அதுக்கு நடுவுல ஒரு மிருகம் மாதிரி ஒரு உருவமும் என் கண்ணுக்குத் தென்பட்டச்சு, அந்த இருட்டுல என்னதுன்னு தெளிவா தெரியல இருந்தாலும் மெதுவா கிட்ட போனதும் ஆந்தைங்க என்ன சுத்த ஆரம்பிச்சிடுச்சு, நானும் பயத்துல தலத்தெறிக்க ஓடுனன், அப்படி ஓடும் போது ஒரு மரத்துல பயங்கரமா இடிச்சுக்கிட்டனால கத்த ஆரம்பிச்சுட்டன். அப்போ என்னோட அண்ணன் வந்து

"என்னடா ஆச்சு"ன்னு கேட்டான். அதுக்கு பிறகு தான் தெரிஞ்சுச்சு நான் இடிச்சது மரம் இல்ல கட்டிலுனு. தலைய தேச்சுகிட்டே 'மா நானும் அண்ணனும் மேல தான படுத்துட்டு இருந்தோம்' அப்படின்னு கேட்டதுக்கு அம்மா திட்ட ஆரம்பிச்சிட்டாங்க.

" ஏன்டா இதே வேலையா போச்சு உனக்கு மாடியில தூங்க போ வேண்டியது, பாதி ராத்திரில கீழ வந்து படுத்துட்டு காலையில எப்படி வந்தன்னு என்கிட்ட கேள்வி கேட்குற, பின்னிடுவன் போய் பல்ல தேய்ச்சுட்டு டம்ளர்ல இருக்க டீய குடி"ன்னு சொல்லவும் எனக்கோ ஒரே குழப்பம்,

நான் பல் தேய்ச்சிக்கிட்டே 'என்னடா இது ரெண்டு நாளா ஒரே கனவா இருக்கு மாடிக்கு போறோம், ஆந்த துரத்துது, அதுக்கிட்ட தப்பிக்கும் போது, கீழ விழுந்துடுறோம், எழுந்து பார்த்தா தரையில கிடக்குறோம், அப்படியே கனவா இருந்தாலும் ஒரே மாதிரி கனவு எப்படி வரும்?'னு யோசிச்சிகிட்டடே டம்ளர் டீய குடிச்சிட்டு, வழக்கம் போல திண்ணையில உட்கார்ந்து புக்ஸ் படிச்சன்.

அதுக்கு பிறகு ஒரு வாரம் நான் எங்க அம்மா சொன்னதால மாடிக்கு போகவே இல்ல,

ஒரு வாரம் கழிச்சு..,

அன்னைக்கு இரவு வேலைய முடிச்சு *11* மணிக்கு தான் வீட்டுக்கு வந்தன். வீட்ல ஒரே சண்ட "இது என்னடா வாழ்க்கன்னு", நெனச்சுக்கிட்டு பேசாம அன்னைக்கும் சாப்ட்டுட்டு மாடிக்கு போய் படுத்துட்டன். இன்னைக்கும் அதே சத்தம் கேட்டுச்சு, இந்த தடவ எனக்கு பெருசா பயம் இல்ல, சரி என்ன ஆவுதுனு பார்த்துக்கலாம்னு, மெதுவா கீழ இறங்கி காட்டுக்குள்ள போக ஆரம்பிச்சன்.

அந்த நைட் டைம்ல ஆந்த கூட்டத்தோட சத்தம் ரொம்ப விசித்திரமாவும், பயமாவும் இருந்துச்சு, அவசரப்பட்டு வந்துட்டமோனு யோசிச்சன், சரி என்ன நடந்தாலும்

பார்த்துக்கலாம்னு நடந்து போயிக்கிட்டு இருந்தன் அப்போ சுமாரா நாப்பது ஆந்தைங்க அங்க சண்ட போட்டுகிட்டு, வட்டமடிச்சுகிட்டு இருந்துச்சு, பின்னாடியே ஒரு மனுஷனோட உருவமும் தெரிஞ்சிது. இவன் யாரு இந்த டைம்ல இங்க என்ன பண்ணுறான் அப்படினு கொஞ்சம் தைரியத்த வரவச்சிட்டு பக்கத்துல போனன். அப்ப சில ஆந்தைங்க என் பக்கத்துல வந்து என்ன சுத்த ஆரம்பிச்சுடுச்சு, காதுக்கு பக்கத்துல கேட்ட ஆந்தைகளின் சத்தம் என்னைய அலற விட்டுருச்சு, ஒரு ஆந்தையால என் கழுத்துல கீறல் விழுந்தது, வலி மற்றும் பயத்துல அம்மானு கத்திட்டே ஓடிட்டன், எதிரில் ஒரு மரத்துல மோதி கீழ விழுந்துட்டன்.

"ஏன்டா பைத்தியமாடா நீ, இன்னொரு தடவ மாடிக்கு படுக்க போன, கால உடச்சிடுவேன்"னு அம்மா திட்டிட்டு போயிட்டாங்க.

எனக்கா ஒன்னுமே புரியல, என்ன நடக்குது, என்ன ஆவுது, மூனு நாளா ஒரே கனவு வருது ஆனா இன்னைக்கு புதுசா மனுஷ உருவம் தெரிஞ்சிதே அப்படினு யோசிச்சிட்டு முகம் கழுவ போயிட்டன், அப்ப முகம் கழுவும் போது ஒரே எரிச்சல், என்னாச்சுனு கண்ணாடியில பார்க்கும் போது, கழுத்துல சின்னதா வெட்டுக்காயம் மாதிரி இருந்துச்சு, அப்பதான் எனக்கு இது கனவு இல்ல நிஜம்னு புரிஞ்சது.

அப்ப வெளிய அம்மாகிட்ட யாரோ சண்ட போடுற மாதிரி இருந்துச்சு, போய் பார்த்தா,

'என்னமா வீட்டு வாடக இன்னும் குடுக்கல? என்ன நெனச்சிட்டு இருக்கிங்க, ஏற்கெனவே கடைசி ரெண்டு மாசமா லேட்டா குடுத்திங்க, இவ்வளவு வருஷ பழக்கம்னு நானும் கண்டுக்கல, ஆனா இந்த மாசம் தேதி பதினஞ்சு ஆவுது, இன்னும் வாடக வந்து சேரல' அப்படினு வீட்டு வாசல்ல நின்னு ஹவுஸ் ஓனர் சத்தம் போட்டுட்டு இருந்தார்.

"அண்ணே கொஞ்சம் பொறுத்துக்கோங்க, ரெண்டு நாளுல தந்துடுறேன்"னு பேசி அனுப்பி வச்சிட்டு உள்ள வந்தாங்க, இவ்வளவு பிரச்சனைக்கு நடுவுல அந்த கனவு பத்தி நான் யோசிக்காம அப்படியே விட்டுட்டன்.

ஒரு வாரம் அப்படியே போயிடுச்சு, வழக்கம்போல வேல முடிச்சி 10:30 க்கு வீட்டுக்கு வந்துட்டு இருந்தன், மழ வேற சும்மா அடிச்சி நவுத்திட்டு இருந்துச்சு. அப்ப ஒரு சத்தம், 'என்னைய விட்ருங்கப்பா, நான் வயசானவன்' அப்படினு யாரோ கெஞ்சுற சத்தம் கேட்டுச்சு, திரும்பி பார்க்கும் போது ரோட்டு ஓரத்துல மூனு திருடனுங்க வயசான தாத்தா ஒருத்தர கத்திய காமிச்சு மிரட்டி பணப்பைய பிடுங்கிட்டு இருந்தாங்க, இத பார்த்துட்டு அவங்க பக்கத்துல போய்,

'எதுக்குணா வயசானவங்க கிட்ட காச புடுங்குறிங்க? தகராறு பண்ணாம போங்கணா' அப்படினு சொன்னதுக்கு "இப்ப நீ யார்ரா பெரிய இவன் மாதிரி பேசுற?" அப்படினு சொல்லிட்டு என்ன அடிக்க வர்ற, தடுத்து நான் திருப்பி அடிக்கும் போது அவரு தள்ளி விழுந்துட்டாரு, அங்க என்ன நடந்ததுனு எனக்கு புரியல நாமளா அடிச்சோம்-னு குழப்பத்துல யோசிச்சிட்டு இருக்கும் போது அந்த மூனு திருடங்களும் கத்தி எடுத்துட்டு என்ன தாக்க வந்தாங்க, அந்த மூனு பேரையும் நான் எப்படி அடிச்சன்னு தெரியல ஆனா அவங்க எல்லாரும் தூரமா போய் விழுந்தாங்க, இத என்னாலையே நம்ப முடியல, அதுக்கு அப்புறம் அந்த திருடங்க பணப்பைய போட்டுட்டு ஓடிட்டாங்க, நான் அந்த பைய எடுத்துட்டு தாத்தா கிட்ட குடுக்கவும், அவர் பயத்துல "பேய் பேய்"னு கத்திட்டே பைய வாங்கிட்டு ஓடி போயிட்டாரு, பின்ன பதினஞ்சு வயசு பையன் மூனு பேர அடிக்குறது சாதாரணமான விஷயம் இல்ல தான!

நானும் நமக்கு என்னாச்சு? ஏன் இப்படிலாம் வித்தியாசமா நடக்குதுனு யோசிச்சிக்கிட்டே வீட்டுக்கு போயிட்டன், நாம என்னைக்கு மாடிக்கு போய் படுத்தமோ அன்னைல இருந்து தான் பிரச்சன எல்லாம்

வருதுனு இனிமே மாடிலயே படுக்க கூடாதுனு முடிவு பண்ணி வீட்டுலயே படுத்துட்டன்.

அடுத்த நாள்,

என் மனசுல என்னென்னமோ தோனிக்கிட்டு இருந்துச்சி, அது என்னனா ஒரு சின்ன பையன நாலு பேரு காருல கடத்திட்டு போற மாதிரி ஒரு சம்பவம் ஓடிட்டே இருந்துச்சி, நமக்கு ஏன்டா இப்படி திடீர்னு தோனுதுனு யோசிச்சிக்கிட்டே அந்த இடத்துக்கு போனா, ஒரு ஆச்சரியம் என்னனா எனக்கு என்ன தோனுச்சோ அது அப்படியே அங்க நடக்குது, இது என்னடா புது பிரச்சன நமக்கு தோனுறது எல்லாம் நடக்குதேனு யோசிச்சிக்கிட்டே நின்னன், அப்ப என் மனசாட்சி, 'யோசிக்கிறதுக்குலாம் டைம் இல்ல சீக்கிரம் போய் காப்பாத்து'னு சொல்ற மாதிரி இருந்துச்சி, அதுக்கு அப்புறம் நானும் சரி காப்பாத்தலாம்னு ஓடி போனா அதுக்குள்ள அவங்க கார எடுத்துட்டு போயிட்டாங்க, சரி யார்ட்டையாது லிஃப்ட் கேட்டு போலாம்னு பார்க்கும்போது என்ன அறியாமலே என் கண்ணு தானா மூடிருச்சி, திரும்பவும் என் கண்ண திறந்து பார்க்கும் போது ஏதோ ஹாலிவுட் படத்துல வர்ற சூப்பர் ஹீரோ மாதிரி என் காஸ்டியூம் மாறிடுச்சு, எப்புட்ரா இந்த மாயாஜாலம்லாம் நடக்குதுனு யோசிச்சிக்கிட்டே அந்த பையன காப்பாத்த வேகமா ஓட ஆரம்பிச்சன், இருந்தாலும் அந்த கார என்னால புடிக்க முடியல, சரி பின்னாடி யாராவது வர்றாங்களான்னு பார்க்க திரும்புனா என் கண்ண என்னாலையே நம்ப முடியல, எனக்கு றெக்க முளச்சிருக்கு, இது என்னடா ஆச்சரியத்துக்கு மேல ஆச்சரியமா இருக்குனு நெனைக்கும் போது, என் மனசாட்சி 'டேய் வேகமா போய் காப்பாத்துடா அப்புறம் ஆச்சரிய பட்டுக்குலாம்'னு சொல்லுச்சு, சரி நானும் பறந்து போலாம்னு பறக்க ட்ரை பண்ணா என்னால பறக்கவே முடியல, எப்படி முடியும் நான் தான் இதுக்கு முன்னாடி பறந்ததே கிடையாதே, இருந்தாலும் எப்படியோ கொஞ்ச கொஞ்சமா ட்ரை பண்ணி, ரெண்டு மூனு தடவ கீழ விழுந்தும், ஓரளவுக்கு பறக்க கத்துக்கிட்டன், அப்படியே பறந்து அந்த காரையும் கண்டு புடிச்சிட்டன், தொப்புனு

அந்த காரு மேலையே குதிச்சன், என்னைய றெக்கையோடா பார்த்ததும் அந்த நாலு பேரும் அந்த சின்ன பையன விட்டுட்டு பயத்துல ஓடி போயிட்டாங்க, நான் அந்த பையன் கிட்ட அவன் வீடு எங்கனு கேட்டுட்டு அவன தூக்கிட்டு போய் விட்டன், அப்போ அந்த பையன் "உங்க பேரு என்ன?"னு கேட்டான், நானும் 'உனக்கு என்ன பேரு புடிக்கிதோ வச்சுக்கோ' அப்படினு சொல்லிட்டு பறந்து போயிட்டன்.

வாழ்க்கைய வெறுத்து போய் வாழ்ந்துட்டு இருந்த எனக்கு இது புதுசாவும், பிரம்மிப்பாவும் இருந்துச்சு, இந்த ஃபீலிங்ஸ எப்படி சொல்லுறதுனே எனக்கு தெரியல, எல்லாருமே ஒரு பேச்சுக்கு றெக்க முளச்ச மாதிரி இருக்குனு சொல்லுவாங்க ஆனா எனக்கு உண்மையாலுமே றெக்க முளச்சிருக்கு, இத்தன நாள் நான் கீழ இருந்து மேல பார்த்த பில்டிங்ஸ் எல்லாத்தையும் இப்ப நான் மேல இருந்து கீழ பார்க்குறன், அப்படியே அந்த முழு இரவையும் ரசிச்சு ரசிச்சு பறந்துட்டு 4 மணி போல வீட்டுக்கு வந்தன், வரும்போது என்னோட புதிய காஸ்டியும்ல இருந்து பழைய ட்ரஸுக்கு தானாவே மாறிட்டன், இது மூலமா எனக்கு ஏதோ சக்தி கெடச்சிருக்குனு மட்டும் புரியிது, எப்பவுமே வீடு, ஸ்கூலு, பார்ட் டைம் வேலனு இருந்த எனக்கு இது புதுசா இருந்தது, இன்னும் ரெண்டு நாளுல ஸ்கூல் வேற திறக்க போறாங்க, இத நெனச்சி முன்னாடிலாம் பயந்துட்டு இருந்தன் ஆனா இப்ப அந்த பயம்லாம் போயிருச்சி, இருந்தாலும் பழைய ஃப்ரண்ட்ஸ்லாம் விட்டுட்டு போறோமேனு அந்த சின்ன ஏக்கம் மட்டும் இருந்துட்டே இருந்துச்சி.

அப்புறம் ஒரு நாள் ஸ்கூல் திறந்தாங்க,
லெவென்த் ஸ்டாண்டர்ட் பயாலஜி குரூப் எங்க இருக்குனு கேட்டுட்டு கிளாஸ்க்கு போனன், அப்ப எய்ட்த் வரைக்கும் கூட படிச்ச கார்த்தியும், சுராவும் அங்க இருந்தாங்க, அவங்கள பார்த்ததும் எனக்கு ஒரே சந்தோஷம் அட்லீஸ்ட் இவங்களாது என் கூட இருக்காங்கலேனு, அப்புறம் நாங்க மூனு பேரும் ஒரே

பெஞ்ச்ல உக்காந்து பழைய கதையெல்லாம் பேச ஆரம்பிச்சோம், அதே நேரத்துல ஃபிசிக்ஸ் டீச்சர் வந்து எல்லார பத்தியும் கேட்டுட்டு இருந்தாங்க, எல்லாரும் அவங்க அவங்கள பத்தி சொல்லிட்டு இருக்கும் போது என்ன பத்தியும் கேட்டாங்க நான் எழுந்து டைரக்டர் ஆக போறன்னு சொன்னதும் மொத்த கிளாஸும் என்ன வியப்பா பார்த்தாங்க, பட் எனக்கு இது புதுசு கெடையாது, நான் அஞ்சாவது படிக்கும் போது கணக்கு டீச்சர் "நீ என்ன ஆக போற?"ன்னு கேட்டதும், 'சைன்ட்டிஸ்ட் ஆக போறன்'னு சொன்னப்பையும் எல்லாரும் இப்படி தான் பார்த்தாங்க.

அதுக்கு அப்புறம் ஸ்கூல் முடிஞ்சதும், எப்பையும் போல காளான் கடைக்கு வேலைக்கு போயிட்டன், வழக்கம் போல வேல முடிஞ்சி வீட்டுக்கு போயிட்டு, சாப்பிட்டதும் மாடில படுக்க போறன்னு சொல்லிட்டு, எல்லாரும் தூங்குனதுக்கு அப்புறம் பறந்து திரிய ஆரம்பிச்சன், அப்படியே நைட் பறக்குறது, பகல்ல ஸ்கூலுக்கு போறது, டீச்சர்ஸ் மத்தியில நல்ல பேரு, பசங்க கிட்ட நல்ல நட்பு, பார்ட் டைம் ஜாப் அப்படின்னு பிஸி செட்யூல்ல இருந்தாலும் கொஞ்சம் கூட சோர்வாகாம சுறுசுறுப்பாவே சுத்திட்டு இருந்தன்.

ஒரு நாள் நான் காளான் கடைல வேல பார்த்துட்டு இருக்கும் போது, என் கூட எட்டாவது வரைக்கும் ஒன்னா படிச்ச ஸ்கூல் ஃப்ரண்ட்ஸ்லாம் டியூஷன் முடிச்சிட்டு கடைக்கு சாப்பிட வந்தாங்க, நான் அவங்க கிட்ட, 'என்ன சாப்புடுறிங்க?'னு கேட்டன்.

"மச்சா நீயா வாங்கி தர போற, டேய் இன்னைக்கு நவநீதனோட ட்ரீட்ரா அப்படின்னு எல்லார் கிட்டயும் சொன்னான்".

இல்ல மச்சா நான் இங்க தான் வேல பார்க்குறன் அதான் கேட்டன்.

"ஏன் மச்சா என்ன ஆச்சு?"

வீட்ல கொஞ்சம் நிலம சரி இல்ல மச்சா அதான் பார்ட் டைமா வேல பார்க்க வந்து இருக்கன்.

"சரி மச்சா" அப்படின்னு சொல்லிட்டு காளான், பேல் பூரி சாப்பிட்டு கிளம்பிட்டாங்க. அதுக்கு அப்புறம் இதே மாதிரி ரெண்டு, மூனு தடவ வந்து சாப்பிட்டுட்டு கொஞ்ச நேரம் பேசிட்டும் போவாங்க.

அப்படியே நாட்களும் நகர்ந்தது,
காலாண்டு தேர்வு முடிஞ்சு ஸ்கூல் லீவ் விட்டாங்க, எப்பவும் போல நான் காளான் கடையில வேல பார்த்துட்டு இருந்தன், எல்லாரும் சாப்பிட்டு போனதுக்கு அப்புறம், நான் தட்டலாம் கழுவிட்டு இருந்தன், அப்ப என் ஃப்ரண்ட்ஸ் என்ன க்ராஸ் பண்ணி போனாங்க அதுல ஒருத்தன் என்னைய பார்த்து ஒரு மாதிரி நக்கலா சிரிச்சான், அத பார்த்த உடனே எனக்கு ஒரு மாதிரி கஷ்டமா போயிருச்சி இருந்தாலும் வெளிய காமிச்சிக்கல, நானும் அன்னைக்கு வேலையலாம் சீக்கிரமா முடிச்சிட்டு வீட்டுக்கு போய் வழக்கம் போல பறக்க ஆரம்பிச்சன், அப்படியே பறந்து போயிட்டு இருக்கும் போது காளான் கடைல நடந்த சம்பவத்த நெனச்சிக்கிட்டே பறந்தன் அப்ப ஒருத்தன் ஒரு மாடி உச்சில இருந்து என்னைய உத்து பார்த்துட்டே இருந்தான், சரி அவனுக்கு என்ன பிரச்சனனு அவன்கிட்ட கேக்கலாம்னு அவன் பக்கத்துல போகும் போது,

"ஹலோ நவநீதன் எப்படி இருக்கீங்க?"

நவநீதனா! என் பேர் உங்களுக்கு எப்படி தெரியும்? நீங்க யாரு?

"என் பேரு ஆனெக்ஸின் எனக்கு உங்கள பத்தி எல்லாமே தெரியும், நான் தான் உங்களுக்கு இந்த பறக்குற சக்திய குடுத்தன்".

இந்த சக்திய நீங்க தான் எனக்கு குடுத்திங்களா? எனக்கு ஏன் குடுத்திங்க? நீங்க என்ன கடவுளா?

"நீங்க தான் தேர்ந்தெடுக்க பட்டவன்".

தேர்ந்தெடுக்க பட்டவனா? நீங்க பேசுறது ஒன்னுமே எனக்கு தெளிவா புரியல.

"நவநீதன் நீங்க கொஞ்சம் பொறுமையா இருங்க போக போக தான் உங்களுக்கு புரியும், அது வரைக்கும் உலகத்த காப்பாத்த வேண்டியது உங்களோட பொறுப்பு".

என்னது என் பொறுப்பா? எனக்குலாம் இந்த பொறுப்பு வேணா, நான் சினிமால சாதிக்கனும் அது போக எனக்கு நிறைய பிரச்சனைகள் இருக்கு, நீங்க வேற யாருக்கிட்டையாது இந்த சக்தியை குடுங்க.

"இல்ல நவநீதன் உங்கள நான் சின்ன வயசுல இருந்து பார்த்துட்டு இருக்கன், உங்களால மட்டும் தான் இந்த உலகத்த காப்பாத்த முடியும்".

அப்படியா ஆனெக்ஸின், இருந்தாலும் என்னோட பர்சனல் லைஃப் பாதிக்குமோனு பயமா இருக்கு, எனக்கு இந்த சக்திய பத்தி ஒன்னுமே தெரியாது.

"அப்படிலாம் ஒன்னும் இல்ல நவநீதன், இந்த சக்தினால உங்க பர்சனல் லைஃப் பாதிக்காது".

சரிங்க ஆனெக்ஸின், நீங்க சொல்றதுனால நான் ஒத்துக்குறன், அதுமட்டுமில்லாம எனக்கும் இந்த மக்கள காப்பாத்த புடிச்சி இருக்கு, இப்ப நீங்க இந்த சக்திய பத்தி சொல்லுங்க.

"ஓகே நவநீதன் நான் உங்களுக்கு தெளிவா சொல்றன் கவனமா கேளுங்க, உங்களுக்கு ஆந்தையோட குணாதிசயங்கள் கொண்ட சக்திகள தான் குடுத்து இருக்கோம், அதனால உங்களுக்கு நைட் மட்டும் தான்

சக்திகள் வெளிப்படும், தேவப்பட்டா மட்டும் தான் மத்த நேரங்கள்ல வெளிப்படும், உங்களால பறக்க முடியும், வேகமா இருக்க முடியும், அத தாண்டி பலசாலியா இருக்க முடியும், உங்களுக்கு குடுத்த மாதிரியே மூனு பேத்துக்கு இந்த சக்திய குடுத்தோம் ஆனா அவங்க சக்திய சரியா யூஸ் பண்ணாததாலையும் சுய நலத்துக்கு யூஸ் பண்ணதாலையும் அந்த சக்தி அவங்கள விட்டு போயிருச்சி, உங்களுக்கும் அதே தான் நவநீதன் இந்த பவர சுயநலத்துக்காக பயன்படுத்த கூடாது, மத்தவங்களுக்கு கெடுதல் பண்ண கூடாது, முக்கியமா ஒருத்தவங்க ஆபத்துல இருக்கும் போது உதவி பண்ணாம வேடிக்கையும் பார்க்க கூடாது, இதுல ஒன்ன மீறுனாலும் இந்த சக்தி உங்கள விட்டும் போயிரும்".

என்ன ஆனெக்ஸின் சக்தியும் குடுத்துட்டு அதுக்கு இவ்வளவு கண்டிஷனும் போடுறீங்க?

"இது எல்லாமே உங்க உலகத்தோட நல்லதுக்கு தான்".

எது என்னோட உலகமா அப்ப நீங்க வேற உலகமா?

"அத பத்தி தெரிஞ்சிக்கிறதுக்கு இது சரியான நேரம் இல்ல, நீங்க இன்னும் தெரிஞ்சிக்க வேண்டியது நிறைய இருக்கு அத பத்தி சொல்றன் கேளுங்க, இதுக்கு அப்புறம் உங்க கூட எப்பையும் ஒரு ஆந்த இருக்கும், அது உங்களுக்கு தேவையான உதவிகள செய்யும் அது மட்டும் இல்லாம உங்களுக்கு ஆபத்து வர்றதுக்கு முன்னாடியே வந்து சொல்லும், உங்களுக்கு வேற எதாவது டவுட் இருக்கா?".

ஆமா ஆனெக்ஸின் நிறைய டவுட்ஸ் இருக்கு அதே நேரத்துல பயமாவும் இருக்கு நான் சின்ன பையன்றதால.

"இதுல பயப்புடுறதுக்கு ஒன்னும் இல்ல நவநீதன், உங்கக்கிட்ட நிறைய திறமையும், புத்திசாலித்தனமும் ஒழிஞ்சி கிடக்குது, அது போதும் நீங்க ஜெயிக்கிறதுக்கு,

சரிங்க நவநீதன் நான் கிளம்ப வேண்டிய நேரம் வந்துருச்சி".

என்ன ஆனெக்ஸின் அதுக்குள்ள போறிங்க இதுக்கு அப்புறம் நான் உங்கள எப்ப? எங்க பார்ப்பன்?

"நீங்க என்ன பார்க்க எங்கயும் போ தேவல்ல, நீங்க தூங்குனா நான் வருவன்".

என்னது தூங்குனா வருவிங்களா?

"ஆமா நவநீதன், எங்களால கனவுல மட்டும் தான் வர முடியும், நிஜத்துல வர முடியாது, இப்போ கூட நாம பேசிட்டு இருக்குறது கனவுல தான்".

ஆனெக்ஸின் நீங்க சொல்றது ஒன்னுமே புரியல, அப்ப இத்தன நாள் நான் பறந்தது எல்லாமே கனவு தானா?

"இல்ல நவநீதன் நான் வர்றது மட்டும் தான் கனவு மீதி எல்லாம் உங்க நிஜ லைஃப்ல நடந்ததா தான் இருக்கும், இந்த மாதிரி கனவுக்கும் சராசரி தூக்கத்துல வர்ற கனவுக்குமே நிறைய வித்தியாசங்கள் இருக்கு அத நீங்க போக போக தெரிஞ்சிப்பிங்க, சரிங்க நவநீதன் நான் கிளம்ப வேண்டிய நேரம் வந்துருச்சி, அதனால நான் உடனே கிளம்பனும், அந்த ஆந்த உங்க கூட நாளைக்கு இருக்கும்" அப்படினு சொல்லி அவரு மறஞ்சிட்டாரு. நானும் என்ன பண்றதுன்னு தெரியாம முழிச்சிட்டு இருக்கும் போது ஒரு பாட்டு சத்தம் கேட்டுச்சு.

"யமுனை ஆற்றிலே ஈரக்காற்றிலே கண்ணனோடு நான் ஆட" அப்படினு ஒரு அழகான பாட்டு என்ன எழுப்பி விட்டுச்சு, அப்பதான் புரிஞ்சுது இதெல்லாம் கனவுனு, சரி நானும் டைம் ஆயிருச்சேனு ஸ்கூலுக்கு கிளம்ப அவசர அவரமா வீட்டுக்கு முன்னாடி இருந்த மரத்துக் கிட்ட போய் பல் தேய்ச்சுட்டு இருந்தன், அப்ப யாரோ என்ன கூப்புடுற மாதிரி இருந்துச்சி திரும்பி பார்த்தா மரத்துல ஒரு ஆந்த இருக்கு, இது என்னடா பகல் நேரத்துல ஆந்தனு

நெனச்சிட்டே பக்கத்துல போனா அந்த ஆந்த என் பேர சொல்லி கூப்புடுது,

"நீதானா நவநீதன்?"

சுத்தி யாராவது இருக்காங்களானு பார்த்துக்கிட்டே, 'ஆமா நான் தான் நவநீதன் நீ யாரு?'

"நான் தான் மாயா, என்ன ஆனெக்ஸின் தான் அனுப்புனாரு".

ஓ...நீ தான் அந்த ஆனெக்ஸின் சொன்ன ஆந்தையா? எனக்கு இப்ப தான் நியாபகத்துக்கு வருது.

"ஆமா நவநீ நான் தான் அந்த ஆந்த, என்னைய நீ மாயானு கூட கூப்பிடலாம், உனக்கு எதாவது தேவப்பட்டுச்சினா நீ என்ன கூப்பிடலாம் இல்ல நெனச்சா கூட போதும் நான் வந்துடுவன்".

சூப்பர் மாயா.

"சரி நவநீ நீ உலகத்த காப்பாத்தும் போது வேற ஒரு அடையாளம் வச்சுக்கோ அப்ப தான் இந்த அடையாளம் பாதிக்காம இருக்கும்".

'சரி மாயா இத எங்கையோ கேள்வி பட்ட மாதிரி இருந்தாலும் நீ சொல்றதும் சரி தான் நானும் எனக்கு என்ன பேரு வைக்கிறதுனு தான் யோசிச்சிட்டு இருக்கன்' அப்படினு நான் சொன்னதும் எங்கம்மா, "டேய் தடி மாடு ஸ்கூலுக்கு டைம் ஆவுது சீக்கிரம் கிளம்பு" அம்மா கத்தவும், 'சரி மாயா நாம அப்புறமா இத பத்தி பேசுவோம்'னு சொல்லிட்டு நான் ஸ்கூலுக்கு கிளம்பி போயிட்டன்.

அடுத்த நாள் நான் டென்த் படிச்ச பழைய ஸ்கூலுக்கு போக வேண்டிய சூழ்நில வந்துச்சி அதனால நான் அங்க

போனன். போயி என் பழைய ஃப்ரண்ட்ஸ பார்த்துட்டு இருக்கும் போது சினேகாவும் வந்தா,

ஹாய் சினேகா எப்படி இருக்க?

"எதுக்கு என்னையும் இந்த ஸ்கூலையும் விட்டுட்டு போன?"
இல்ல எனக்கு புரியல.

"இல்ல, யார்கிட்டயுமே ஒரு வார்த்த கூட சொல்லாம வேற ஸ்கூல்ல சேந்துட்டியே அதான் கேட்டன்".

என் குடும்ப சூழ்நில அப்படி அதனால தான் அங்க சேந்துட்டன், மத்தபடி உன்கிட்ட சொல்லாம போகனும்னுலாம் ஒன்னும் இல்ல.

"சரி நான் உன்ன மன்னிச்சிட்டன் வா வெளிய போலாம்".

வெளியவா உனக்கு அதுக்குள்ள ஸ்கூல் முடிஞ்சிருச்சா?

"என்னடா எல்லாத்துக்கும் கேள்வி கேட்டுக்கிட்டே இருக்க? எனக்கு அப்பவே ஸ்கூல் முடிஞ்சிருச்சி, நீ பேசாம வெளிய வா" அப்படினு சொல்லி என்னைய வெளிய ஒரு ஹோட்டலுக்கு கூட்டிட்டு போனா,

இப்ப எதுக்கு ஹோட்டலுக்கு என் கிட்ட வேற காசு இல்லையே.

"உன்ன சாப்பிடலாம்னு தான் கூப்பிட்டன், காசு வச்சிருக்கியானு கேட்கல" அப்படினு ஒரு பொய்யான கோவத்தோட என்ன உள்ளார கூட்டிட்டு போய் சாப்பிட வச்சா. நாங்க அப்படியே பிரியாணி சாப்பிட்டுக்கிட்டு இருந்தோம், அப்ப சினேகா,

"என்ன நவநீ பழைய மாதிரி எதுவுமே பேசுறது இல்ல?"

அப்பாடிலாம் ஒன்னும் இல்ல சினேகா ரொம்ப நாள் கழிச்சு பார்க்குறன்ல்ல உன்ன அதான் என்ன பேசுறதுனு தெரியல.

"நீ தான் பெரிய ஜீனியஸ் ஆச்சே உனக்கு பேச தெரியலையா? நீயும் உன் அண்ணனும் மாத்தி மாத்தி எல்லா போட்டியிலும் கலந்துட்டு பிரைஸ் வாங்குவிங்களே மறந்துட்டியா?"

நீ மட்டும் என்ன சினேகா கல்ச்சுரல்ஸ்ல டான்ஸ், சிங்கிங் அப்புறம் ஸ்போர்ட்ஸ்னு எல்லாத்துலயும் கலந்துகிட்டு பரிசும் வாங்கிடுவ, நீ கலந்துகிட்டாலே உன் பேர்ல பரிசு நிச்சயம் தான?

"அட போ நவநீ நான் வாங்குனதுலாம் சின்ன பிரைஸ் தான் ஆனா நீ வினாடி வினா போட்டிலலாம் கூட மாவட்ட அளவுல பரிசு வாங்கிருக்கியே அப்ப நீ எவ்வளவு பெரிய ஆளா இருப்ப?" இப்படியே நாங்க ரெண்டு பேரும் மாத்தி மாத்தி ஜாலியா பேசிட்டே இருந்தோம், அப்ப பேச்சு வாக்குல,

"நீ யாரயாச்சும் லவ் பண்றியா?"

என்ன சினேகா திடீர்னு இப்படி கேக்குற?

"இல்ல நவநீ இன்னைக்கு நீ கொஞ்சம் அழகா இருக்க அதான் யாரையாது லவ் பண்றியானு கேட்டன்".

அப்படிலாம் ஒன்னும் இல்ல சினேகா, லவ் அப்படிங்குறது ஒரு அழகான உணர்வு, அத அனுபவிச்சா முழுசா அனுபவிக்கனும் ஆனா அத அனுபவிக்கிற நிலமைல நான் இல்ல.

"ஏன் நவநீ ஏன் அப்படி சொல்ற?"

'ஒன்னா ரெண்டா நிறைய சொல்லலாம், முக்கியமா சொல்லனும்னா என் ஃபேமிலி சுச்சுவேஷன் தான்,

அதெல்லாம் தாண்டி எனக்கு நிறைய கடமைகளும் பொறுப்புகளும் இருக்கு, அதனால எனக்கு ஆசையே வந்தாலும் பண்ற நிலமைல நான் இல்ல' அப்படினு நான் சொன்னதும் சினேகா ஏதோ சொல்ல வந்தா டக்குனு அமைதியாகி "சரி நவநீ நம்ம கிளம்பலாம்" அப்படினு சினேகா சொன்னதும் நாங்க கிளம்பிட்டோம்.

இதே நேரத்தில் ஆனெக்ஸின் இருக்கும் கனவில்,

"ஆனெக்ஸின் நீ பண்ண தப்ப திரும்ப திரும்ப பண்ணிட்டு இருக்க" அப்படினு அலெக்ஸி சொன்னதும்,

இல்ல அலெக்ஸி இந்த முற அந்த தப்பு நடக்காது.

அத கேட்ட லிவிசா, 'இதே மாதிரி தான் போன முறையும் சொன்ன, நீ பண்ண ஒரு சின்ன தப்பால தான் நாம இப்ப இந்த நிலமைல இருக்கோம் மறந்துட்டியா? ஒரு வேள அந்த பையனும் தப்பு பண்ணிட்டா?'

லிவிசா நீ சொல்ற மாதிரி இந்த டைம் நடக்காது அதுக்கு தான் மாயாவ அவன் கூட அனுப்பிருக்கன்.

உடனே ஜார்ஜா, மாயாவா!.., அவள இன்னுமா நீ நம்புற? அவ போன டைம் பண்ணதுலாம் உனக்கு நியாபகம் இருக்கா?

"விடு ஜார்ஜா ஆனெக்ஸின் மேல கோவப்பட்டு ஒரு பிரியோஜனமும் கிடையாது எல்லாம் மேல இருக்கவங்க சொல்லிதான் பண்ணிட்டு இருக்காரு, ஆனா ஆனெக்ஸின் ஒன்ன மட்டும் புரிஞ்சிக்கோ வர்றது யாருனு உனக்கு நல்லா தெரியும், அவன் எவ்வளவு பெரிய பலசாலினு உன்ன விட யாருக்கும் தெரிஞ்சிறாது, அவன அந்த சின்ன பையன் சமாளிக்க முடியுமானு யோசிச்சு பாரு"னு அலெக்ஸி சொன்னதும்,

புரியுது அலெக்ஸி நீ சொல்றது ஆனா இவன நம்புறத தவிர நமக்கு வேற வழி இல்ல, ட்ரை பண்ணி பார்க்கலாம் அப்படினு ஆனெக்ஸினும் சொல்லி முடித்தார்.

இப்படிலாம் கனவுல நடந்தாலும் நான் ஒன்னும் தெரியாம எப்பையும் போல என் வாழ்க்கைய வாழ்ந்துட்டு இருந்தன்.

அப்படி ஒரு நாள் நானும் மாயாவும் பறந்துட்டு இருக்கும் போது, அதிகாலை மூனு மணி வாக்குல மேம்பாலத்தோட தடுப்பு சுவரு மேல ஒரு ஆம்புலன்ஸ் மோதி நின்னுட்டு இருந்துச்சி, அத பார்த்துட்டு உடனே நானும் மாயாவும் கீழ இறங்கி அந்த ஆம்புலன்ஸ் கிட்ட போனோம், அங்க பார்த்தா டிரைவர்க்கு நெத்திலாம் கிழிஞ்சு மயங்கி கிடக்குறாரு, ஆம்புலன்ஸ் பின்னாடி ஒரு சத்தம் 'என்னடி இப்படி பண்ணிட்டியே'னு ஒரு வயசான அம்மா அழுதிட்டு இருக்கும் போது, ஆச்சி நாம வீட்டுக்கு போலாம் அம்மா நீயும் எழுந்திரிமானு ஒரு ரெண்டு வயசு குழந்தையும் அழுதுட்டு இருக்கு, கூட இருந்த மித்ரா(நர்ஸ்), "அம்மா கவலப்படாதீங்கமா நான் இன்னொரு ஆம்புலன்ஸ்க்கு கால் பண்ணிருக்கன் உங்க பொண்ண காப்பாத்திரலாம்" அப்படினு சொல்லிட்டு அந்த குழந்தைய தூக்கிட்டு வெளிய வந்தாங்க, என்னையும் மாயாவையும் பார்த்துட்டு ஒரு செகண்ட் ஷாக்காகி அங்கையே நின்னுட்டாங்க, நான் அவங்க கிட்ட நர்ஸ் என்னாச்சினு கேட்டதும்

"நீங்க யாரு ரொம்ப வித்தியாசமா இருக்கிங்க?" அப்படினு கேட்கும் போதே மித்ரா வச்சி இருந்த குழந்த ஐ டோரிமான் டோரிமான் அப்படின்னு சொல்லி ஜாலியா சிரிச்சிக்கிட்டு இருந்துச்சி,

என்னைய பத்தி தெரிஞ்சிக்கிறது இப்ப அவசியம் இல்ல, நான் உங்கள காப்பாத்த தான் வந்து இருக்கன்.

"உள்ள இருக்கவங்க இந்த குழந்தையோட அம்மா, வீட்டுல பிரச்சனனு சூசைட் அட்டெம்ப்ட்

பண்ணிட்டாங்க, நாங்க வந்துட்டு இருக்கும் போது ஆக்சிடென்ட் ஆகிருச்சி, வேற ஆம்புலன்ஸ்க்கு கால் பண்ணி இருக்கன் எப்ப வரும்னு தெரியல".

'அப்ப நீங்க ஆம்புலன்ஸ்ல வாங்க, நான் அவங்கள ஹாஸ்ப்பிட்டலுக்கு கூட்டிட்டு போறன்'னு சொன்னதும் மித்ரா யோசிச்சாங்க.

'யோசிக்கிறதுக்குலாம் நேரம் இல்ல'னு சொல்லிட்டு நான் அவங்கள தூக்கிட்டு வெளிய வந்தன், அப்ப மித்ரா,

"உங்க பேரு என்னனு தெரிஞ்சுக்கலாமா?"

'அத தெரிஞ்சிக்குறதுக்கு சரியான நேரம் வரல, அது வரைக்கும் உங்களுக்கு புடிச்ச பேர நீங்க வச்சுக்கோங்க' அப்படினு நான் சொல்லிட்டு உடனே அவங்கள தூக்கிட்டு பறக்க ஆரம்பிச்சன், திரும்ப அந்த குழந்த அதுக்கு தெரிஞ்ச கார்ட்டூன் பேர சொல்லி கத்திட்டு இருந்துது. நான் அவங்கள தூக்கிட்டு நேரா கோயம்புத்தூர் கவர்மென்ட் ஹாஸ்ப்பிட்டல் அவுட் பேஷண்ட் பிளாக்ல இருந்த ஸ்ட்ரெக்ச்சர்ல படுக்க வச்சிட்டு டாக்டர் டாக்டர்னு கத்துனன், டாக்டர் வந்ததும் நான் அந்த இடத்த விட்டு கிளம்பிட்டன், அடுத்த ஒரு மணி நேரத்துல மித்ரா, அந்த டிரைவர், குழந்த, குழந்தையோட பாட்டி அப்படினு எல்லாரும் ஹாஸ்ப்பிட்டலுக்கு வந்தாங்க, அதுக்கு அப்புறம் டிரைவர்க்கு ட்ரீட்மென்ட் பண்ணிட்டு, நடந்தத எல்லாம் மித்ரா எல்லார் கிட்டையும் ஆச்சரியமா சொல்லிட்டு இருந்தாங்க, அதே நேரத்துல நாங்க வானத்துல பறந்துட்டே,

மாயா இன்னைக்கு ஒரு உயிர மொத தடவையா காப்பாத்துனது எனக்கு ரொம்ப சந்தோஷமா இருக்கு.

"இதுக்கே சந்தோஷ பட்டா எப்படி நவநீ? நீதான் அடுத்து இந்த உலகத்தையே காப்பாத்த போற".

அப்போ என்ன அறியாமலே என் கண்ணுல இருந்து ஒரு கண்ணீர் துளி வந்துது, அத பார்த்ததும் மாயா,

"டேய் நவநீ சூப்பர் ஹீரோ அழக்கூடாது எதிரிங்கள தான் அலற விடனும்".

என்ன மாயா மனுஷங்கள விட நல்லா பேசிட்டு இருக்க?

"வாய் பேசலனா இந்த உலகத்துல பொழைக்க முடியாதே நவநீ, அது உனக்கு தெரியாதா?" அப்படினு மாயா சொன்னதும் எனக்கும் மாயாக்கும் சிரிப்பு தாங்கல. அப்படியே நாங்க சிரிச்சிக்கிட்டு எல்லாரும் எழுந்திரிக்குறதுக்கு முன்னாடி வீட்டுக்கு போயிட்டோம்.

பொழுது விடிஞ்சிடுச்சு,
"கோவையில் ஆச்சர்யம் ·விபத்தில் சிக்கிய ஆம்புலன்ஸில் இருந்து பெண்ணை காப்பாற்றி அரசு மருத்துவமனையில் சேர்த்த பறக்கும் மனிதன், நேற்று இரவு டவுன் ஹாலில் பறக்கும் மனிதனை பார்த்ததாகவும் மக்கள் பேசி கொண்டிருக்கிறார்கள், மேலும் விவரங்களுக்கு இணைந்திருங்கள், ஹெச்.பி செய்திகளுக்காக கணியன் பூங்குன்றன்".

இந்த நியூஸ வீட்டுல எல்லாரும் பார்த்துட்டு இருக்காங்க, எனக்கா 'நம்மள பத்திதான் நியூஸ்ல பேசுறாங்க, ஆனா நாமதான் அந்த மனுஷன்னு நம்மளால சொல்ல முடியலயே'னு மனசுக்குள்ள நெனச்சிக்கிட்டு ஒன்னும் தெரியாத அப்பாவி மாதிரி டீய குடிச்சிட்டு பார்த்துட்டு இருந்தன்.

'பறக்கும் மனிதனை நேரில் கண்ட அவசர ஊர்தியின் மருத்துவ உதவியாளர் மித்ரா நம்ம கூட இருக்காங்க, சொல்லுங்க மித்ரா இறக்கைகளோட ஒரு மனிதன் வந்து நோயாளியை காப்பாத்துனதா சுற்று வட்டாரத்தில் பேசிகிறாங்களே, உண்மை தானா? சம்பவ இடத்துல என்ன நடந்தது?'

"ஆமா உண்மதான், றெக்கைகளோட அவர் வந்தாரு, அவரு தோள்ல ஒரு ஆந்தையும் இருந்துச்சு. நிமிஷத்துல

அந்த அக்காவ தூக்கிட்டு பறந்து போய் ஷாஸ்பிட்டல்ல சேர்த்துட்டார். றெக்கைகளோட மனுஷன் வந்தது, என் கிட்ட பேசுனது, ஆபத்துல இருக்கிறவங்கள காப்பாத்துனதுலாம் என்னால நம்பவே முடியல, படத்துல, கதையில நடக்குற மாதிரி இருந்தது அந்த விஷுவல்லாம் என்னால இன்னும் அந்த ஆச்சரியத்துல இருந்து வெளிய வர முடியல" அப்படினு மித்ரா சொல்லிட்டு இருந்தாங்க.

'அவர் பார்க்குறதுக்கு எப்படி இருந்தாரு? பேரு எதாவது சொன்னாரா?'

"பார்க்குறதுக்கு சூப்பர் ஹீரோ மாதிரி இருந்தாரு ஆனா சட்டுனு அவரு மூஞ்சி எனக்கு நியாபகத்துக்கு வரல, உங்க பேரு என்னனு கேட்டதுக்கு உங்களுக்கு புடிச்ச மாதிரி வச்சுக்கோங்கனு சொல்லிட்டு பறந்து போயிட்டாரு, அவர மனம் கொத்தி பறவைனு சொல்லலாம்" அப்படினு மித்ரா சொன்னதும்,

'தகவல்களை பகிர்ந்தமைக்கு நன்றி. இதை போல் மற்றுமொரு வித்தியாசமான செய்தியுடன் உங்களை சந்திக்கிறேன் ஹெச்.பி செய்திகளுக்காக உங்கள் கணியன் பூங்குன்றன்'.

நான் அந்த நியூஸலாம் பார்த்து முடிச்சிட்டு ஸ்கூலுக்கு கிளம்பி போனன், பஸ்ல கிளம்பி போயிட்டு இருக்கும் போது நேத்து நடந்தத பத்தி நானும் மாயாவும் மனசுல பேசிட்டு போயிட்டு இருந்தோம்(சிலநேரங்கள்ல நாங்க ரெண்டு பேரும் பேசிக்கிறதுக்கு வாய திறக்கணும்னு அவசியம் இல்ல், மனசுல நெனச்சிக்கிட்டல போதும்).

அன்னைக்கு லன்ச் டைம்ல ஸ்கூல்ல பசங்க எல்லாம் அந்த பறக்கும் மனுஷன பத்தி தான் பேசிட்டு இருந்தாங்க. ஸ்கூல் மட்டுமல்ல, ஒட்டு மொத்த கோயம்புத்தூர்லயும் 'ஹாட் ஆஃப் தி டாக்' இது தான்.

"டேய் அந்த பறக்கும் மனுஷன நான் பார்த்தன்டா, என் அக்கா பாப்பா அழுதுட்டு இருந்தப்ப அவன காமிச்சி தான் சோறு ஊட்டுனாங்க". "அவன் எனக்கு சாக்லேட் குடுத்தான் இங்க பாரேன்" அப்படினு ஆரஞ்சு மிட்டாய காமிச்சு ரெண்டு பொண்ணுங்க பேசிட்டு போனாங்க". "மச்சி அவன் கூட ஷெட்டில் கார்க் விளையாடுனன்டா, என்னதான் அவனுக்கு பறக்குற சக்தி இருந்தாலும் ஷெட்டில் கார்க்ல நான் தான் கிங், ஆடுன மூனு கேம்லயும் நான் தான் வின்னு". இன்னொருத்தன் ஒரு படி மேல போய் "மச்சா அவன் ஒரு பொண்ணு கூட பறந்துட்டு இருந்தான்டா, எனக்கு மட்டும் றெக்க இருந்திருந்தா தினமும் கோயம்புத்தூர்ல இருந்து ஊட்டிக்கு என் ஆள் கூட பறந்துட்டே இருப்பன், அவன் குடுத்து வச்சவன்டா" அப்படினு பேசிட்டு இருந்தாங்க. இதெல்லாம் கேட்டுட்டு இருந்த நான், "அடபாவிங்களா வாய் இருக்குனு இஷ்டத்துக்கு பேசிட்டு இருக்கிங்களே, இன்னும் கொஞ்ச நேரம் இங்க இருந்தா, என்னையும் இப்படி பேச வச்சிருவிங்களே" அப்படினு சொல்லி மனசுல நெனச்சுட்டு இருக்கும் போது, கெமிஸ்ட்ரி மிஸ்ஸும் உள்ள வந்தாங்க, அவங்களும் இத பத்தி கேட்டுட்டு இருக்கும் போது திரும்பவும் ஒவ்வொருத்தனும் புதுசு புதுசா கத சொல்ல ஆரம்பிச்சிட்டாங்க. நான் இதெல்லாம் கேட்டுட்டு அமைதியா இருந்தத பார்த்துட்டு டீச்சர்,

"என்ன டைரக்டர் நவநீதன் எதும் பேச மாட்டுற? நீயும் உன் பங்குக்கு ஒரு கத சொல்லுவனு எதிர்பார்த்தன்".

'இல்ல மிஸ் எனக்கு எதும் தெரியல, இன்னைக்கு காலைலயே நான் லேட்டா தான் எழுந்திரிச்சன் அதனால பார்க்கல' அப்படினு சொன்னதும் ஒட்டு மொத்த கிளாஸும் சிரிக்க ஆரம்பிச்சிட்டாங்க.

அன்னைக்கு சாயங்காலமும் வழக்கம் போல காளான் கடைக்கு வேலைக்கு போனன், அப்போ என் ஓனர் என்கிட்ட,

"டேய் நவநீ அந்த பறக்குற மனுஷன பத்தி கேள்வி பட்டியா?"

என்னது பறக்குற மனுஷனா அட போங்கனா சும்மா எதாவது காமடி பண்ணாதீங்க.

"அட போடா கோயம்புத்தூர் முழுக்க இதான் பேசிட்டு இருக்காங்க எதோ நீ ஃபாரின்ல இருந்து வந்த மாதிரி கேக்குற?"

ஃபாரினா? நானே பள்ளிக்கூடத்துல இருந்து தான்ணே வரன் அப்படினு சொன்னதும் அவரும் சிரிச்சாரு நானும் சிரிச்சன்.

அப்புறம் வேலைலாம் முடிஞ்சி நைட் 11 மணி போல நானும், மாயாவும் பொள்ளாச்சி பக்கம் பறந்துட்டு இருந்தோம், அப்போ ஒரு வீட்டு பால்கனியில ஒரு பொண்ணு ஃபோன்ல பேசிட்டு இருக்கா, கூடவே ஆறு வயசு குழந்தையும் வேடிக்க பார்த்துட்டு இருந்துச்சு, நான் எதேச்சையா பார்க்கும் போது அந்த குழந்த, நான் பறக்குறத பார்த்துட்டு 'அத்த அத்த அங்க பாருங்க' அப்படினு அந்த பொண்ணோட டீ-ஷர்ட்ட புடிச்சி இழுத்துச்சி, ஆனா அந்த பொண்ணு ஹெட்செட் போட்டுட்டு பேசிட்டு இருந்ததால அந்த குழந்த சொன்னத கேக்கல, அதனால அந்த குழந்த அங்க இருக்க பெயிண்ட் பக்கெட்ட கவுத்து அது மேல ஏறி என்ன பார்த்துட்டு இருக்கும் போது தவறி கீழ விழுந்துடுச்சு. அதப்பார்த்துட்டு நான் உடனே பதறி போய் அந்த குழந்தைய புடிச்சன். அந்த பொண்ணு திரும்பி பார்க்கும் போது, குழந்த இல்லாதத பார்த்துட்டு "தங்கமயிலு எங்க போயிட்ட"னு கேட்டுட்டு கீழ குனிஞ்சி பார்த்தா, நான் கீழ இருந்து மெதுவா மேல பறந்து வந்துட்டு இருந்தன், என்னைய பார்த்ததும் அந்த பொண்ணு பயத்துல உறஞ்சி போயிட்டா, 'ஏங்க நீங்க ஃபோன் பேசுங்க அதே நேரத்துல குழந்த மேலையும் ஒரு கண்ணு வச்சுக்கோங்க' அப்படினு நான் சொன்னதும் அந்த பொண்ணு வச்ச கண்ணு வாங்காம என்னையும், மாயாவையும் பார்த்துட்டு

இருந்தா, நான் அந்த குழந்தைய அப்படியே கீழ இறக்கி விட்டுட்டு, நானும் மாயாவும் திரும்பி பார்க்காம பறந்து வீட்டுக்கு வந்துட்டோம்.

"பிரபல தனியார் வங்கியில் கொள்ளை, நள்ளிரவில் பறக்கும் மனிதனின் கை வரிசை. முன்தினம் பெண்ணின் உயிர் காத்த காவலன். இன்று பணம் பறிக்கும் கள்வன். இதில் எது உண்மை? அடுத்த செய்தி தாெகுப்பில் சந்திப்போம். மேலும் விவரங்களுக்கு இணைந்திருங்கள் ஹெச்.பி செய்திகளுக்காக கணியன் பூங்குன்றன்".

தூக்க கலக்கத்துல கண்ண கசக்கிட்டே இந்த நியூஸ பார்க்கும் போது, இன்னொரு பக்கம் அம்மா, "என்ன இவனுங்க ஏதோ கதையெல்லாம் சொல்லிட்டு இருக்கானுங்க, பறக்குறவன் வந்தானாம், பேங்க்ல கொள்ள அடிச்சானாம்" அப்படினு சொல்லிட்டு இருந்தாங்க. எனக்கு ஒரு மாதிரி ஆயிடுச்சு. நமக்கே ஏற்கனவே எக்கச்சக்கமான அக்கப்போரு இதுல புதுசா இந்த மாதிரி இலவச இணைப்பு வேற, வேற எதாவது பழி போட்டு இருந்தா கூட பரவாயில்ல, ச்ச்சே கடைசில திருடன்-னு சொல்லிட்டாங்களே, படிச்சோமா மார்க் எடுத்தோமானு, நாம உண்டு நம்ம வேல உண்டுனு இருந்தோம். நமக்கு இது தேவதானா அப்படினு நெனச்சுட்டு இருக்கும் போது, "விடு நவநீ இதுலாம் சாதாரணம், இதுக்குலாம் வருத்தப்படாத, கொஞ்சம் அசந்தா நாட்டுல முடிக்காம இருக்குற எல்லா திருட்டையும் நீ தான் பண்ணுனன்னு உன் மேல பழி கேஸ் போட்டு முடிச்சிவிட்டுட்டு போயிகிட்டே இருப்பாங்க. இதுக்குலாம் ஃபீல் பண்ணாத நவநீ எக்ஸாம் வருதுல்ல அதுக்கு மட்டும் படி", 'சரி மாயா எனக்கு மட்டும் ஏன் இப்படி நடக்குது'னு சொல்லிட்டு இருக்கும் போது,

"வண்ணாந்துறையில உள் பாவாட காணாம போனா கூட என்ன தான் சந்தேக படுறாங்க, அத களவாண்டு போய் நான் என்ன பண்ண போறன்"

சூர்யா, லைலா மற்றும் கருணாஸ் நடித்த நந்தா திரைப்படம் இரவு ஏழு மணிக்கு உங்கள் *Ktv*-யில் அப்படினு கேட்டதும் எனக்கும் மாயாக்கும் சிரிப்பு தாங்கல. நானும் அப்படியே சிரிச்சிக்கிட்டே படிக்க போயிட்டன். அப்போ என் அப்பா ஃபோன்க்கு சித்திக் கால் பண்ணான்,

சொல்லு சித்திக் ரொம்ப நாள் கழிச்சு கால் பண்ணி இருக்க?

"ஆமா மச்சா ஒரு அவசரம் நீ உடனே பீளமேடு வர முடியுமா?"

ஏன் மச்சான் என்னாச்சு எதாவது பஞ்சாயத்தா? ஆள எதாவது கூட்டிட்டு வரணுமா?

"அதெல்லாம் ஒன்னும் இல்ல நவநீ நீ மட்டும் வா, உடனே வா", அப்படினு சொல்லி ஃபோன கட் பண்ணான், நானும் உடனே பீளமேடு போனன். அங்க போனதும், சித்திக் ஒரு மரத்துக்கு அடியில நின்னுக்கிட்டு நகத்த கடிச்சிட்டு இருந்தான், அவனுக்கு பின்னாடி கொஞ்ச தூரத்துல சினேகா ஒரு இடத்துல உக்காந்துட்டு இருந்தா, ஒரு வேள இவங்க ரெண்டு பேருக்கும் லவ்கிவ்னு எதாவது இருக்குமோ, அதுக்கு தான் நம்மள கூப்ட்டு இருக்காங்களோனு நெனச்சுக்கிட்டே சித்திக் பக்கத்துல போனன்,

ஏன் மச்சா என்ன இவ்வளவு அவசரமா வர சொன்ன?

"அந்தா உக்காந்துட்டு இருக்கா பாரு சினேகா அவகிட்ட போய் கேளு"னு சொன்னான், நானும் அவகிட்ட போய்,

'ஹாய் சினேகா' அப்படினு சொன்னன், அதுக்கு அவ என்னையும் அவ கையில போட்டு இருக்க கட்டையும் பார்த்து அழ ஆரம்பிச்சுட்டா,

ஏன் சினேகா அழுகுற? எதுக்கு கைல கட்டு போட்டு இருக்க? உனக்கு என்ன தான் ஆச்சு?

"நீ தான் எனக்கு பிரச்சன".

நானா என்ன உளறுற? நான் என்ன பண்ணன்? புரியிற மாதிரி சொல்லு.

"நீ தான் யாரையோ லவ் பண்றல்ல?"

நான் லவ் பண்றனா? அப்படி யாரு உனக்கு சொன்னா?

"நான் உன்ன ரொம்ப வருஷமா லவ் பண்ணிட்டு இருக்கன், அதான் உன்னைய மிஸ் பண்ணிட்டனோனு கைய கிழிச்சுக்கிட்டன், சித்திக் தான் சொன்னான், நீ வேற ஒரு பொண்ண லவ் பண்ணிட்டு இருக்கன்னு".

'அந்த பரதேசியா' அப்படினு மனசுக்குள்ள நெனச்சிட்டு பார்க்கும் போது, "டேய் மச்சா நான் சைக்கிளுக்கு காத்து அடிச்சிட்டு வந்துடுறேன்"னு சொல்லி தப்பிச்சிட்டான். 'நீ போடி உனக்கு இருக்கு'னு மனசுக்குள்ள திட்டிகிட்டு,

இங்க பாரு சினேகா, நான் யாரையும் லவ் பண்ணல, பண்ற நிலமைலையும் இல்ல அப்புறம் ஏன் நீ கைய கிழிச்சிக்குற?

"நிஜமா தான் சொல்றியா நவநீ அப்ப யாரையும் லவ் பண்ணலயா?"

இல்ல சினேகா.

"அப்பாடா இப்பதான் எனக்கு சந்தோஷமா இருக்கு, இதுக்கு அப்புறமாச்சும் லவ் பண்ணுவல்ல?"

ஹாசாடி நீயி திரும்ப திரும்ப அதையே சொல்லிட்டு இருக்க, நான் தான் என்னால லவ் பண்ண முடியாதுனு சொல்றன்ல்ல.

"ஏன் நவநீ லவ் பண்ண மாட்டுற என்னைய உனக்கு புடிக்கவே இல்லையா?"

அது இல்ல மா எனக்கு உன்ன புடிக்கும் ஆனா ஃப்ரண்டா தான், நான் சொல்றத கொஞ்சம் பொறுமையா கேளு, லவ் பண்ற நிலமைல நான் இல்ல, இந்த மாதிரி சமயத்துல கைய கிழிச்சிட்டு லவ் பண்ணுனு சொன்னா எப்படி லவ் வரும், அப்படி வந்தாலும் அது கட்டாய காதல் தான? அப்படி வந்தா உனக்கு ஓகே வா?

"அப்படிலாம் எனக்கு வேணா நவநீ, ஆனா இனிமேலாம் உனக்கு என் மேல காதல் வராதா?"

யாருக்கு தெரியும் வரலாம், வராமலும் போகலாம், அது வரைக்கும் நீ வெயிட் பண்ணனும், பைத்தியம் மாதிரி கை கிழிச்சிட்டு இருக்க கூடாது, நீ நல்ல பொண்ணு தான? நான் சொன்னா கேப்பல்ல?
"ஆமா நான் சமத்து தான்".

இப்ப மட்டும் நல்லா வக்கணையா பேசு அப்புறம் லூசு மாதிரி கைய கிழிச்சிக்க.

"நான் என்ன பண்றது சித்திக் தான் நீ வேற ஒரு பொண்ண லவ் பண்றன்னு சொல்லிட்டான்".

இருக்கு அந்த நாய்க்கு அப்படினு நான் சொல்லிட்டு இருக்கும் போதே, 'மச்சா இந்தாடா பஞ்சு மிட்டாய்'னு சொல்லி எனக்கும் சினேகாக்கும் குடுத்தான், 'ஏன்டா பஞ்சாயத்த ஸ்டார்ட் பண்ணி விட்டுட்டு பஞ்சு மிட்டாயா வாங்கி தர இருடா உன்னனு' சொல்லி துரத்த ஆரம்பிச்சிட்டன், அதுக்கு அப்புறம் ஓடி போய் ஒரு மரத்துக்கிட்ட நின்னுட்டு,

ஏன் மச்சா உனக்கு தேவல்லாத வேல?

"இல்ல நவநீ உனக்கு தான் ஆயிரத்தெட்டு பிரச்சன இருக்குல்ல இதுல அவ உன்னைய லவ் பண்ணிட்டு இருக்கன்னு சொல்லிட்டு இருந்தா, உனக்கு லவ் புடிக்காதுனு எனக்கு தெரியும் மச்சா அதான் நீ வேற ஒரு பொண்ண லவ் பண்றன்னு சொன்னா உன்ன தொந்தரவு பண்ண மாட்டான்னு நெனச்சன் ஆனா கைய கிழிச்சுக்குவான்னு எதிர்ப்பார்க்கல".

சரி விடு மச்சா பார்த்துக்கலாம்.

"சரி மச்சா நான் வேணா சினேகாட்ட போய் திரும்ப பேசட்டா?"

'டேய் பவர்ஸ்டாரு நீ பண்ண காமடியே போதும்டா, இதுக்கு அப்புறம் நானே பார்த்துக்குறன், இனிமே நீ எந்த தேவயில்லாத ஆணியும் அடிக்க வேணா' அப்படினு சொல்லிட்டு நாங்க ரெண்டு பேரும் சினேகா கிட்ட நடந்து போனோம். அங்க போய்,

'ஏய் சினேகா, பஞ்சு மிட்டாய் என்னாச்சு?' அப்படினு சித்திக் கேட்டதும்,

"பசிச்சிச்சி அதான் சாப்ட்டுட்டன் நீ வேற வாங்கிக்க".

'மனசுல சின்ன குழந்தனு நெனப்பா?'

"ஆமான்டா வெண்ண"னு சினேகா சொன்னதும் சிரிச்சிக்கிட்டே நாங்க மூனு பேரும் கிளம்புனோம், அப்படி கிளம்பும் போது,

"ஏய் நவநீ நீ பார்த்து பத்திரமா போயிட்டு வாடா".

'நான் பார்த்து பத்திரமா போறது இருக்கட்டும், நீ இந்த மாதிரி லூசுத்தனமா பண்ணாம இரு அது போதும் எனக்கு' அப்படினு நான் சொன்னதும் நாங்க மூனு பேரும் அவங்கவங்க வீட்டுக்கு கிளம்பிட்டோம்.

அங்க இருந்து கிளம்புனதும் உடனே மாயாவ தான் பார்த்தன்,
"ஏன் நவநீ மனுஷங்க காதலிச்சா கையலாம் கிழிக்குறாங்க?"

அது அப்படி தான், அத விடு, எனக்கு யாரு அந்த பேங்க்க கொள்ளையடிச்சாங்க, எதுக்கு என் மேல பழிய போட்டாங்கனு தான் மண்டைல ஓடிட்டு இருக்கு.

"விடு நவநீ, சூப்பர் பவர்ல இதெல்லாம் சந்திச்சு தான் ஆகனும், இதுக்கே அசந்து போயிட்டா எப்படி, இத விட இன்னும் பயங்கரமா பார்க்க வேண்டியதுலாம் நிறைய இருக்கு".

ஓகே மாயா இருந்தாலும் மனசு உறுத்திக்கிட்டே இருக்கு.

"சரி நவநீ இந்த பிரச்சனைய யாரு பண்ணாங்கனு நான் கண்டுப்புடிக்கிறன் இன்னும் கொஞ்ச நேரத்துல அத பத்தி உனக்கு தெரியும்"னு சொல்லிட்டு மாயா பறந்து போயிட்டா.

பொள்ளாச்சி பக்கத்துல ஒரு ரிசார்ட்ல,
'நேத்து பண்ண மாதிரி சம்பவம் எதாவது பண்ணனும்டா, அதான் பழிய தாங்கிக்க பறக்கும் மனிதன்னு ஒருத்தன மீடியா கண்டு புடிச்சிருக்காங்களே, அப்புறம் நமக்கு என்ன கவல'னு ஒரு மூனு பேரு பேசிட்டு இருக்குறத மாயா கவனிச்சுட்டு என்கிட்ட சொல்ல வந்தா,

"நவநீ அது என்னனு நான் தெரிஞ்சுகிட்டன், அத பத்தி சொல்றன் நீ கேளு".

ம்ம் சொல்லு மாயா.

"அன்னைக்கு ஒரு நாள் நம்ம ஒரு குழந்தைய மாடியிலருந்து காப்பாத்தனும்ல அதே டைம் தான், இந்த

கொள்ளையும் நடந்திருக்கு, கொள்ளையடிக்க வந்தவங்க முன்னாடியே கேமரா எல்லாத்தையும் உடச்சுட்டாங்க, ஆனா கடைசியா அந்த கேமரால பதிவானது நீயும் நானும் தான்".

அது எப்படி மாயா?

"அந்த குழந்தைய காப்பாத்திட்டு நம்ம வரும்போது, அந்த பேங்க்க சுத்தி இருக்குற சிசிடிவி கேமரால நம்ம படம் தான் கடைசியா வந்திருக்குன்னு போலீஸ்க்கு தெரிஞ்சி நம்ம மேல சந்தேகப்பட்டாங்க".

என்ன மாயா இவ்வளவு நடந்திருக்கா?.

"ஆமா நவநீ, நம்ம டைம் வேஸ்ட் பண்ணாம அவங்கள போய் புடிச்சு உண்மையான குற்றவாளி யாருன்னு இந்த உலகத்துக்கு காட்டிரலாம் ஓகேவா".

சரி மாயா வா போலாம்.

அந்த மூனு பேரும் அடுத்தத கொள்ளையடிச்சிட்டு இருக்கும்போது நானும் மாயாவும் சேர்ந்து அவங்கள மொதல்ல பயமுறுத்துனோம், அந்த பயத்துல கொள்ளைய கூட ஒழுக்கமா அடிக்காம தல தெறிக்க ஓடுனாங்க, உடனே மாயா,

"பயமுறுத்துனது போதும் நவநீ, அவங்கள புடிக்கலாம்"னு சொன்னதும்,

அந்த மூனு பேரையும் நாங்க புடிச்சி ஒரே இடத்துல கட்டி போட்டோம், அப்போ அதுல இருந்து ஒருத்தன், "பிளிஸ் எங்கள விட்ரு எதும் பண்ணிறாத" அப்படினு கெஞ்சினாரு, 'கண்டிப்பாண்ணே உங்கள விட்ருவன் பயப்படாதிங்க ஆனா இங்க இல்ல, போலீஸ் ஸ்டேஷன்ல'. அந்த மூனு பேரையும் கட்டி தூக்கிட்டு பறந்து போனன்,

C2 நகர மேற்கு காவல் நிலையம் பொள்ளாச்சி ஸ்டேஷன்க்கு எதிர்ல சென்டர் மீடியன்ல அவங்கள உட்கார வச்சு, கூடவே அவங்க கொள்ளை அடிச்ச பணத்தையும் பக்கத்துல ஒரு லெட்டரையும் வச்சிட்டு நானும் மாயாவும் பறந்தோம்.

விடிஞ்சதும் போலீஸ் ஸ்டேஷனில்,

'சார் சார் இங்க வாங்க' அப்படினு ஒரு லேடி கான்ஸ்டபிள் அலறிட்டே இந்த திருடன்ங்கள நோக்கி வந்தாங்க. கலைமொழி என்ன ஆச்சுமானு உள்ள இருந்து ரைட்டர் புகழேந்தியும் வந்தாரு, அவர் கூடவே ஸ்டேஷன்ல இருந்த மொத்த பேரும் வெளிய வந்து அந்த திருடங்கள பார்த்ததும் ஆச்சரியப்பட்டாங்க, அப்ப ரைட்டர் அவனுங்க பக்கத்துல இருந்த லெட்டர படிக்க ஆரம்பிச்சாரு.

"நேத்து பேங்க்க கொள்ள அடிச்சது இவனுங்க தான், இனிமேயாவது சரியா விசாரிச்சிட்டு மீடியாக்கு தகவல் குடுங்க, உங்க கேஸ முடிக்கிறதுக்காக என் பெயர கெடுக்காதிங்க, நான் மக்களுக்கு கெடுதல் பண்ண வரல, உதவி பண்ண தான் வந்திருக்கன், அத நீங்களும் புரிஞ்சிக்கோங்க, இனிமே எங்க தப்பு நடந்தாலும் அங்க நான் இருப்பன், தப்பு பண்ணிட்டு இல்ல, தட்டி கேட்டுட்டு, இதுவரைக்கும் நீங்க எனக்கு வச்ச பேரெல்லாம் போதும் இனிமே என்னைய நீங்க இப்படியே கூப்பிடுங்க.

இப்படிக்கு...
நிழல் என்னும் ஷேடோ.

2. நிழலின் மறுபக்கம்.

* ★ *

"இன்று அதிகாலை 5:30 மணி அளவில், கோவை மாநகர காவல் நிலையத்திற்கு, கடந்த சனிக்கிழமை நடந்த வங்கிக் கொள்ளையில், ஈடுபட்ட நபர்களையும் வங்கி பணத்தையும், ஃபேமஸான 'பறக்கும் மனிதன்' மீட்டுக் கொண்டு வந்துள்ளார். அந்த பறக்கும் மனிதன் பெயர் நிழல் என்று அங்கே வைக்கப்பட்டுள்ள லெட்டரில் குறிப்பிடப்பட்டுள்ளது. இந்த நிழல் என்கிற ஷேடோ இந்த ஊருக்கு ஹீரோவா அல்ல வில்லனா என்று அடுத்த விவாதத்தில் விவாதிப்போம்".

இந்த சத்தம் என்னைய எழுப்பி விட்டுது, நான் எழுந்ததும் என்னோட வீட்ல ஷேடோவ பத்தி பேசிட்டு இருக்குறத கவனிச்சு வீட்டுக்கு வெளிய போயிட்டன்.

"என்ன நவநீ இப்பதான் எழுந்திருச்சியா?"

ஆமா மாயா நேத்து நிறைய வேல இருந்துச்சுல்ல அதான், உனக்கு ஒன்னு தெரியுமா? நம்ம பண்ணத பத்தி தான் நியூஸ்ல பேசிட்டு இருக்காங்க.

"நம்ம என்ன சின்ன விஷயமா பண்ணியிருக்கோம்?"

கரெக்ட் தான் மாயா, இந்த பப்ளிசிட்டி மூலமா ஏதாவது பிரச்சன வந்துருமோன்னு பயமா இருக்கு.

"உனக்கு தான் பவர் இருக்குல்ல, அப்புறம் ஏன் பயப்படுற? அப்படி வந்தாலும் சமாளிச்சிக்கலாம். நீ எதும் பயப்படாம ஸ்கூலுக்கு கிளம்பு".

சரி மாயா, உனக்கு இந்த பேர் புடிச்சிருக்கா?

"என்ன பேரு?"

அதான் எனக்கு வச்சன்ல்ல நிழல் என்னும் ஷேடோனு.

"ஆஹ்ன் சூப்பரா இருக்கு நவநீ, அதுக்கு ஏதாவது மீனிங் இருக்கா?"

மீனிங் இருக்கான்னு எனக்கு தெரியல, ஆனா நமக்கு நைட்டு மட்டும்தான் இந்த பவர் கிடைக்குது, யாருக்குமே தெரியாம தான் மக்கள காப்பாத்திட்டு இருக்கோம் அது மட்டும் இல்லாம எனக்கு இந்த பேர் ரொம்ப புடிச்சிருக்கு அதான் வச்சிருக்கன்.

"ஓகே நவநீ".

சரி மாயா நானும் அப்படியே கிளம்புறன்.

12th படிக்கிறதுனால நான் நேரத்துக்கு போக வேண்டிய சூழ்நில, அதனால சீக்கிரமா கிளம்பி சாப்பிடாம கூட பஸ் புடிக்க போனன்.

பஸ்ல வழக்கமா இருக்குறவங்க இருந்தாங்க, புதுசா ஒரு பொண்ணும் இருந்தா, அந்தப் பொண்ண எங்கயோ பார்த்த மாதிரி இருந்துச்சு.

அந்த பொண்ணும் என்னைய குறுகுறுன்னு பார்த்தா, பார்த்துட்டே "நீ நவநீ தான"னு கேட்டா,

ஆமா... நீங்க?

"நான் தான் தேவி, நம்ம சின்ன வயசுல ஒட்டுக்கா படிச்சோம்ல அஞ்சாவது வரைக்கும், அதுக்குள்ள மறந்துட்டியா?"

ஆஹ்ன் நியாபகம் இருக்கு தேவி, எப்படி இருக்க? சின்ன வயசுல பார்த்த மாதிரியே நீ இல்லையே அதான் எனக்கு டக்குனு நியாபகம் வரல.

"ஆமா நீ மட்டும் என்ன? ஸ்டைலா தான் இருக்க".

என்ன அதுக்குள்ள கலாய்க்கிற?

"அப்புறம் கலாய்க்கிறதுக்கு என்ன வெயிட் பண்ணிட்டா இருக்க முடியும்?"

சரி சரி போதும், இப்ப என்ன பண்ற? எங்க படிக்கிற?, என்ன குரூப்?

"நான் ஆர்ட்ஸ் தான் படிக்கிறன், படிச்சிட்டு வேலைக்கு போகலாம்னு ப்ளான் போட்டு இருக்கன் அவ்வளவு தான், ஆமா நீ என்ன படிக்கிற? என்ன ப்ளான்?"

பயாலஜி தான் படிக்கிறன் பட் ஃபியூச்சர்ல டைரக்டர் ஆகணும்னு ஆசை அதுக்கு தான் ட்ரை பண்ணிட்டு இருக்கன்.

"சூப்பர் நவநீ, நீ பெரிய டைரக்டர் ஆகிட்டனா என்ன எல்லாம் கண்டுக்குவியா?"

கண்டிப்பா தேவி, சரி என்னோட ஸ்டாப் வந்துருச்சு, நான் கிளம்புறன் ஈவினிங் பார்க்கலாம்.

"ஈவினிங்கும் இதே பஸ்லதான் வருவியா?"

ஆமா ரெகுலரா இந்த பஸ்ல தான் வருவன்.

"அப்ப சரி ஈவினிங் பார்க்கலாம்".

பஸ்ஸ விட்டு இறங்கிய பிறகு,

"என்ன நவநீ உனக்கு நிறைய கேர்ள்ஸ் ஃப்ரண்ட்ஸ் இருப்பாங்க போல" னு மாயா கேட்டதும்,

'அட போ மாயா நீ வேற' அப்படின்னு சிரிச்சுகிட்டே நான் ஸ்கூலுக்கு போயிட்டன்.

தேவிய பார்த்ததும் எனக்கு சினேகா நியாபகம் வந்தது, அவ எப்படி இருக்கா என்ன பண்றானு சித்திக்-க்கு கால் பண்ணன்,

ஹலோ சித்திக்.

"சொல்லு மச்சா".

சினேகா எப்படி இருக்கா? என்ன பண்றா? அவ எதும் சொன்னாளா மச்சா?

"ஆமா மச்சா நானே உனக்கு கால் பண்ணலாம்னு நெனச்சன் அதுக்குள்ள நீயே கால் பண்ணிட்ட".

சரி மச்சா என்ன ஆச்சு?

"சினேகாவோட அப்பாக்கு நீங்க லவ் பண்றது தெரிஞ்சிருச்சு மச்சா".

நான் எங்கடா லவ் பண்ணன், அவ தான லவ் பண்ணா? நீ ஏன்டா என்ன கோர்த்து விடுற?

"சரி மச்சா நான் சொல்றத கேளு, அவங்க அப்பாக்கு தெரிஞ்சு பெரிய பிரச்சன ஆயிடுச்சு, உடனே அவங்க அப்பா ஸ்கூலுக்கு போய் டீசி வாங்கிட்டு வேற ஊருக்கு போயிட்டாரு".

என்ன மச்சா சொல்ற அப்புறம் என்ன ஆச்சு?

"எனக்கே என்னன்னு தெரியலடா, அவ கொடுத்த நம்பருக்கு கால் பண்ணி பார்த்தாலும் ஸ்விட்ச் ஆஃப்னு தான் வருது, என்ன பண்றதுன்னு தெரியலடா வெயிட் பண்ணிதான் பார்க்கணும்".

மச்சா ஊருக்கு போய் எதுவும் தப்பா பண்ணிட மாட்டால்ல?

"தெரியல மச்சா அவ நல்லா இருப்பான்னு நம்புவோம்".

எனக்கும் அதான் மச்சா தோனுது ஊருக்கு போனா கொஞ்சம் சேஞ்ச் ஆகிடுவானு, அவ நல்லபடியா இருந்தா போதும்டா.

"சரி மச்சா நீ எதும் பயப்படாம இரு, எதுவா இருந்தாலும் பார்த்துக்கலாம்".

சரி மச்சா பார்க்கலாம்.

இதுக்கு நடுவுல வீட்டுல ஒரு பிரச்சன, அண்ணனுக்கு கவர்மெண்ட் எக்ஸாம் எழுதணும்னு ஆச, அதனால கோச்சிங் சென்டர் போக பணம் கட்டணும், ஆனா அது எங்களால கட்ட முடியல, எங்க சித்தப்பா அவன படிக்க வைக்கிறன்னு சொன்னாரு அதனால அவன் அங்க போய் படிக்க ஆரம்பிச்சான். அவன் இருக்குற வரைக்கும் பார்ட் டைம் வேலைக்கு போயிட்டு இருந்தான். அதனால கொஞ்சம் வருமானம் வந்துச்சு, இப்ப அதுவும் இல்லாம போயிடுச்சு, அப்பாவும் அப்பப்ப தான் வேலைக்கு போயிட்டு இருந்தாரு அதனால வீட்ல பணப்பிரச்சன அதிகமாச்சு. இவ்வளவு பிரச்சன போயிட்டு இருந்தாலும், ஸ்கூல்ல மட்டும் கொஞ்சம் ஜாலியா இருந்தன், ஏன்னா எங்க கிளாஸ்ல நாங்க பசங்க மட்டும் தான் இருந்தோம் அதனால எப்பவுமே ஜாலியா மட்டும் தான் இருக்கும், டீச்சர்ஸ் இல்லாதப்ப கிரிக்கெட், டீச்சர்ஸ் இருக்குறப்ப ஷேடோவோட புது புது கதைகள்னு ஜாலியா போயிட்டு இருந்துச்சு.

அப்படி ஒரு நாள்,
வழக்கமான ஷேடோவோட பல கட்டுக்கதைகள பேசிட்டு இருந்தோம் அப்போ என் ஃப்ரண்டு மட்டும் ஷேடோ பத்தி நெகட்டிவா சொல்ல ஆரம்பிச்சான்,

ஏன்டா கார்த்தி உனக்கு ஷேடோவ புடிக்காதா?

"ஆமான்டா அவன என்னமோ பெரிய இவன் மாதிரி எல்லாரும் பேசிட்டு இருக்கீங்க, சூப்பர் பவர் எனக்கு இருந்தா நானும் தான் மக்களுக்கு நல்லது செய்வன், இதுல என்ன பெருமை இருக்கு?"

நீ சொல்றதும் ஒரு வகைல கரெக்ட் தான் ஆனா அவன் பர்சனல் லைஃப்ல ஆயிரம் வேல இருந்தாலும் மக்களுக்காக நல்லது செய்றான் தான? அப்போ அது பெரிய விஷயம் தான்.

"என்ன நவநீ அவனுக்கு நீயும் சப்போர்ட் பண்ற? உனக்கும் அவன புடிக்குமா?"

அப்படி இல்ல கார்த்தி நான் பொதுவா சொன்னன் அவ்வளவு தான்.

"சரி நவநீ"னு அப்படியே கிளம்பிட்டான்.

எங்க கிளாஸ்ல நான் தான் நல்லா படிக்கிற பையன் அதனால பயாலஜி சார் என்னைய நீட் கோச்சிங் போய் படிக்க சொன்னாரு.

'இல்ல சார் நான் டைரக்டர் ஆக போறன் அதனால படிக்கல'ன்னு சொல்லிட்டன்.

"பரவால்ல நவநீ, ஃப்ரீயா தான் சொல்லித்தர்றாங்க, அதுவும் சன்டே மட்டும் தான் சோ போய் படி, புடிக்கலன்னா வந்துரு ஓகேவா?"

'ஓகே சார் நீங்க சொல்றதுனால போறன்'னு சொல்லிட்டு கோச்சிங் போக ஆரம்பிச்சன். ரெண்டு வாரம் கோச்சிங் போனன் பெருசா ஒன்னும் கத்துக்கல, இருந்தாலும் கோச்சிங் போறது ஜாலியா இருந்துச்சு, சரி அடுத்த வாரமும் போகலாம் புடிக்கலன்னா வந்துடலாம்னு முடிவு பண்ணிட்டு இருந்தன்.

இதே நேரத்தில் இன்னொரு உலகத்தில்,

"ஆனெக்ஸின் நான் சொன்னவன தான நீ தேர்ந்தெடுத்த?"

'ஆமா நீங்க சொன்னவன தான் நான் தேர்ந்தெடுத்தன் ஆனா அவன் ரொம்ப சின்னவனா இருக்கான்.'

"அவனால மட்டும் தான் நாம நினைக்கிறத பண்ண முடியும் ஆனா அதுக்கு நீ தான் அவன தயார் பண்ணனும்".

'சரிங்க நான் அப்படியே செய்றன்'னு சொல்லிட்டு ஆனெக்ஸின் கிளம்புனாரு.

அதே நேரத்தில் பூமியில்,

"நவநீ, நவநீ ஒரு முக்கியமான விஷயம்?"

என்ன மாயா? என்ன ஆச்சு?

"பக்கத்து ஊர்ல உள்ள ஒரு தொழிற்சாலைக்கிட்ட பூமி மேல ஒரு பெரிய ஓட்ட இருக்கு, அது எப்படி உருவாச்சுனு யாருக்குமே தெரியல, உடனே வா நம்ம அங்க போய் என்னன்னு பார்க்கணும்".

உடனே மாயாவும் நானும் அந்த தொழிற்சாலைக்கிட்ட போய் பார்த்தோம். அந்த ஓட்ட சாதாரண மனுஷனால போட முடியாதுன்னு எனக்கு தோனுச்சு, அத புரிஞ்சுக்கிட்ட மாயா,

"ஆமா நவநீ நானும் அப்படி தான் நினைக்கிறன், சாதாரண மனுஷனால இப்படி பண்ணிருக்க முடியாது, வேற யாரு பண்ணி இருப்பாங்கன்னு உனக்கு ஏதாவது தோனுதா?"

தெரியல மாயா எதாவது மிருகமா இருக்குமா?

"அப்படி உறுதியா எதுவும் சொல்ல முடியாது, நம்ம தேடி தான் பார்க்கனும்".

சரி மாயா அடுத்து என்ன பண்ணலாம்?

"இல்ல நவநீ, நீ ஒன்னும் பண்ண வேணா இத நான் பார்த்துக்குறன், படிக்கிற வேலைய மட்டும் பாரு, இந்த வருஷம் உனக்கு எவ்வளவு முக்கியம்னு தெரியும்ல?"

அப்போ அது என்னன்னு பார்த்துட்டு வந்து சொல்லு மாயா, நானும் அப்படியே கிளம்புறன்.

அப்படியே பேசிட்டு மாயாவும், நானும் கிளம்பிட்டோம்,

அடுத்த நாள் ஞாயித்து கிழம,
வழக்கம் போல நீட் கோச்சிங் போறன், போகும்போது என் ஃப்ரண்ட் கூப்ட்டான்னு சொல்லி அவன் வீட்டுக்கு போனன், அவன் கூட பேசிட்டு கிளம்பும் போது அங்க இருக்க மீன் தொட்டிய எதேச்சையா பார்த்தன், பார்க்கும் போது எனக்கு ஒரு ஆச்சரியம், வழக்கத்துக்கு மாறா மீன் தொட்டிக்குள்ள ஒரு செடி வளந்திருக்கு. அது என்னனு என் ஃப்ரண்டு கிட்ட கேட்டாலும் அவனும் தெரியலனு சொல்லிட்டான், இத பத்தி யோசிச்சிட்டே கோச்சிங் சென்டருக்கு போயிட்டன்.

அங்கயும் வழக்கத்துக்கு மாறா ஒரு விஷயம் நடந்துட்டே இருந்துச்சி, கிளாஸ் நடந்துட்டு இருக்கும் போது ஒரு பொண்ணு மட்டும் என்ன அப்பப்ப பார்த்து சிரிச்சிட்டு இருந்தா, சரி நம்மளையும் ஒரு பொண்ணு சைட் அடிக்கிறான்னு நானும் கண்டும் காணாத மாதிரி கிளாஸ கவனிக்க ஆரம்பிச்சிட்டன், கிளாஸ்லாம் முடிஞ்சி எல்லாரும் வெளிய போயிட்டு இருந்தோம், அப்ப அந்த பொண்ணு என்கிட்ட வந்து,

"ஹாய் நவநீ எப்படி இருக்க?"

ஆஹ்ன் நான் நல்லாருக்கன், நீ எப்படி இருக்க?

"நானும் நல்லாருக்கன், உன்ன பார்க்கவே முடியல, சார் ரொம்ப பிஸியோ?"

(இவ என்னடா பத்து வருஷம் பழகுன மாதிரி பேசிட்டு இருக்கா, இவ யார்னு கூட நம்மளுக்கு தெரியலையே, பேர கேக்கலாமா வேணாமா?)

அப்படினு யோசிச்சிட்டே கேஷுவலா அவ நோட்ட வாங்கி திருட்டு தனமா அவ பேர பார்த்தன், அப்ப தான் தெரிஞ்சிது அவ பேரு என்னனு.

"என்ன நவநீ எதுமே பேசாம யோசிச்சிக்கிட்டே இருக்க?"

அது ஒன்னும் இல்ல பூஜா, நம்ம ஃபர்ஸ்ட் மீட்டிங் எப்படி இருந்துச்சினு யோசிச்சிட்டு இருந்தன்.

"பார்ரா! என் பேர்லாம் நியாபகம் வச்சிருக்காரு டைரக்டர் சார்".

மறக்குற மாதிரியா நாம பழகிருக்கோம்.

"ஓ... அப்படியா, சரி நாம எப்படி ஃபர்ஸ்ட் மீட் பண்ணுனோம்னு சொல்லு?"

(பூஜானு பேர பார்த்தாதும் எனக்கு, அவள பத்துன நியாபகங்கள் வர ஆரம்பிச்சுது).

மூனு வருஷத்துக்கு முன்னாடி,
நான் கோயம்புத்தூர்லையே பெரிய ஸ்கூல்ல படிச்சிட்டு இருந்தன், என் வீட்டுக்கும், ஸ்கூலுக்கும் கிட்ட தட்ட 20 கிலோமீட்டர் தூரம் இருந்ததால எனக்கு பஸ் ட்ராவெலிங் டைம் அதிகமா இருந்துச்சி, எனக்கு மத்தவங்கள மாதிரி சீட்ட தேய்ச்சிட்டு, பாட்ட கேட்டுட்டு போறதுல விருப்பம் இல்லாததால எனக்குனு ஒரு கேங் அமச்சி அவங்க கூட ஜாலியா போயிட்ருந்தன், கவித சொல்றது, பாட்டு பாடுறதுனு அதெல்லாம் ஜாலியா பண்ணிட்டு

இருந்தோம், கண்டக்டர் தோள் மேல கை போட்டு பேசுற அளவுக்கு பழக்கம் அப்படிங்றதால அவரும் எதும் சொல்ல மாட்டாரு, அப்படியே ஜாலியா ட்ராவெல் பண்ணிட்டு இருந்தன், ஒரு நாள் என் கேங் வராம போயிருச்சி, அப்ப வேற எனக்கு தண்ணி தாகம் எடுக்க ஆரம்பிச்சுது, அப்ப முன்னாடி இருந்த ஒரு பொண்ணுக் கிட்ட போய் தண்ணி கேட்டன்,

அவளும் சிரிச்சிக்கிட்டே, "என்ன நவநீ இன்னைக்கு உன் கேங் வரலையா?" அப்படின்னு கேட்டா,

ஆச்சரியத்தோடயே, 'நவநீயா, என் பேரு எப்படி உனக்கு நவநீனு தெரியும்?'

"உன்ன தெரியாம இந்த பஸுக்குள்ள ட்ராவெல் பண்ண முடியுமா"னு அவ சொன்னதும் எனக்கு சிரிப்பு வந்துருச்சி.

சிரிச்சிக்கிட்டே, 'நான் என்ன அவ்ளோ ப்ரபலமா?'

"ஆமா உன் கவிதைக்கு மட்டுமே இந்த பஸ்ல நிறைய ஃபேன்ஸ் இருக்காங்க அதெல்லாம் உனக்கு தெரியுமா?"

'நீ நல்லா கிண்டல் பண்றனு தெரியிது, இதே மாதிரி நானும் ஒன்னு கேள்வி பட்ருக்கன்'.

"அது எனக்கே தெரியும் பஸ்ல ஒரு உலகழகி இருக்கான்னு தான?"

'அதெல்லாம் இல்ல ரொம்ப நாளா பஸ்ல ஸ்கூல் ட்ரஸ் போட்டுட்டு ஒரு கெழவி போயிட்ருக்குனு கேள்விப்பட்டன், அது இப்பதான் யார்னு தெரியிது' இப்படினு நான் சொன்னதும் ரெண்டு பேருக்கும் சிரிப்பு தாங்க முடியாம சிரிச்சிட்டு இருந்தோம், இப்படியே ஜாலியா நாங்க பேசிட்டு இருந்தோம், அப்பதான் எனக்கு தெரிஞ்சிது அவ எனக்கு முந்தன ஸ்டாப்ல ஏறி, நான் இறங்குற ஸ்டாப்புக்கு அடுத்த ஸ்டாப்ல இறங்குறான்னு, நாங்க ரெண்டு பேரும் வேற வேற ஸ்கூல்ல படிச்சாலும்

எங்களுக்குள்ள ஒரு நல்ல நட்பு மலர்ந்தது, ஆனா அந்த நட்ப பத்தாம் வகுப்பு படிச்சி முடிச்சதும் எங்களால தொடர முடியல காரணம் என்னைய வேற ஸ்கூல்ல சேர்த்துட்டாங்க.

மூனு வருசத்துக்கு பிறகு

'அதுக்கப்றோ இப்பதான் பார்க்குறன் உன்ன'.

"போதும் போதும் உனக்கு எல்லாம் நியாபகம் இருக்குனு ஒத்துக்குறன், வா ஜூஸ் குடிக்க போலாம்".

'ஜூஸா பரவால்ல நீ மட்டும் குடி நான் அப்படியே கிளம்பறன்' அப்படின்னு பாக்கெட்ட தொட்டு பார்த்துட்டு சொன்னன்.

"அடச்சீ சீன் போடாம வாடா வந்து ஜூஸ் குடிச்சிட்டு போவியாமா".

அப்படியே நாங்க ரெண்டு பேரும் ஜூஸ் குடிச்சிட்டு, அவங்கவங்க வீட்டுக்கு கிம்பிட்டோம்.

அதுக்கு பிறகு ஜன்னல் வழியா மாயா பறந்து வந்தா,

வா மாயா எதாவது தெரிஞ்சிதா?

"இல்ல நவநீ நான் எதும் தெரிஞ்சிக்கல, நீ எதாவது கேள்வி பட்டியா?"

ஆமா மாயா என் ஃப்ரண்ட் வீட்ல வழக்கம் போல மீன் தொட்டிய பார்க்குறப்ப அதுல வழக்கத்துக்கு மாறா ஒரு செடி வளந்திருக்கு, அத கவனிச்சன்.

"அப்படியா நவநீ, நானும் அடிக்கடி போற காட்டுப்பக்கம் பறக்கும் போது மரம் செடிகள்லாம் ரொம்ப வித்தியாசமா இருக்குறத பார்த்தன், ஒரு வேள

அன்னைக்கு நடந்த சம்பவத்துக்கும் இதுக்கும் எதாவது சம்மந்தம் இருக்குமா?"

எனக்கும் அப்படி தான் தோனுது மாயா.

"சரி நவநீ அத பார்த்துக்கலாம், உன் படிப்பு எப்படி போது?"

அது பாட்டுக்கு ஒரு பக்கம் போகுது மாயா.

"என்ன இப்ப, பொண்ணுங்க சத்தம்லாம் அதிகமா கேக்குது?"

புரியல மாயா நீ எத கேக்குறன்னு?

"அதான் கொஞ்ச நாளா நிறைய பொண்ணுங்க கிட்ட பேசிட்ருக்கல்ல? அத தான் கேட்டன்".

அதெல்லாம் ஒன்னும் இல்ல மாயா, உனக்கு தெரியாதது எதும் இல்ல, ஆல்ரெடி வீட்ல பிரச்சன, ஒரு பக்கம் மக்கள வேற காப்பாத்தனும், அது போக படிப்பு, இதுல கொஞ்சம் ஃப்ரண்ட்ஸ்லாம் இருக்காங்க அவ்ளோ தான் ஆனா எனக்கு சினேகா நெனச்சி தான் பயமா இருக்கு.

"அதெல்லாம் விடு நவநீ உன் நல்ல மனசுக்கு நல்லது தான் நடக்கும்".

சரி மாயா நைட் ஆயிருச்சி மழ வேற அடி அடினு அடிச்சிட்ருக்கு யாருக்காது நம்ம உதவி தேவப்படலாம் வெளிய போயிட்டு என்னனு பார்க்கலாமா?

"அப்புறம் என்ன ஷேடோ இன்னும் ஒக்காந்துட்ருக்க வா போலாம்".

மாயாவும், நானும் அடிக்குற மழைல நகரத்தையே சுத்தி வந்துட்ருந்தோம், அந்த மழைல பறக்குறதுக்கு மாயா ரொம்ப கஷ்டப்பட்டுட்ருந்தா,

ஏன் மாயா இவ்ளோ கஷ்டப்பட்டு பறந்து வர்ற, நீ வேணா போய் ரெஸ்ட் எடு, நான் பார்த்துக்குறன்.

"நவநீ... அங்க பாரு, பஸ் ஸ்டாப்ல ஒருத்தர் விழுந்து கெடக்குறாரு" அப்படின்னு மாயா சொல்லவும் உடனே நாங்க ரெண்டு பேரும் பறந்து அங்க போனோம், நான் கவனிக்குறப்ப தான் தெரிஞ்சிது என் ஃப்ரண்ட் கார்த்தியோட அப்பா தான் அவர்னு.

'மாயா போய் தண்ணி எடுத்துட்டு வா'னு கேட்டதும்,

"என்னால எப்படி முடியும்" அப்படின்னு மாயா சொன்னா,

அப்புறம் நானே போய், பஸ் ஸ்டாப் ஓரத்துல ஒழுகுற தண்ணிய கைல புடிச்சிட்டு வந்து அவரு முகத்துல தெளிச்சன், தெளிச்சதும் லைட்டா முழிப்பு வந்துச்சி, வந்ததும் மாயா,

"தூக்கு நவநீ ஹாஸ்ப்பிட்டல் கொண்டு போலாம்".

அதெல்லாம் தேவப்படாது மாயா, மணி 11 ஆகுது, மழ பெய்ஞ்சதால இங்கயே நின்றுப்பாரு அதனால பசி மயக்கமா தான் இருக்கும் வீட்டுக்கு கூப்ட்டு போனா மட்டும் போதும்.

"சரி நவநீ அவர தூக்கு போலாம்".

அவர தூக்கிட்டு பறந்து கார்த்தி வீட்டுக்கு போய், கதவ தட்டுனோம், கதவ தட்டுனதும், அவர வாசல்ல ஒக்கார வச்சிட்டு நானும் மாயாவும் பறக்க ஆரம்பிச்சோம், அப்ப திடீர்னு கதவ திறந்த கார்த்தி என்ன பார்த்துட்டான், அப்பதான் புரிஞ்சிது கார்த்திக்கு, "நம்ம அப்பாவ காப்பாத்துனது ஷேடோதான்"னு.

அடுத்த நாள் ஸ்கூல்ல, நானும் கார்த்தியும் பேசிட்டு இருந்தோம்.

"நவநீ, நீ அன்னைக்கு சொன்னது கரெக்ட் தான்".

எது கார்த்தி?
"ஷேடோ பத்தி சொன்னது, நேத்து அவன் தான் எங்க அப்பாவ காப்பாத்துனான், அவன் இல்லனா எங்க அப்பாக்கு என்ன ஆகிருக்கும்னே தெரியாது".

என்ன கார்த்தி சொல்ற, இப்ப உங்க அப்பாக்கு எப்படி இருக்கு?

"இப்ப பரவால்லடா, சின்ன மயக்கம் தான், மழ பெய்ஞ்சனால யாருமே கண்டுக்கல, அப்ப ஷேடோ மட்டும் தான் அவருக்கு உதவி செஞ்சான், அவன் நெனச்சிருந்தா உதவி செய்யாம கூட போய் இருக்கலாம் பட் அவன் அப்படி இல்ல".

போதும் போதும் ஷேடோ பத்தி புகழ்ந்தது நம்ம போய் படிக்கலாம், அப்படின்னு சொல்லிட்டு நாங்க ரெண்டு பேரும் படிக்க ஆரம்பிச்சோம்.

ஸ்கூல் விட்டு போகும்போது வழக்கம்போல நான் தேவிய பார்த்தன், ரெண்டு பேரும் எப்பயும் போல ஜாலியா பேசிட்டு இருந்தோம் அப்போ தேவி எனக்கு ஒரு லெட்டர் கொடுத்தா,

என்ன தேவி இது?

"இது ஜஸ்ட் ஒரு லெட்டர் தான், நீ ஏன் இவ்வளவு பயப்படுற?"

அப்படிலாம் ஒன்னும் இல்ல, திடீர்னு கொடுத்தல்ல அதான்.

"சரி நவநீ இத படிச்சிட்டு வந்து சொல்லு, நாளைக்கு பார்க்கலாம்", அப்படின்னு சொல்லிட்டு பஸ் விட்டு இறங்கிட்டா.

அந்த லெட்டர் படிக்கும்போது தேவி என்னைய லவ் பண்றாளோனு தோனுச்சு, ஆல்ரெடி நானும் தேவியும் லவ் பண்றோம்னு பஸ்ல இருக்குறவங்க எல்லாரும் நெனச்சுட்டு இருக்காங்க, இதுல இப்படி எல்லாம் நடந்தா என்ன பண்றதுனு யோசிச்சிட்டு இருந்தன், அப்போ அடுத்த வாரம் நீட் கோச்சிங் போகும்போது பூஜா கிட்ட இத பத்தி பேசலாம்னு முடிவு பண்ணன்.

அடுத்த வாரம் ஞாயிற்றுக்கிழமையில்,

"என்ன நவநீ சோகமா இருக்க எதாவது பிரச்சனையா?"

ஆமா பூஜா ஒரே பிரச்சனையா இருக்கு.

"என்ன பிரச்சனையா இருந்தாலும் சொல்லு, என் ஃப்ரண்டு ஷேடோக்கிட்ட சொன்னா அவன் அத பார்த்துக்குவான்".

ஷேடோ உன் ஃப்ரண்டா! சொல்லவே இல்ல?

"அட சும்மா சொன்னன், அவரெல்லாம் எனக்கு ஃப்ரண்டா இருந்தா, நான் எதுக்கு டெய்லியும் பஸ்ல வர போறன், பறந்து தான வருவன்"னு சொல்லிட்டு சிரிச்சா, எனக்கும் சிரிப்பு வந்துருச்சு.

என்ன பூஜா நானே சோகமா இருக்கன், இப்ப வந்து காமெடி பண்ணிட்டு இருக்கியே.

"நீ சிரிக்கணும்னு சொல்லி தான்டா காமெடி பண்ணிட்டு இருக்கன், சரி சொல்லு என்ன பிரச்சனை உனக்கு?"

தேவி எனக்கு போன வாரம் லெட்டர் கொடுத்தா, அது படிக்கும் போது தேவி என்னைய லவ் பண்றாளோனு தோனுச்சு, அதான் என்ன பண்றதுன்னே தெரியல எதாவது ஐடியா கொடுத்தா நல்லா இருக்கும்.

"இதுல என்ன இருக்கு அவ உனக்கு ஸ்ட்ரைட்டா ப்ரபோஸ் பண்ணலல்ல, அப்புறம் என்ன? அவ ப்ரபோஸ் பண்ணதுக்கு அப்பறம் உனக்கு புடிச்சிருந்தா ஓகே சொல்லு, இல்லையா வேணாம்னு சொல்லிடு அவ்ளோதான் இத போய் யோசிச்சிட்டு இருக்க".

இது மட்டும் இல்ல பூஜா இந்த மாதிரி நிறைய பிரச்சனை இருக்கு. ஆல்ரெடி சினேகானு ஒரு பொண்ணு கைய கிழிச்சிட்டு என்ன லவ் பண்றன்னு சொன்னா, அதுக்கு என்ன பண்றதுன்னு தெரியாம இருந்தன் ஆனா ஒரு வழியா அந்த பிரச்சன முடிஞ்சிடுச்சு. இந்த மாதிரி ரெண்டு மூனு பொண்ணுங்க எனக்கு ப்ரபோஸ் பண்ணி இருக்காங்க, இதெல்லாம் பார்க்கும்போது கடுப்பா இருக்கு, எனக்கு இப்ப லவ் பண்றதுக்கு விருப்பமே இல்ல.

"புரியிது நவநீ உன்னோட கஷ்டம் என்னன்னு, சில பொண்ணுங்க உன்ன ஏன் லவ் பண்றாங்க தெரியுமா?"

அதுதான் எனக்கும் தெரியல பூஜா.

"அது ஏன்னா நீ ஒரு ஜீனியஸ், அத விட ரொம்ப நல்ல பையன், அதனாலதான் சில பொண்ணுங்க உன் பின்னாடி சுத்திட்டு இருக்காங்க".

என்ன பூஜா இப்பயும் கிண்டல் பண்ணிட்டு இருக்க.

"நான் கிண்டல் எல்லாம் பண்ணல உண்மையா தான் சொல்ற. கொஞ்ச நாள் வெயிட் பண்ணு எல்லாமே சரியாகிடும்".

உன்கிட்ட பேசுன பிறகு தான் எனக்கு கொஞ்சம் நிம்மதியா இருக்கு, தேங்க்ஸ் பூஜா நான் பொலம்புனத எல்லாம் கேட்டதுக்கு.

"தேங்க்ஸ் சொன்னா அடி விழும் நவநீ".

அடியா அப்போ நான் உடனே கிளம்புறன், அடுத்த வாரம் பார்க்கலாம் பூஜா.

"ஓகே நவநீ பார்க்கலாம்".

அப்படியே நாங்க ரெண்டு பேரும் பேசிக்கிட்டே கிளம்பிட்டோம், அன்னைக்கு நைட்டு மாயா என்னைய பார்க்க வந்தா,

"நவநீ நாம உடனே கிளம்பனும்".

ஏன் மாயா, என்ன ஆச்சு?

"மேட்டுப்பாளையத்துல இருந்து ஊட்டிக்கு போற வழியில நிறைய மரங்கள் விழுந்து கிடக்குது, மொத்த நியூஸ் சேனலும் அத பத்தி தான் பேசிட்டு இருக்கு, உனக்கு இத பத்தி தெரியாதா?"

அப்படியா மாயா சரி வா உடனே போலாம்.

மாயாவும் நானும் மேட்டுப்பாளையத்துக்கு போய் அங்க இருக்க நிலமைய பார்த்தோம். பார்த்ததும் எங்க இரண்டு பேருக்கும் புரியாத புதிராவே இருந்தது.

'இதுக்கு மேல சும்மா இருக்க முடியாது, மாயா ஏதாச்சும் பண்ணியாகணும், இல்லனா பெரிய ஆப்பத்தா போயிரும்னு நினைக்கிற.'

"இது யாரு பண்ணாங்கன்னு பர்ஸ்ட் கண்டு பிடிக்கணும் நவநீ, அதுக்கு பிறகு தான் இது எப்படி சரி பண்றதுன்னு தெரியவரும்".

ஓகே மாயா,எப்படியாவது கொஞ்சம் சீக்கிரம் கண்டுபுடினு சொல்லிட்டு நான் பறந்து போயிட்டன்.

அடுத்த நாள் முழுவதும் நியூஸ்ல இது பத்தி தான் பேசிட்டு இருந்தாங்க. இந்த சம்பவத்துக்கும்

ஷேடோவுக்கும் எதாவது சம்பந்தம் இருக்குமானு எல்லா நியூஸ் சேனலும் பேச ஆரம்பிச்சாங்க, இதெல்லாம் நான் பார்த்தாலும் பெரிதாக கண்டுக்கொள்ளாமல் படிப்பில் மட்டும் கவனம் செலுத்தினன். மாயா இந்த விஷயத்தைப் பற்றி தீர விசாரித்துக் கொண்டிருந்தாள். நான் வழக்கமா ஸ்கூலுக்கு போகும்போது தேவியை பார்த்தன் அப்போ,

"லெட்டர படிச்சியா நவநீ?"

ஆஹ்ன் படிச்சன் தேவி.

"என்ன தோனுச்சு உனக்கு?"

ஒன்னும் தோனலையே தேவி ஏன் கேக்குற?

"அப்படியா சரி விடு".

நீ ஏதோ கேட்க வந்த மாதிரி இருந்துச்சு தேவி, பரவால்ல எதுவா இருந்தாலும் கேளு.

"நீ யாரையாச்சும் லவ் பண்றியா?"

(இல்லைன்னு சொன்னா ஏதாவது பிரச்சனை ஆகிடும்னு நெனச்சு ஒரு பொய் சொல்லிட்டேன்)

ஆமா, சினேகானு ஒரு பொண்ண லவ் பண்ணிட்டு இருக்கன்.

"இது ஏன் என்கிட்ட முன்னாடியே சொல்லல".

இல்ல தேவி நாங்களே இப்பதான் லவ் பண்ண ஸ்டார்ட் பண்ணோம் அதான் சொல்ல மறந்துட்டன்.

"ஃப்ரண்ட்ஸ்க்குள்ள பொய் சொல்ல மாட்டாங்க நவநீ, நீ பொய் சொல்லிட்ட இனிமே என்கிட்ட பேசாத".

நான் எதுவும் வேணும்னு எதுவும் மறைக்கல புரிஞ்சுக்கோ தேவி.

"என்ன சொன்னாலும், நீ என்கிட்ட இத மறச்சது தப்பு தான். இனிமே நா இந்த பஸ்ல வரமாட்டன், உன் கிட்டயும் பேச மாட்டன், நீயும் என்கிட்ட பேசாத"னு, சொல்லிட்டு கோவமா என்னைய விட்டுட்டு போயிட்டா, அவ விட்டுட்டு போனது எனக்கு கொஞ்சம் கஷ்டமா தான் இருந்துச்சு, அப்புறம் அவ ஃப்ரண்ட்ஸ் கிட்ட பேசின பிறகுதான் தெரிஞ்சது, அவளும் என்னைய லவ் பண்ணி இருக்கான்னு ஒரு வகையில அவ விட்டுட்டு போனதும் நல்லது தான்.

இதே நேரத்தில் வீட்டிலும் பணம் பிரச்சன அதிகமாயிடுச்சு. என்ன பண்றதுன்னு தெரியல இப்ப நடக்குற பிரச்சனை எல்லாம் பார்ப்பனா, வீட்ட பார்ப்பனா, இல்ல படிப்பனா எனக்கு தெரியலனு நெனச்சிட்டு இருக்கும்போது மாயா வந்தா,

"நவநீ அது என்ன பிரச்சனை அது யார் பண்ணாங்கன்னு கண்டுபிடிச்சிட்டேன்".

சூப்பர் மாயா அப்ப வா உடனே போலாம்.

"என் பின்னாடியே வா நவநீ, நான் உன்ன கூட்டிட்டு போறேன்".

மாயாவும் நானும் கொஞ்ச தூரம் சென்று அங்குள்ள மலையின் அடியில் உள்ள ஒரு குகைக்கு போனோம். அந்த இடம் பார்க்கவே மிகவும் வித்தியாசமாக இருந்தது, பச்சை மற்றும் மஞ்சள் நிறத்தில் மிகவும் பிரகாசமாக இருந்தது. சில செடிகள் நகர்ந்து கொண்டிருந்தன, இதை பார்த்ததும் ஹாரிபாட்டரில் வரும் மாண்டரெக் செடிகள் எனக்கு நியாபகம் வந்தது.

என்ன மாயா இது நான் பார்க்குற படத்துல வர்ற மாதிரி இருக்கு?

"ஆமா நவநீ, இந்த மாதிரி வித்தியாசமான விஷயங்களை இனிமேதான் நீ இன்னும் அதிகமாக பார்க்க போற".

ஓகே மாயா இதெல்லாம் பண்ணது யாருன்னு கண்டுபுடிச்சிட்டேன்னு சொன்னல்ல அவங்க யாரு? எங்க இருக்காங்க?

"அவங்களும் இங்கதான் இருந்தாங்க, அவங்க ஒரு தலைவி ஆனா இப்ப அவங்கள காணோம். நம்ம இப்ப என்ன பண்றது நவநீ, பேசாம இந்த இடத்த அழிச்சிடலாமா?"

வேணா மாயா இங்க நிறைய சின்ன சின்ன உயிரினங்கள் இருக்கு, இத அழிக்கிறது தப்புன்னு எனக்கு தோனுது மாயா.

"என்ன நவநீ இப்படி சொல்லிட்ட, இப்ப என்னதான் பண்ணனும்னு நீ நெனைக்கிற சொல்லு அதையே பண்ணலாம்".

தேங்க்ஸ் மாயா நான் சொன்னத கேட்டதுக்கு, நீ அந்த தலைவி எங்க இருக்கான்னு கண்டுபுடிச்சு சொல்லு, அப்ப என்ன பண்ணலாம்னு முடிவு பண்ணிக்கலாம். அதுவரைக்கும் இந்த இடம் யாருக்கும் தெரியாம பார்த்துக்கோ மாயா.

"சரி நவநீ இத நான் பார்த்துக்குறன் நீ போய் படி, எதையுமே நெனைக்காத".

ஓகே மாயா நான் கிளம்புறன்.

மாயா அந்த தலைவிய கண்டுபுடிக்க கிளம்பினாள். நானும் என்னோட எக்ஸாமுக்கு படிச்சிட்டு இருந்தன். அப்ப பூஜா கிட்ட இருந்து எனக்கு ஃபோன்கால் வந்தது.

"ஹலோ நவநீ, உன்கிட்ட ஒன்னு கேட்கணும்".

கேளு பூஜா.

"நாளைக்கு என்னோட பர்த்டே அதனால நீ கண்டிப்பா வரணும்".

நாளைக்கு புதன்கிழம பூஜா, ஸ்கூல் வேற இருக்கும் எப்படி வர்றது.

"எனக்கு அதெல்லாம் தெரியாது, நீ கண்டிப்பா வரணும் அவ்வளவுதான், வரலைன்னா என்கிட்ட பேசாத, பாய் நான் வைக்கிறன்" அப்படின்னு சொல்லிட்டு கட் பண்ணிட்டா.

போகலைன்னா அவ கோவிச்சுக்குவான்னு சொல்லிட்டு, ஸ்கூல் லீவ் போட்டுட்டு அவள பார்க்க போனன், கூடவே என் கையில நானே செஞ்ச ஒரு காகித கொக்குவ கிஃப்ட்டா கொண்டு போனன். அங்க போனதும் அவகிட்ட பிறந்தநாள் வாழ்த்துக்கள் சொல்லிட்டு என்கிட்ட இருந்த கிஃப்ட்ட கொடுத்தன், சந்தோசமா அவ அத வாங்கிட்டு, வா சாப்பிட போகலாம்னு சொல்லி எனக்கு பிரியாணி வாங்கி கொடுத்தா, நாங்க ரெண்டு பேரும் ஜாலியா அந்த பிரியாணி சாப்பிட்டுக்கிட்டு பேசிட்டு இருந்தோம். சாப்பிட்டு முடிச்சு வெளிய வந்ததுக்கு அப்புறம் அவ என்கிட்ட கொஞ்சம் பேசணும்னு சொல்லி கூட்டிட்டு போனா, போகும்போது அவ அழுக ஸ்டார்ட் பண்ணிட்டா,

ஏன் பூஜா? இப்ப என்ன ஆச்சுனு அழுகுற?

"சாரி நவநீ உன்கிட்ட ஒரு விஷயத்த மறைச்சிட்டன்".

என்ன பூஜா மறச்ச, எதுவா இருந்தாலும் சொல்லு பரவால்ல.

"அது... அது வந்து நான் ஒரு பையன லவ் பண்றன்".

'சொல்லவே இல்ல பார்த்தியா, சரி எவ்ளோ நாளா லவ் பண்ணிட்டு இருக்க, யார் அந்த அதிர்ஷ்டசாலி'னு சொல்லும்போது (என் மனசுல ஒரு டவுட் வந்துச்சு அது நானா இருப்பேனானு)

"அது நீதான் நவநீ, இத்தனை நாளா சொல்லாம மறைச்சதுக்கு காரணம் இருக்கு, உனக்கு லவ் புடிக்காதுன்னு எனக்கு தெரியும். இருந்தாலும் இதுக்கு மேல என்னால மறச்சு வைக்க முடியல அதான் இப்பவே சொல்லிட்டன்".

(நான் நெனச்ச மாதிரியே நடந்துச்சு) என்ன பூஜா இப்படி சொல்லிட்ட, என்னை பத்தி உனக்கு தெரியாதா? எனக்கு இந்த லவ் எல்லாம் புடிக்காதுன்னு, யார் ப்ரப்போஸ் பண்ணாலும் ஏத்துக்க மாட்டேனு தெரியுமில்ல அப்புறம் ஏன்?

"தெரியும் நவநீ ஆனா உன்னைய மிஸ் பண்ண முடியல, அதனாலதான் உன்ன இன்னும் காதலிச்சுட்டு இருக்கன்".

சாரி பூஜா ஆனா என்னால இந்த காதல ஏத்துக்க முடியாது, அது ஏன்னு உனக்கு தெரியும், ஆல்ரெடி எனக்கு நிறைய பேர் ப்ரப்போஸ் பண்ணி வேணாம்னுதான் சொல்லி இருக்கன், அதே தான் உனக்கும் என்ன மன்னிச்சிடு.

"சரி நவநீ, நான் சொல்றத ஆச்சு கேப்பியா அதுக்காவது எனக்கு உரிம இருக்கா?"

என்ன பூஜா இப்படி எல்லா பேசுற, நீ சொல்லு நான் கேட்குற.

"பர்ஸ்ட் டைம் உன்னைய எப்படி பார்த்தேனு உனக்கு தெரியுமா?"

'தெரியும் பூஜா இருந்தாலும் நீயே சொல்லு'னு சொன்னதும் அவ அவளோட கதையை சொல்ல

ஆரம்பிச்சா, அப்போ பக்கத்துல இருந்த ஒருத்தர் ஃபோன்ல இருந்து,

"தோழியா என்
காதலியா யாரடி என்
கண்ணே
மடி மீது தூங்கச் சொல்கிறாய்
தோள் மீது சாய்ந்து கொள்கிறாய்

நெருங்கி வந்தால்
நண்பன் என்கிறாய் ஓ
ஹோ ஹோ பெண்ணே
ஏனடி என்னைக் கொள்கிறாய்
உயிர்வரை சென்று தின்கிறாய்" னு

'காதலில் விழுந்தேன்' பாட்டு ஓடிக்கொண்டே இருந்துச்சு.

"நான் எட்டாம் வகுப்பு படிக்கும் போது, எங்க அம்மா இறந்துட்டாங்க. அதுக்கப்புறம் என் வாழ்க்கையில சந்தோஷம் எல்லாமே போயிடுச்சு, யார் கூடயும் பேசறது இல்ல, எங்க அப்பாக்கிட்ட கூட ஒழுக்கமா பேசுறது இல்ல, எனக்கு சினிமா ரொம்ப புடிக்கும் ஆனா சினிமாவ பார்க்குறத கூட விட்டுட்டன், வாழ்க்கைய வெறுத்துப் போய் வாழ்ந்துட்டு இருந்தன், அதுக்கப்புறம் ஒன்பதாவது படிக்கும்போது தான் உன்னைய பார்த்தன், நீ சேட்டை செய்யறது, கவித சொல்லறது, பாட்டு பாடுவதுனு ஜாலியா இருந்த, அதெல்லாம் நான் வேடிக்க பார்த்துட்டு இருக்கும்போது ஒரு நாள் நீயே என்கிட்ட வந்து பேசுன அதத் தாண்டி என்னைய சிரிக்கவும் வச்ச, எங்க அம்மா இறந்த பிறகு முதல் தடவையா அன்னைக்கு தான் நான் சிரிச்சன் அத என்னால மறக்கவே முடியாது, அதற்கு பிறகு தான் எனக்கு என்னோட பழைய வாழ்க்கைக்கு திரும்ப முடிஞ்சுது, உன் கிட்ட பேச பேச என் வாழ்க்கைல சில சோகங்கள் மறைஞ்சு போச்சு, திரும்பவும் பழைய மாதிரி எல்லார்கிட்டயும் பேச ஆரம்பிச்சன், அப்படியே போயிட்டு இருந்த வாழ்க்கை, ஒரு நாள் அப்படியே

காணாம போயிருச்சு, நீ எதுவுமே சொல்லாம வேற ஸ்கூல் போனதுனால, அதுக்கப்புறம் எனக்கு பைத்தியமே புடிக்க ஆரம்பிச்சது, 11ஆம் வகுப்பு படிக்கும்போது உங்க ஏரியாவுக்கு அடிக்கடி சைக்கிள் எடுத்துட்டு வருவன் எப்படி ஆச்சு உன்ன பார்த்துரலாம்னு ஆனா ஒரு வருஷம் ஃபுல்லா வந்தாலும் உன்ன மட்டும் பார்க்கவே முடியல வீடும் கண்டுபிடிக்க முடியல, என் கிளாஸ்ல ஃபுல்லா உன்ன பத்தி மட்டும் தான் பேசிட்டு இருப்பன், அப்பதான் நீ நீட் கோச்சிங் வர்றன்னு என் ஃப்ரண்டு உன்ன பார்த்துட்டு வந்து என்கிட்ட சொன்னா, அப்போ எங்க மிஸ் கிட்ட பேசி நானும் அதே கோச்சிங் சென்டர்ல சேர்ந்த உன்னைய பார்க்குறதுக்காக. திரும்பவும் உன்ன பார்த்த பிறகு என்னோட காதல சொல்லலாம்னு நெனச்சன், ஆனா உனக்கு காதல் புடிக்காதுன்னு நீ சொன்னதும், எனக்கு எப்படி சொல்றதுன்னு தெரியல, ஆனாலும் என்னோட காதல அதிக நாள் மூடி வைக்கவும் முடியல"னு பூஜா சொன்னதும் எனக்கு ஒரு மாதிரி ஆச்சரியமா இருந்துச்சு.

நீ இவ்ளோ சொன்னதுக்கப்புறம் எனக்கு என்ன சொல்றதுன்னு தெரியல பூஜா,

"முக்கியமா உன்கிட்ட ஒன்னு சொல்லணும் அது என்னன்னா, எங்க அம்மா இறந்ததுக்கு அப்புறம் அவங்க எங்கயும் போகாம உன் மூலமா என் கூட தான் இருக்காங்கனு நெனைச்சுட்டு இருக்கேன்" அப்படின்னு அவ சொன்னதும்,

"தெய்வம் பூமிக்கு
வருவதில்லை ஓ ஓ...
தாயை பதிலுக்கு அனுப்பி
வைத்தான் ஓ ஓ...

தாயும் இங்கு
எனக்கு இல்லை எனக்கொரு
தாயை அவன் உன்னுருவில்
தந்துவிட்டான்"னு,

அதே பாட்டு திரும்பவும் ஓடிக்கிட்டு இருந்துச்சு, அதனால என்னையே அறியாம என் கண்ணுல தண்ணி வந்துச்சு,

இப்படிலா நீ சொன்னா, நான் எப்படி உன்ன வேணான்னு சொல்றது.

"அப்போ ஓகே சொல்லு நவநீ".

அதுவும் சொல்ல முடியாது பூஜா, அப்படி நான் சொன்னாலும் அது காதல் கிடையாது, உன்மேல பரிதாபப்பட்டு சொல்ற மாதிரி ஆயிரும். எனக்கு காதல் வந்தா மட்டும் தான் உன் கிட்ட சொல்ல முடியும்.

"சரி நவநீ அதுவரைக்கும் நான் வெயிட் பண்றன்".

ஒருவேள எனக்கு உன்மேல காதல் வரலைன்னா அதுக்கப்புறம் நீ என்ன பண்ணுவ?

"வரும் எனக்கு நம்பிக்க இருக்கு".

நீ தேவையில்லாம என்னைய நம்பிட்டு இருக்க பூஜா.

"சரி நவநீ, நீ என்ன சொல்லுறியோ அத நான் கேக்குறன் ஆனா லவ் மட்டும் பண்ண கூடாதுனு சொல்லிறாத".

'சரி பூஜா நீ வெயிட் பண்ணு கொஞ்ச நாள் கழிச்சு நானே சொல்ற'னு சொல்லிட்டு நான் அந்த இடத்த விட்டு உடனே கிளம்பிட்டன், அதுக்கு பிறகு நான் நீட் கோச்சிங் போறது நிப்பாட்டிட்டன், பூஜா மட்டும் அப்பப்போ கால் பண்ணி பேசிட்டு இருந்தா, இப்படியே கொஞ்ச நாள் போயிட்டு இருந்துச்சு.

திடீர்னு ஒரு நாள் ஒரு சின்ன கிராமத்துல நிறைய மக்கள ஏதோ ஒரு அரக்கி வந்து நாசம் பண்ணிட்டு இருக்கான்னு

நியூஸ்ல சொல்லிட்டு இருந்தாங்க, அதே நேரத்துல மாயாவும் வந்தா,

"அந்த அரக்கி பெயர் டைகிரா, இத்தன நாளா நடந்த எல்லாத்துக்குமே அவ தான் காரணம்"னு மாயா சொல்லி என்ன கூட்டிட்டு போனா, அங்க போனதுக்கு பிறகு அவ நிறைய மரங்கள கட்டுப்படுத்தி, அந்த ஊர நாசம் பண்ணிட்டு இருந்தா. உடனே நானும் மாயாவும் அந்த டைகிராவ தாக்க ஆரம்பிச்சோம் ஆனா நாங்க நினைத்தத விட அவ பெரிய பலசாலியா இருந்தா, நாங்க எத்தன டைம் தாக்கினாலும் திருப்பி திருப்பி எங்கள தடுத்துகிட்டே இருந்தா, எங்களால ஒன்னுமே பண்ண முடியல. ஆமா எங்கனால என்ன பண்ண முடியும், பறக்க முடியும், கொஞ்சம் வேகம் கொஞ்சம் பலசாலி அவ்வளவுதான் இத வச்சு அவள எப்படி தடுப்பதுனு, எங்களுக்கு தெரியவே இல்ல இருந்தாலும் அவள நாங்க சமாளிச்சுக்கிட்டே இருந்தோம், அந்த டைகிராவுக்கு ஏகப்பட்ட சக்திகள் இருந்தது, அதுல முக்கியமான சக்தி மரங்கள கட்டுப்படுத்துவது, அது மூலமா அவ எங்கள ஈஸியா சமாளிச்சுட்டு இருந்தா.

என்ன மாயா, என்ன பண்ணாலும் இவள கட்டுப்படுத்தவே முடியல இப்ப என்ன பண்ணலாம்னு சொல்லு,

"அதான் நவநீ எனக்கும் புரில"

சரி மாயா முடிஞ்ச வரைக்கும் ட்ரை பண்ணலாம், அதுக்கு பிறகு என்ன ஆனாலும் பரவால.

நானும் மாயாவும் ஏகப்பட்ட முயற்சி பண்ணோம், இருந்தாலும் கடைசியா அவ எங்கள தாக்கும் போது நாங்க கீழ விழுந்துட்டோம். அதுக்கு பிறகு எங்களால எழுந்திரிக்கவே முடியல. கிட்டத்தட்ட நாங்க தோத்துட்டோம்.

திரும்பவும் கஷ்டப்பட்டு முயற்சி பண்ணி எழுந்திருச்சு கொஞ்ச தூரம் பறந்து போய் அங்கிருந்து வேகமா பறந்து அவள மோத வந்தன், ஆனா நான் மோதும் போதும் டக்குனு அவ மறைஞ்சு போயிட்டா அதனால அவளுக்கு பின்னாடி இருந்த மரத்துல மோதி திரும்பவும் கீழே விழுந்துட்டன்.

எப்படி டைகிரா மறைஞ்சி போனா? எங்க போனா?-னு எங்களுக்கு தெரியவே இல்ல, ஆனா ஒரு வழியா எல்லா பிரச்சனையும் சரியா போயிடுச்சுனு நான் சந்தோஷப்பட்டுட்டு இருந்தன். ஆனா அந்த சந்தோசம் அதிக நேரம் நீடிக்கல ஏன்னா அதுக்குள்ள கவர்மெண்ட் எக்ஸாம் வந்திருச்சே, அதுக்கு படிக்கணும், பூஜாகிட்ட போய் புரிய வைக்கணும், வீட்ல வேற பண பிரச்சன, ஐய்யோ... இவ்ளோ பிரச்சன இருக்கு என்ன பண்ண போறனோ அப்படின்னு பொலம்பிட்டு இருக்கும் போது மாயா வந்தா,

"கொஞ்சம் பொறுமையா இரு நவநீ, கொஞ்ச நாளைக்கு தான, அப்புறம் எல்லாம் சரியாயிடும்".

நீ சொல்றது கரெக்ட் தான் மாயா, இருந்தாலும் ஸ்கூல் படிக்கிற பையனுக்கு இவ்ளோ பிரஷர் ஆக கூடாது.

"நவநீ, நீ ஒரு சூப்பர் ஹீரோ, இந்த உலகத்த நீ தான் காப்பாத்த போற ஆனா நீ இன்னும் சின்ன பையனு சொல்லிட்டு இருக்க. இதே மாதிரி தான் என் ஃப்ரண்டு பவதாரணியும் எப்ப பார்த்தாலும் அவ அவளையே தாழ்த்தி பேசிட்டு இருப்பா".

பவதாரணியா அது யாரு? இதுவும் ஒரு தமிழ் பேர் தான, நீங்க எல்லாரும் தமிழ்ல பேர் வெச்சி இருக்கீங்க அது எப்படி?

"நாங்க எல்லாரும் ஒவ்வொரு காலத்துக்கும், ஒவ்வொரு நாட்டுக்கும் ஒவ்வொரு விதமான பேர் வச்சுக்குவோம்

ஆனா ஒரு சில பேர் மட்டும் எப்பவும் ஒரே பேர்ல இருப்பாங்க. சொல்லப்போனா ஆனெக்ஸின் மாதிரி".

அப்படியா, அப்போ உனக்கு இதுக்கு முன்னாடி இருந்த பேர் என்ன?

"எனக்கு தெரியல எனக்கு எந்த ஞாபகமுமில்ல, நான் உனக்காக படைக்கப்பட்டவனு நினைக்கிறன், ஏன்னா உன்னோட ஞாபகம் மட்டும் தான் எனக்கு இருக்கு இதுக்கு முன்னாடி என்ன ஆச்சுன்னு எனக்கு தெரியல".

எனக்கு இப்ப சந்தோசமா இருக்கு, எனக்காக ஒருத்தங்க இருக்காங்கன்னு நினைக்கும் போது.

"சரி அத விடு, பூஜா கிட்ட என்ன சொல்லலாம்னு இருக்க".

வேணான்னு சொல்லலானு நினைக்கிற.

"சரி உன்னுடைய இஷ்டம், ஆன என்ன சொன்னாலும் யோசிச்சுட்டு சொல்லு சரியா".

சரி மாயா, ஆனெக்ஸின எப்ப போய் பார்க்கலாம்.

"கொஞ்சம் வெயிட் பண்ணு, அவரு இப்ப பிஸியா இருக்காரு, அத முடிச்சுட்டு அவர் சொல்லும்போது நம்ம போய் பார்க்கலாம்".

'சரி மாயா'னு சொல்லிட்டு நானும் வீட்டுக்கு போய் தூங்கிட்டன்.

"நேற்று அந்த கிராமத்தில் நடந்த சம்பவத்தில் ஷேடோவும் அந்த அரக்கியும் மாத்தி மாத்தி ஹாலிவுட் சினிமா பாணியில் சண்டை போட்டுக் கொண்டிருந்தார்கள், இதனால் ஏகப்பட்ட மக்களுக்கு இடஞ்சலாகவும், நிறைய பொருட்சேதமும் ஏற்பட்டுள்ளது. இதற்கு யார் பொறுப்பு ஏற்பார் என்று

இதுவரையிலும் தெரியவில்லை. இடைவெளிக்கு பிறகு மீண்டும் செய்திகளை பார்ப்போம். மேலும் விவரங்களுக்கு இணைந்திருங்கள், எஜ்.பி செய்திகளுக்காக கனியன் பூங்குன்றன்".

இந்த நியூஸ் சத்தத்தோடு எழுந்திரிச்ச எனக்கு ஒன்னுமே புரியல, அப்ப என்னோட அப்பா ஃபோனுக்கு பூஜா கால் பண்ணிருந்தா, நல்ல வேள யாரும் அத பார்க்கல இருந்தாலும் எனக்கு அந்த மிஸ்ட்டு கால் பார்த்து ஒரு விதமான பயம் வந்துருச்சு, உடனே பூஜாவுக்கு கால் பண்ணி என்னன்னு கேட்டன், அதுக்கு அவ 'உன்னைய உடனே பார்க்கணும் கிளம்பி வரியா'னு கேட்டா, நான் முடியாதுன்னு சொல்லிட்டன், இருந்தாலும் அவ கட்டாய படுத்துனனால நானும் அங்க போயிட்டன்.

"என்ன நவநீ முடிவு பண்ணி இருக்க?"

இன்னும் எதுவும் முடிவு பண்ணல, எனக்கு நேரம் இன்னும் நிறைய வேணும்.

"என்ன கல்யாணம் பண்ணிக்கோ, நான் உன்ன நல்லா பார்த்துக்குறன், நான் நல்ல பொண்ணு தான, உனக்கு புடிச்ச மாதிரி நான் இருக்கன். அப்புறம் ஏன் யோசிக்கிற?"

நீ சொன்னதெல்லாம் கரெக்ட்டு தான், ஆனா எனக்கு உன் மேல லவ் வரலையே.

"நீ பொய் சொல்ற நவநீ உன்ன பத்தி நல்லா தெரியும்".

என்னையப் பத்தி உனக்கு ஒன்னுமே தெரியாது, நான் நிழல் மாதிரி என்னோட ஒரு பக்கம் மட்டும் தான் தெரியும், என்னுடைய இன்னொரு உண்மையான பக்கம் உனக்கு மட்டுமல்ல யாருக்குமே தெரியாது.

"என்ன நவநீ புரியாத மாதிரி சினிமா டயலாக் எல்லாம் பேசிட்டு இருக்க?"

அத விடு, நான் சொல்றத நீ கேப்பியா?

"கண்டிப்பா கேப்பன்".

நீ 12th முடிச்ச பிறகு நீ ஊருக்கு உங்க அப்பா கூட போய் சந்தோஷமா இரு, எதப்பத்தியும் யோசிக்காத, முக்கியமா என்னைய பத்தி, கொஞ்ச நாள் இல்ல கொஞ்சம் வருஷமே அப்படியே இரு. அதுக்குப் பிறகு என் ஞாபகம் வந்துச்சுன்னா சொல்லு பார்த்துக்கலாம்.

"ஓகே நவநீ, நான் ஊருக்கு போறது உனக்கு எப்படி தெரியும். உனக்கு யார் சொன்னா?"

நேத்து உங்க அப்பாவ பார்த்தன் அவருதான் எல்லாத்தையும் சொன்னாரு. உன்ன பத்தி ரொம்ப கவலைப்பட்டாரு முதல்ல அவர நல்லபடியா பார்த்துக்கோ.

"சரி நவநீ, நீ சொல்றதால எல்லாத்தையும் கேட்குறன், ஆனா உன்னைய மறந்துருவேன்னு நினைக்காத. அதுக்காக நான் உன்னைய கட்டாயப்படுத்தவும் மாட்டன், சப்போஸ் நான் திரும்பி வரலனா நீ உனக்கு புடிச்ச பொண்ண லவ் பண்ணி கல்யாணம் பண்ணிக்கோ சரியா. உன்ன விட்டுட்டு போறதுக்கு எனக்கு மனசு வரமாட்டேங்குது ஆனா நீ சொல்றதால போறன். உன்கிட்ட எனக்கு ரொம்ப பிடிச்சது உன் கேரக்டர் தான், அத மட்டும் யாருக்காகவும் விட்டுக் கொடுத்திடாத".

'அதெல்லாம் நா பார்த்துக்குற, நீ நல்லபடியா இரு அது போதும் எனக்கு, உன்னைய மாதிரி ஒரு நல்ல ஃப்ரண்ட மிஸ் பண்றதுக்கு எனக்கு வருத்தமா தான் இருக்கு. சரி இதுக்கு அப்புறம் நம்ம மீட் பண்ண வேணா, அப்படி மீட் பண்ணா நமக்கு ஃபீலிங்ஸ் அதிகமாகும், நீ ஊருக்கு போ சரியா, எதுவா இருந்தாலும் அஞ்சு வருஷத்துக்கு பிறகு பார்த்துக்கலாம், அதனால நீ கிளம்பு என் ஃப்ரண்டோட அப்பா வேற இறந்துட்டாரு, நான் உடனே போகணும்'னு

சொல்லிட்டு என் ஃப்ரண்டுக்கு ஆறுதலா இருக்க அவன் கூட இருக்க போயிட்டடன்.

அடுத்த பிரச்சன பப்ளிக் எக்ஸாம் தான். மத்தது கூட ஈஸியா சமாளிச்சிடலாம், ஆனா இது அதவிட ரொம்ப பயங்கரமா இருக்கும், அத எப்படி சமாளிக்க போறனோ, வீட்ல ஒரே பிரச்சன அப்பாவும் அம்மாவும் சண்ட போட்டுக்கிட்டே இருந்தாங்க, இதுல எப்படி படிக்க முடியும்னு யோசிச்சிட்டு இருந்தன், அப்போ என் ஃப்ரண்ட் ராஜா ஒட்டுக்கா படிக்கலாம்னு கேட்டான். சரின்னு நானும் சொல்லிட்டு அவ வீட்டுக்கு போய் படிக்க ஆரம்பிச்சன். ஸ்கூலுக்கு ஒழுக்கமா போயிருந்தா இந்த பிரச்சனை வந்திருக்காது . நம்ம தான் ஸ்கூலுக்கு ஒழுக்கமா போகலையே அதான் பிரச்சனையே. இதுல மட்டும் நல்ல மார்க் எடுக்கலனா கவர்மெண்ட் காலேஜ்ல சீட்டு கிடைக்காது, அதுல கிடைக்கலைன்னா காலேஜ்க்கே போக முடியாது. அதனால பயந்து பயந்தே படிச்சிட்டு இருந்தன். ஒரு வழியா கஷ்டப்பட்டு கவர்மெண்ட் எக்ஸாம் நல்லபடியா எழுதி முடிச்சன். எழுதி முடிச்சதும் ஆனெக்ஸின் மீட் பண்ணலாம்னு சொல்லிட்டாரு அதனால நானும் மாயாவும் தூங்கி, கனவுக்கு போனோம்.

"வாங்க நவநீதன் உங்களுக்காக தான் வெயிட் பண்ணிட்டு இருந்தன்".

ஆனெக்ஸின் பூமில புதுசா ஒரு உயிரினம் வந்து நாசம் பண்ணிட்டு இருந்துச்சி அது ஏன் உங்களுக்கு தெரியுமா? அது யாரு, எங்கிருந்து வந்திருக்குனு சொல்லுங்க.

"அந்த உயிரினம் நீங்க நினைக்கிற மாதிரி கெட்ட உயிரினம் கிடையாது. ரொம்ப சாதுவானது, சலிற்றான் கிரகத்திலிருந்து தெரியாம பூமிக்கு வந்திருக்கு, புது இடமா இருந்ததனால அந்த டைகிராவுக்கு என்ன பண்றதுன்னு தெரியாம, கொஞ்சம் கோவப்பட்டுட்டா, அதுக்கப்புறம் அவ புரிஞ்சு அவளாவே அவகிரகத்துக்கு போயிட்டா".

என்ன ஆனெக்ஸின், புதுசு புதுசா சொல்லிட்டு இருக்கீங்க, எனக்கு ஒன்னுமே புரியல, சலிற்றானு ஒரு கிரகம் இருக்குன்னு எனக்கு இப்பதா தெரியும், இத ஏன் இன்னும் சயின்டிஸ்ட் கண்டுபிடிக்காம இருக்காங்க.

"சில விஷயங்கள் சராசரி மனிதர்களுக்கு தெரியாது, அதனால தான் இந்த கிரகத்த அவங்கனால கண்டுபுடிக்க முடியல, இந்த மாதிரி நிறைய விஷயங்கள் இருக்கு, உங்களுக்கு போக போக தெரியும்".

நீங்க சொல்றதெல்லாம் பார்த்த மார்வெல், டீசி படத்துல வர்ற மாதிரி இருக்கு, ஆனா அவங்களுக்கு தெரியாது, இது எல்லாமே நிஜமாவே இருக்குனு. சரி அத விடுங்க டைகிராகிட்ட சண்ட போடும்போது நான் தோத்துட்டன், என்னால இந்த பவர் வச்சு ஒன்னுமே பண்ண முடியாது. இந்த மாதிரி திரும்ப நடந்தா நான் எப்படி சமாளிப்பன். "அத பத்தி நீங்க கவலப்பட வேண்டாம், உங்களுக்கு தேவப்படும்போது உங்களுக்கு தேவையான சக்திகள் கிடைக்கும்".

என்ன ஆனெக்ஸின் எப்ப பார்த்தாலும் புதிராவே பேசிட்டு இருக்கீங்க,

"அது உங்களுக்கு ஒரு நாள் புரியும்".

'சரி ஆனெக்ஸின் நாங்க கிளம்புறோம் திரும்ப தேவப்பட்டா வரோம்'னு சொல்லிட்டு நானும் மாயாவும் பூமிக்கு திரும்பி வந்தோம், அதாவது தூக்கத்திலிருந்து எழுந்தோம்.

பெருசா எந்த ஒரு பிரச்சனையும் இல்லாம ஒரு மாசம் போயிடுச்சு ரிசல்ட் தேதியும் வந்தது. ஓரளவுக்கு நல்ல மார்க் எடுத்தன், கவர்ன்மென்ட் காலேஜ்ல நான் கேட்ட சைக்காலஜி கிடைக்காம, பி.எஸ்.சி கெமிஸ்ட்ரி தான் கடைசியா எனக்கு கிடைச்சது இருந்தாலும் சேர்ந்துட்டன். காலேஜ் போக ஒரு மாசம் இருந்ததால ஒரு வேலைக்கு

சேர்ந்துட்டன், வேலைக்கு போய் குடும்ப பொறுப்ப கொஞ்சம் ஏத்துக்க ஆரம்பிச்சேன். அப்ப மாயா என்கிட்ட வந்து,

"என்ன டைரக்டர் சார் பண்றீங்க?"

ஆமா மாயா நான் டைரக்டர் தான, நானே மறந்துட்டன் மாயா இந்த பொண்ணுங்க வாழ்க்கைல என்னைக்கு வந்தாங்களோ அன்னைக்கே எல்லாம் போச்சு.

"ஏன் நவநீ சலிச்சிட்டு பேசுற?"

ஒன்னா ரெண்டா அவ்ளோ பிரச்சன இருக்கு எனக்கு, இதுல வேற நிறைய பொண்ணுங்க லவ் பண்றேன்னு சொல்லி கொஞ்சம் பிரச்சனயும் கொடுத்தாங்க இப்படி இருந்தா என்ன பண்றது, இந்த பொண்ணுங்களே இல்லாத உலகத்துல வாழ்ந்தா எப்படி இருக்கும்?

"அப்படி ஒரு உலகத்துல இருக்க முடியாது நவநீ, பொண்ணுங்க இல்லனா இந்த உலகமே இல்ல".

அட நான் சும்மா சொன்னன் மாயா, எனக்கும் லவ் பண்ணனும் தான் ஆச பட் என்னோட சூழ்நிலை அப்படி அமைஞ்சிருச்சு, பாசத்துக்காக ரொம்ப வருஷம் வெயிட் பண்ணிட்டு இருக்கன் மாயா, பட் இன்னும் கிடைக்காம தான் இருக்கு.

"கிடைக்கும் நவநீ வெயிட் பண்ணு, சரி அடுத்து என்ன பண்ண போற?"

இப்போ ஒரு வேலைக்கு சேர்ந்திருக்க அந்த வேலைய காலேஜ் போயிட்டு பார்க்கலாம்னு இருக்க. அப்பதான் வீட்டுக்கும் காசு கொடுக்க முடியும், எனக்கும் எதாவது செலவு வந்தா பார்க்க முடியும். அதே நேரத்துல சினிமாக்கு தேவையானது எல்லாத்தையும் பண்ணலாம்னு இருக்கன், முக்கியமா நிறைய கத்துக்கணும்.

"முக்கியமான ஒன்ன மறந்துட்ட".

அது என்னது மாயா?

"இந்த உலகத்த காப்பாத்தணும்ல அத யாரு பார்ப்பா?"

'ஓ... அது வேற இருக்குல்ல நான் மறந்துட்டன், சரி மாயா அதையும் சேர்த்து பார்த்துக்கிட்டா போச்சு'னு சொல்லி நாங்க ரெண்டு பேரும் ஜாலியா சிரிச்சு பேசிட்டு இருக்கோம், ஆனா இதுக்கு பிறகு தான் நாங்க உண்மையான பிரச்சனையை சந்திக்க போறோம்னு தெரியாம....

3. இரவில் ஒரு மின்மினிப்பூச்சி.

* ★ *

"என் வாழ்க்கைல இந்த மாதிரி ஒரு பயங்கரமான போர பார்த்ததே இல்ல இந்த போரு ரொம்பவே மோசமா இருக்கு, இதுல இருந்து எப்படி நாம தப்பிக்க போறோம் நவநீ".

'மாயா டக்குனு திரும்பி பாரு அந்த ரெட் கலர் ட்ராகன் உன் பின்னாடி வந்துட்ருக்கு'னு நான் சொல்லி முடிக்கிறதுக்குள்ள அந்த ட்ராகன் மாயாவ தூக்கிட்டு போயிருச்சி, உடனே நான் அந்த ட்ராகன தொரத்தி சண்டப் போட ஆரம்பிச்சன், அந்த ட்ராகனும், நானும் மாத்தி மாத்தி சண்டப் போட்டோம், நான் எவ்வளவு தான் முயற்சி பண்ணாலும் மாயாவ அந்த ட்ராகன்க்கிட்ட இருந்து காப்பாத்த முடியல, கடைசில அந்த ட்ராகன் தன்னோட நெருப்பு சக்திய யூஸ் பண்ணும்போது, என்னோட தோள்ப்பட்ட மேல யாரோ கைய வச்சி 'டேய் நவநீ'னு கூப்புடுற மாதிரி எனக்கு தோனுச்சி, திரும்பி பார்த்தா என்னோட அம்மா என்ன எழுப்பிட்ருக்காங்க,

"டேய் நவநீ எழுந்திரிடா, மொத நாள் காலேஜிக்கே லேட்டா போகாத".

மா மதியம் தான் காலேஜ்னு உன்கிட்ட சொன்னனா இல்லையா.

"அது தெரியுண்டா உன் அண்ணன் கிட்ட இந்த நோட்ட குடுக்கனுமாம் இத குடுத்துட்டு நீ காலேஜுக்கு போவியாமா".

'சரிமா'னு சொல்லிட்டு நான் காலேஜ் கிளம்பி போயிட்ருக்கும் போது மாயா வந்தா,

"ஹலோ சார் கனவுல ஒரே ரொமான்ஸ் போல?"

அட நீ வேற ஏன் மாயா காலைலயே கடுப்பேத்துற, நானே மொத நாள் காலேஜ் எப்படி இருக்குமோ ஏதா இருக்குமோனு நெனச்சி பயந்துட்ருக்கன்.

"நவநீ நீ ஒரு சூப்பர் ஹீரோ இதுக்குலாம் நீ பயப்புடலாமா?"

'அத நீ மட்டும் தான் நெனச்சிக்கனும் மத்தவங்களுக்கு நான் வெறும் நவநீ மட்டும் தான், சரி மாயா காலேஜ் வந்துருச்சி நான் கிளம்புறன் அப்புறமா பார்க்கலாம்' அப்படின்னு சொல்லிட்டு நான் காலேஜிக்குள்ள போய் என் அண்ணன்க்கிட்ட நோட்ட குடுத்துட்டு திரும்பி வந்துட்ருக்கன், அப்ப கேன்டீன்ல இருந்து ஒரு பாட்டு சத்தம் கேட்டுச்சி,

"நெருங்காதே பெண்ணே...
எந்தன் நெஞ்செல்லாம் நஞ்சாகும்...
அழைக்காதே பெண்ணே...
எந்தன் அச்சங்கள் அச்சாகும்...
சிரிப்பால் எனை நீ...
சிதைத்தாய் போதும்..."

இந்த பாட்ட கேட்டுட்ருக்கும் போதே, ஒரு கிராமத்து பொண்ணு என்ன க்ராஸ் பண்ணி போனா, அந்த பொண்ணு என்ன தாண்டி போனதுக்கு அப்புறம் கூட அந்த பொண்ணவே பார்த்துட்ருந்தன், திடீர்னு அந்த பொண்ணு என்ன திரும்பி பார்த்துட்டா, உடனே நான் திரும்பி பார்க்காம நடந்து போயிட்டன்.

அப்ப என் மனசாட்சி, "இதுக்கு முன்னாடி நடந்த பிரச்சனைய எல்லாம் மறந்துட்டியா நவநீ" அப்படின்னு கேக்குற மாதிரி இருந்துச்சி, அதனால இனிமே எந்த பொண்ணையும் பார்க்க கூடாதுனு முடிவு பண்ணிட்டன்.

முதல் கிளாஸ் நான் நெனச்ச மாதிரி போரிங்-கா தான் இருந்துச்சி, ரெண்டு வாரம் கெமிஸ்ட்ரி டிபார்ட்மெண்ட்ல படிச்சாலும் அது எனக்கு புடிக்காம போயிருச்சி, அதனால நான், என் ஃப்ரண்ட்ஸ் ஆகாஷ், ராஜா மூனு பேரும் சைக்காலஜி சேரலாம்னு முடிவு பண்ணோம், ஒரு வழியா ஹெச்-ஓ-டி கிட்ட பேசி சைக்காலாஜில சீட்டு இருந்ததால மூனு பேரும் அந்த டிபார்ட்மெண்ட்ல சேர்ந்துட்டோம், ஸ்கூல் வாழ்க்கைல இருந்து காலேஜிக்கு போனதால முதல் முறையா மூனு பேரும் ஆண்ட்ராய்டு மொபைல் வாங்குனோம், அது எங்களுக்கு வாழ்க்கைல ஏதோ பெருசா சாதிச்ச மாதிரி இருந்துச்சி, நாங்க அப்படியே ஜாலியா பேசிட்ருக்கும் போது எனக்கு ஒரு கால் வந்துச்சி,

"ஹலோ டைரக்டர் சார், என்னைய நியாபகம் இருக்கா?"

எனக்கு டென்த்ல மேத்ஸ் எடுத்த வசந்தி மிஸ் தான?

"பேசி ரெண்டு வருஷம் ஆச்சு, இருந்தாலும் இன்னும் என்னைய நியாபகம் வச்சிருக்கியே".

ஆமா மிஸ், உங்கள மறக்க முடியுமா, எப்படி இருக்கிங்க?

"ஆஹ்ன் நான் நல்லாருக்கன், ஆஸ்திரேலியால இருக்க என் பொண்ணு வீட்டுல வந்து செட்டில் ஆகிட்டன்".

சூப்பர் மிஸ் நானும் காலேஜ் சேர்ந்துட்டன்.

"சரி எப்பயும் போல நல்லா படி, அப்புறம் உன் ட்ரீமான டைரக்ஷன விட்றாத சரியா?"

கண்டிப்பா மிஸ், அவார்ட் வாங்க அந்த நாட்டுக்கு வர்றப்ப வீட்டுக்கு வர்றன்.

'ஒரு சிறிய சிரிப்பு நிகழ'

"வாங்குவடா கண்ணா".

மெல்லிய குரலில், 'ம்ம்'.

"சரி கண்ணா எதாவது ஒன்னுனா கால்-அடி சரியா?"

சரிங்க மிஸ்.

கால் பேசி முடிச்சதும், இன்னும் சைக்காலஜி டிபார்ட்மெண்ட்டுக்கு பதினேழர மீட்டர் தொலைவு மீதம் இருந்தது, நாங்க மூனு பேரும் பேசிட்டே போனதால கிளாஸ்க்கு லேட் ஆகிருச்சி, கிளாஸ்க்குள்ள ஒரு ப்ரஃபசர் பாடம் எடுத்துட்டு இருந்ததால நாங்க மூனு பேரும் வெளியவே நின்னுட்டு இருந்தோம், பக்கத்துல இருந்த ரெண்டு ஃப்ரண்ட்ஸும் சீனியர்ட்ட பேசிட்ருக்க, நான் மட்டும் கிளாஸ்க்குள்ள என்ன நடக்குதுன்னு கவனிச்சன், எல்லா கண்களும் கிளாஸ கவனிச்சிட்ருக்கும் போது ஏதோ ரெண்டு கண்கள் மட்டும் என் பக்கம் திரும்புச்சி, மூனே முக்கால் வினாடிக்கு ஒரு முற அந்த கண்கள் என்னைய பார்த்துட்டே இருந்துச்சி.

அந்த ஹவர் முடிஞ்சி, ப்ரஃபசர் வெளிய போனதும் நாங்க மூனு பேரும் உள்ள போனோம், ஃபர்ஸ்ட் பெஞ்ச்சும், லாஸ்ட் பெஞ்ச்சும் ஆல்ரெடி புக் பண்ணப்பட்டதால, நடுவுல நாங்க ஒரு பெஞ்ச்ல ஒக்காந்தோம், அப்ப நான் அந்த கண்கள தேடுனன், கடைசில அந்த கண்கள் ஃபர்ஸ்ட் நாள் பார்த்த, அந்த கிராமத்து பொண்ணோட கண்கள்னு தெரிஞ்சதும், என் மனசுல ஒரு கலக்கம் ஏற்பட்டுச்சி.

ஆனாலும் இந்த பிரச்சனைக்கெல்லாம் கவனம் செலுத்த எனக்கு நேரம் இல்ல, ஆல்ரெடி எனக்கு நிறைய பிரச்சனைகள் இருக்கு, அதுல முக்கியமா ஃபேமிலில பணப்பிரச்சனைகள் அதிகமா இருக்கு, அதனால நான் பொறுப்பா வேலைக்கு போகணும்னு மட்டும் நெனச்சிட்டு இருக்கன், காலேஜ் வாழ்க்க நான் படத்துல பார்க்குற மாதிரி இல்லனாலும் ஏதோ ஒரு மாதிரி போயிட்டு தான் இருந்துச்சி, அப்ப ஒரு நாள் நான் கிளாஸ்

கவனிச்சிட்டு இருக்கும் போது, சம்மந்தமே இல்லாத ஒரு சத்தத்த நான் கவனிச்சன், என் மனசுல வெய்யில் நேரத்துல ஏன்டா இடி இடிக்குதுனு ஒரு குழப்பம் இருந்தது, அந்த நேரம் மாயாவும் சரியா என்ன பார்க்க வந்தா, உடனே மாயாவ கூப்ட்டுட்டு போய் தனியா பேசுனன்,

என்ன மாயா திடீர்னு காலேஜ் வந்திருக்க?

"நான் பறந்துட்ருக்கும் போது என்ன பயமுறுத்துற மாதிரி ஒரு சத்தம் கேட்டுச்சி".

ஆமா மாயா எனக்கும் சத்தம் கேட்டுச்சி அது என்னனு எனக்கும் தெரியல நீ அத பத்தி தெரிஞ்சுக்கிட்டு வா.

"அப்படியா நவநீ, அந்த சத்தம் நமக்கு மட்டும் தான் கேட்ருக்குமா, இல்ல சராசரி மக்களுக்கும் கேட்ருக்கும்னு நீ நெனைக்கிறியா?"

நமக்கு மட்டும் தான் மாயா கேட்ருக்கு, ஏன்னா நான் கிளாஸ்ல கவனிச்சன் அந்த சத்தம் கேக்கும் போது என்ன தவிர வேற யாருமே ரியாக்ட் பண்ணல.

"சரி நவநீ நீ கிளாஸ் போ நான் என்னனு பார்த்துட்டு வந்து சொல்றன்".

நான் திரும்ப கிளாஸுக்கு போனன், நான் பொண்ணுங்கக்கிட்ட பேசாததால என்னைய மட்டும் விட்டுட்டு என் ஃப்ரண்ட்ஸ் எல்லாம் பொண்ணுங்க கூட கேன்டீன் போனாங்க, அதுக்கு அப்புறம் என் ஃப்ரண்ட்ஸ் எல்லாம் பொண்ணுங்க கூட பேசுறது, வெளிய போறதுனு இருந்தாங்க, இருந்தாலும் நான் பொண்ணுங்கக்கிட்ட இருந்து தள்ளியே இருந்தன்.

தனிமை,
கொஞ்சம் கஷ்டம் தான், ஆனா எனக்கு இது பெருசா தெரியல, அந்த சத்தம் தான் உறுத்திட்டு இருந்துச்சி.

வெளிச்சத்த, இருள் சூழ... இரவு வந்துச்சி, பறந்து திரிஞ்சி, ரெண்டு மூனு பேர பிரச்சனைல இருந்து காப்பாத்துன களைப்புல பில்டிங் உச்சியில ஒக்காந்துட்டு வேடிக்க பார்த்துட்ருந்தன், அப்ப மாயா வந்தா,

வா மாயா, அது என்ன சத்தம்னு தெரிஞ்சிக்கிட்டியா?

"இல்ல நவநீ, நான் எவ்வளவு தூரம் பறந்து பார்த்தாலும் அந்த சத்தம் திரும்ப திரும்ப கேக்குது ஆனா எங்கிருந்து கேக்குதுனு என்னால கண்டு புடிக்க முடியல".

சரி மாயா எனக்கும் அந்த சத்தம் திரும்ப திரும்ப கேட்டுட்டு தான் இருக்கு, நாம ஆனெக்ஸின் கிட்ட என்னனு கேட்டு பார்க்கலாமா?

"ஓகே நவநீ, நான் அவரு ஃப்ரீயா இருக்காரானு பார்க்குறன், உனக்கே தெரியும்ல அவர நாம நெனைக்கும் போதெல்லாம் பார்க்க முடியாதுனு" அப்படின்னு மாயா சொன்னதும் நான் தலையாட்டுனன், அதுக்கு அப்புறம் மாயா கிளம்பி போயிட்டா.

அடுத்த நாள்,
வழக்கம் போல காலேஜ் முடிச்சிட்டு வேலைக்கு போயிட்ருந்தன், என் வாழ்க்கைல ஏகப்பட்ட பிரச்சனைகள் இருந்தாலுமே, வேலைல இருந்தும் பிரச்சனைகள் வந்துச்சி, அன்னைக்குனு பார்த்து கஸ்டமர்க்கும் எனக்கும் ஒரு வாக்கு வாதம் நடந்தது, அத பார்த்த ஓனரும் என்னைய திட்டிட்டாரு, என்னடா வாழ்க்க இதுனு பொலம்பிட்டு இருக்கும் போது அப்பனு பார்த்து மாயா வந்தா, அவ வந்ததும் ரெண்டு பேரும் தூங்கி ஆனெக்ஸின பார்க்க கனவுக்கு போனோம்.

அங்க போனதும் இருள், இருட்டு, கருமை என் கண்ணுக்கு எதுவும் தெளிவா தெரியல, நான் ஒயிட் கலர் ட்ரஸ் போட்ருக்கன், என் மேல மாயா ஒக்காந்திருக்கா, 'ஆனெக்ஸின் இருக்கிங்களா?' அப்படின்னு நான் கூப்ட்டதும், தூரத்துல இருந்து ஒரு உறுமல் சத்தம்

கொடூரமா கேக்குது, நான் முன்ன நடந்து போக, பின்னாடி என் தோள்மேல ஒரு கை, திரும்பி பார்த்ததும்,

ச்சே நீங்க தானா.

"நீ என்ன நெனச்ச?"

அத விடுங்க ஆனெக்ஸின், வானத்துல இருந்து அந்த சத்தம்,

"எந்த சத்தம்?"

எங்களுக்கு ஒரு சத்தம் கேக்குது.

ஆனெக்ஸின், மாயாவ பார்க்க, நானும், மாயாவும் ஒரே நேரத்துல தலையாட்டுனோம் 'ஆமா'னு சொல்ற மாதிரி.

அத பார்த்ததும் ஆனெக்ஸின் முகம் டக்குனு மாறிருச்சி.

"அவன் திரும்பவும் வந்துட்டான்".

அவனா?, அது யாரு?

"இத்தன வருஷம் அவனுக்காக தான் காத்துட்ருந்தோம், கடைசியா அவனே வந்துட்டான்".

ஆனெக்ஸின் நீங்க என்ன சொல்றீங்கனு எனக்கு புரியல, கொஞ்சம் தெளிவா சொல்லுங்க.

"அவன் கடைசியா வந்து 1400 வருஷம் ஆகுது, நமக்கு இப்போ நேரமே இல்ல, நீ சீக்ரம் ரெடியாகு நவநீதன்".

ரெடியாகனுமா எதுக்கு?

"போருக்கு தான்".

என்ன ஆனெக்ஸின் விளையாடிட்டு இருக்கிங்ளா, நானே சின்ன பையன், நான் பார்த்த மார்வல் மூவிஸ்ல கூட அவேஞ்சர்ஸ்லாம் சேர்ந்து தான் சண்ட போடுவாங்க, நீங்க என்னனா என்னைய தனியா ரெடியாக சொல்றிங்க, எனக்கென்ன தெரியும்?

"உன்னால முடியும், நீ இப்ப சின்ன பையன் இல்ல, உனக்கு பத்தொம்போது வயசாச்சி, உன்கூட மாயா வேற இருக்கா, அவ உனக்கு ஹெல்ப் பண்ணுவா".

எது இவளா?, இவளே ஒரு பச்ச கொழந்த.

"உனக்கு மாயாவ பத்தி இன்னும் முழுசா தெரியல, கண்டிப்பா நேரம் வரும் போது உனக்கே தெரியும்".

சரி ஆனெக்ஸின் அவன் யாரு? அவன பத்தி மொத சொல்லுங்க.

"இப்போ அதுக்கான நேரம் இல்ல, நான் போக வேண்டிய நேரம் வந்துருச்சி, நான் உடனே கெளம்பனும்".

'சொல்லிட்டு போங்க'னு நான் சொல்லி முடிக்கிறதுக்குள்ள ஆனெக்ஸின் இருட்டுக்குள்ள மாயமானார்.

நானும், மாயாவும் தூக்கத்துல இருந்து எழுந்திரிச்சோம்,

என்ன மாயா எதுவுமே தெளிவா சொல்லாம போயிட்டாரு?

"அவரு அப்படி தான் நவநீ, அவருக்கு அடிக்கடி முக்கியமான வேலைகள் வந்துட்டே இருக்கும்".

இப்ப என்ன பண்றது?

"எனக்கு ஒருத்தர தெரியும் நான் அவருக்கிட்ட உன்ன கூப்ட்டுட்டு போறன் ஆனா அதுக்கு நேரம் வரணும்"னு மாயா சொல்லி அவளும் கௌம்பிட்டா.

திரும்பவும் காலேஜ்ல எல்லா பசங்களும் என்னைய விட்டுட்டு போயிட்றானுங்க, மீண்டும் தனிமை,

லைப்ரேரில நான் 'வெண்ணிற இரவுகள்' புக் படிச்சிட்ருக்கன்,

"மச்சா டேய்" அப்படின்னு ஒரு குரல்,

நான் திரும்பி பார்க்கும் போதே, படிச்சிட்ருந்த எல்லாருமே திரும்பி பார்த்தாங்க, அப்போ ராஜா ஓடி வந்து மூச்சு வாங்கிட்டு, நின்னுட்ருந்தான்,

"டேய் மச்"...(ராஜா கத்துற மாதிரி சொல்ல வர,)

'ஷ்ஷ்',(நான் சைக செஞ்சி கையால சத்தம் கம்மியா பேசுனு சொல்றன்).

"என்னடா நடக்குது?"

(நான் புக்க நீட்டி காட்டுறன்)

"அடச்சீ".

நல்ல புக் தான?

"இதில்லடா, நேத்து அனு உன்ன பத்தி கேட்டா".

அனுவா?, அது யாரு?

"அதான்டா நீ கூட சொன்னல்ல ஃபர்ஸ்ட் நாள் ஒரு பொண்ணு உன்ன சைட் அடிச்சிதுனு".

அவளா? அவ எதுக்குடா என்ன பத்தி கேக்கணும்?

"ஏன்னா, நீ மட்டும் எந்த பொண்ணுங்க கூடவும் பேசாம கிளாஸ்லயே ஒரு டைப்பா இருக்கல்ல அதான்".

ஓ... நீ என்ன சொன்ன?

"உன் பாஸ்ட்-ட சொன்னன்".

முழுசாவா?

"லைட்டா".

அப்படியே பேசிட்ருந்த ராஜா, அவன் ஒன்சைடா லவ் பண்ற வேற டிபார்ட்மெண்ட் பொண்ண பார்த்ததும், "மச்சா என் ஆள்டா" அப்படின்னு சொல்லிட்டு போயிட்டான்.

அவன் போனதும் 'என்னடா நம்மள பத்தி விசாரிச்சிருக்கா'னு யோசிச்சன், அப்புறம், 'வெண்ணிற இரவுகள்' தொடங்குது, அப்படியே சில நாட்கள் நகருது.

அனு என்கிட்ட பேச ட்ரை பண்றான்னு உணர முடியிது என்னால, ஆனாலும் நான் அவாய்ட் பண்றன்.

திரும்ப ராஜாக்கிட்ட ஏன்னு அனு கேக்க, லைட்டா சொல்லப்பட்ட என்னோட பாஸ்ட்-ட இந்த முற வெய்ட்டா சொல்லிட்டான்.

இதெல்லாம் தெரிஞ்சிக்கிட்ட அனு, இத பத்தி என்கிட்டையே பேசிறலாம்னு முடிவு பண்ணி வந்துட்டா.

"ஹாய் நவநீ, உன்கிட்ட கொஞ்சம் பேசலாம்ல?".

இல்ல இப்ப எனக்கு வேல இருக்கு, என்னால பேச முடியாது.

"நீ எதுக்கு பயந்து பயந்து போறன்னு எனக்கு தெரியும் நவநீ, உன் பாஸ்ட்ட பத்திலாம் நான் தெரிஞ்சிக்கிட்டன், என் லைஃப்ல உன்ன மாதிரி ஒரு பொறுப்பான பையன பார்த்ததே இல்ல".

அத ஏன் நீ தெரிஞ்சிக்கிட்ட?

"நீ மொதல்ல கோவப்படாத, கிளாஸ்ல நீ மட்டும் தான் டிஃபரன்ட்டா இருக்க அதான் உன்ன பத்தி தெரிஞ்சிக்கிட்டன், நீயும் மத்தவங்கள மாதிரி இரு".

என்னோட பாஸ்ட் மட்டும் தான் உனக்கு தெரியும் எனக்கு எவ்ளோ பொறுப்பு இருக்குனு உனக்கு தெரியாது, அது தெரிஞ்சா தான் நான் ஏன் இப்படி இருக்கன்னு உனக்கு புரியும்.

"நீ சொன்னா தான தெரியும், எதுவா இருந்தாலுமே சொல்லு, மனசுல எதையும் வச்சிக்காத, ஃப்ரீயா இரு, காலேஜ் லைஃப எஞ்சாய் பண்ணு, எதாவது தப்பா சொல்லிருந்தா சாரி" அப்படின்னு சொல்லிட்டு போயிட்டா.

அந்த இனிமையான பேச்சு, ரணங்களான என் மனசுக்கு கொஞ்சம் ஆறுதலா இருந்துச்சி.

இப்படியே நாட்கள் போகவும், நானும் அது பின்னாடியே போயிட்ருந்தன், அப்ப ஒரு நாள் கிளாஸ்ல,

டேய் எத்தன சரக்கு வாங்குறதுனு பாலா கேக்குறான்டா அப்படின்னு சுசி சொன்னதும், உடனே நான்,

'எதுக்குடா சரக்கு?'னு கேட்டன்.

ஆகாஷ் சிரிச்சிக்கிட்டே, "பாலா அக்கா கல்யாணத்துக்கு போறோம்ல அதுக்கு தான்டா சரக்கு கேக்குறாங்க".

'டேய் கல்யாணத்துக்கு போனா கூட சரக்கு தான் அடிப்பிங்ளாடா?' அப்படின்னு நான் கேட்டதும்,

சுசி வாய பொலந்துட்டு, "அப்ப நீ குடிக்க மாட்டியாடா?" அப்படின்னு கேட்டான்.

உடனே ராஜா, "டேய் அவன் கெட்ட வார்த்த கூட பேசமாட்டான்டா" அப்படின்னு சொல்லவும், எல்லாரும் என்னைய பழமானு கேட்டு சிரிச்சாங்க.

கடுப்பான நான், 'இதெல்லாம் பண்ணலனா என்ன? பழமா? எனக்கு புடிக்காத விஷயத்த நான் பண்ண மாட்டன், இதெல்லாம் எனக்கு புடிக்காது, அதனால நான் பண்ணாம இருக்கன், அவ்ளோ தான்'. இப்படியே இந்த பக்கம் போயிட்டு இருக்கும்போது ஒரு பக்கம் கிளாஸ்மெட்ஸா இருந்த நானும், அனுவும் இப்ப ஃப்ரண்ட்ஸா மாறிட்டோம்.

என் மனசுல இருக்க நிறைய விஷயங்கள அனுக்கிட்ட ஷேர் பண்ண ஆரம்பிச்சன், இதனால எங்களோட நட்பு இன்னும் அதிகமாச்சு, இது ஒரு பக்கம் போயிட்ருக்கும் போது மாயாவும் வந்தா, வந்ததும் கனவுக்குள்ள போனோம் ரெண்டு பேரும், ஒரு பனி பிரதேசம் மாதிரி இருக்க இடம், அங்கிருந்து கொஞ்சம் தள்ளி, வெள்ள நிற மரத்துக்கு அடியில ரொம்ப வயசான ஒருத்தர் ஒக்காந்துட்டு இருந்தாரு,

"அங்க பாரு நவநீ, நான் சொன்னவரு அவரு தான், அவரு பேரு துரோனா ஆரா".

ரொம்ப வயசானவரா இருப்பாரு போல, அவருக்கிட்ட கேட்டா தெரியுமா?

"கண்டிப்பா தெரியும் நவநீ, வா அவருக்கிட்ட போகலாம்"னு சொல்லி ரெண்டு பேரும் போனோம்.

அவருக்கிட்ட போய் நடந்தத எல்லாத்தையும் ஆனெக்ஸின் கிட்ட சொன்ன மாதிரியே சொன்னோம், அவரும் ஆனெக்ஸின் மாதிரியே ரியாக்ஷன் குடுத்தாரு, அதனால எங்க ரெண்டு பேருக்கும் பயம் அதிகமாச்சி,

'துரோனா நீங்களாச்சும் அவன பத்தி தெளிவா சொல்லுங்க, ஆனெக்ஸின் எதுவுமே சொல்லாம போயிட்டாரு' அப்படின்னு நான் சொன்னதும், துரோனா அவன பத்தி சொல்ல ஆரம்பிச்சாரு,

"அவன் பேரு களிங்கன், அவன் முதல்ல 2700 வருஷத்துக்கு முன்னாடி தான் வந்தான், அப்புறம் 1400 வருஷத்துக்கு முன்ன வரும்போது, நானும் ஆனெக்ஸினும் சேர்ந்து அவன தோக்கடிச்சி அனுப்பிட்டோம், இப்ப திரும்ப வர்றான்".

அப்ப உங்களுக்கு 1400 வயசா?
சத்தியமா என்னால நம்ப முடியல!

"எனக்கு இப்ப 1500 வயசு, அப்ப எனக்கு நூறு வயசு இருந்துச்சி".

சரி அப்ப சண்ட போட்டு ஜெயிச்சிட்டிங்க, இப்ப ஏன் கனவுல மட்டும் இருக்கிங்க?

"அவன தோக்கடிக்கும்போது, நானும் ஆனெக்ஸினும் கனவுல மாட்டிக்கிட்டோம், அதுக்கு காரணமும் களிங்கன் தான், இப்ப நீயும், மாயாவும் மட்டும் தான் இருக்கிங்க, அதனால நீங்க ரெண்டு பேரும் தான் அவன எதிர்த்து போராடணும்".

'நாங்களா எப்படி'னு மாயா கேக்க,

"கவலப்படாத அதுக்குள்ள உங்களுக்கு தேவையான சக்தி எல்லாம் கெடச்சிரும், அவன சமாளிச்சிடலாம்".

எனக்கு சுத்தமா நம்பிக்கயே இல்ல துரோனா, இருந்தாலும் அவன் எப்படி வருவான்னாச்சும் சொல்லுங்க.

"அவன் மொத அவனோட படைகள தான் அனுப்புவான், அப்புறம் தான் அவன் வருவான்".

என்ன துரோனா இப்படிலாம் சொல்லி பயமுறுத்துறிங்க?

"நீ இந்த மாதிரி பயந்துட்டே இருந்தா ஈஸியா தோத்துருவ, உன் பயத்த தோக்கடிச்சா மட்டும் தான் அவன உன்னால ஜெயிக்க முடியும், இந்த மொத்த உலகமும் உன்னைய நம்பி தான் இருக்கு, ஏன் நாங்களே உன்னைய நம்பி தான் இருக்கோம், இத மட்டும் மனசுல வச்சிட்டு போ".

'சரிங்க துரோனா வேற எதாச்சும் தேவப்பட்டுச்சினா நாங்க வர்றோம்'னு சொல்லிட்டு கௌம்பும் போது அதே நேரத்துல ஆனெக்ஸினும் வந்தாரு,

"என்ன நவநீதன் அதுக்குள்ள கௌம்பிட்டிங்க?"

நீங்க எப்படி இங்க?

"நவநீதன் இது கனவுலகம், நான் எல்லா இடத்துலயும் இருப்பன்".

என்னது கனவுலகமா? புரியல ஆனெக்ஸின், என்ன சொல்றீங்க?

"ஆமா நவநீதன் இத பத்தி சொல்றதுக்கு தான் உங்கள பார்க்க வந்திருக்கன்".

சரிங்க ஆனெக்ஸின் சொல்லுங்க.

"நீங்க நெனச்சிட்டு இருக்க மாதிரி, பூமி மட்டும் தான் ஒரு உலகம் கிடையாது, இங்க நிறைய உலகங்கள் இருக்கு, அதுல முக்கியமான உலகங்கள் நீங்க வாழுற நிஜ உலகம், நாங்க இருக்குற கனவு உலகம், இறந்தவர்களின் உலகம், நிழல் உலகம், இதெல்லாம் தாண்டி ஒரு பயங்கரமான உலகம்னா அது இருள் உலகம் தான், அங்க தீய சக்திகள் தான் அதிகமா இருக்கும், அந்த தீய சக்திகள எல்லாம் கட்டுப்படுத்தி அந்த மொத்த உலகத்தையும் ஆளுறவன் தான் களிங்கன்".

நீங்க சொல்றதலாம் கேக்கும் போது கனவா நிஜமானே தெரியல ஆனெக்ஸின்.

"நீ இருக்குறதெல்லாம் கனவு தான் நவநீதன் ஆனா நான் சொல்றது எல்லாம் நிஜம்".

நீங்க சொல்றதலாம் என்னால புரிஞ்சிக்க முடியல, ஆனா ஏன் இத்தன நாள் என்கிட்ட சொல்லாம விட்டிங்க?

"இல்ல நவநீதன் இது உனக்கு தாமதமா தான் தெரிஞ்சிருக்கும், களிங்கன் வர்றதனால தான் இப்பயே உனக்கு தெரியிற மாதிரி ஆகிருச்சி, இதுல நீ பயப்புடுறதுக்கு ஒன்னுமே இல்ல நவநீதன், ஒவ்வொரு உலகமும் ஒவ்வொரு மாதிரி இருக்கும் அங்க உனக்கு போக வேண்டிய சூழ்நில வந்தா நீ தெரிஞ்சிப்ப".

ஏன் ஆனெக்ஸின் எப்பயுமே எனக்கு புரியாத மாதிரியே பேசுறீங்க?, இதெல்லாம் எனக்கு முன்னாடியே தெரிஞ்சிட்டா அப்படி என்ன ஆகிரும்?

"என்னோட சூழ்நில அப்படி நானும் அந்த விதிக்கு கீழ தான் செயல் பட்டுட்டு இருக்கன், இருந்தாலும் உன்கிட்ட ஒன்னே ஒன்னு சொல்றன் நிழல் உலகம் ரொம்பவே வித்தியாசமா இருக்கும், அந்த உலத்துக்குள்ள நம்மள மாதிரி உயிரினங்கள் அதிகமா இருக்காது, அங்க நாம போனோம்னா கிட்ட தட்ட நம்மளோட ஒட்டு மொத்த சந்தோஷத்தையும் அது உறிஞ்சி எடுத்துரும், அதே மாதிரி

தான் இறந்தவர்களின் உலகத்துலயும் இறந்து போனவங்களோட ஆன்மா இருக்கும், இதே போல தான் ஒவ்வொரு உலகமும் ஒவ்வொரு மாதிரி இருக்கும் அத பத்தி நான் சொன்னாலும் உனக்கு புரியாது, நீயே பார்க்குறப்ப தான் உன்னால புரிஞ்சிக்க முடியும்".

சரிங்க ஆனெக்ஸின் நீங்க சொல்றதலாம் நான் கேக்குறன், முடிஞ்சளவுக்கு இந்த உலகத்த காப்பாத்த ட்ரை பண்றன்.

"நவநீதன் எல்லாத்தையும் மண்டைல போட்டு குழப்பிக்காத, இப்ப போய் ரெஸ்ட் எடு, மத்தத அப்புறம் பார்த்துக்கலாம்".

'சரிங்க ஆனெக்ஸின்'னு நாங்க கெளம்பும் போது மாயா ஆனெக்ஸின் கிட்ட,

'ஆனெக்ஸின் எண்ணங்களின் உலகம்னு எதாவது இருக்கா?'

"ஆமா மாயா இருக்குறதுலயே ரொம்ப பயங்கரமான உலகத்துல அதுவும் ஒன்னு, எப்பயுமே நினைவுகள் ஆபத்தானது, அதுலயும் நாம அங்க போனோம்னா நமக்கு நியாபகம் வர்றது நம்மளோட மோசமான நினைவுகள் தான், அது கிட்ட இருந்து தப்பிக்கவே முடியாது".

'போதும் ஆனெக்ஸின் இதுக்கு மேல சொல்லாதீங்க, எனக்கு தல சுத்துது' அப்படின்னு சொல்லவும், "சரி நவநீதன் கெளம்புங்க"னு ஆனெக்ஸின் சொன்னாரு, நானும் மாயாவும் கனவ விட்டு வெளிய வந்தோம்,

என்ன மாயா உனக்கும் நிறைய விஷயங்கள் தெரிஞ்சிருக்கு ஆனா எதுவுமே சொல்ல மாட்டங்குற?

"அப்படிலாம் ஒன்னும் இல்ல நவநீ".

சரி மாயா உன் நிலமையும் எனக்கு புரியிது, நீயும் ஆனெக்ஸினுக்கு கீழ தான இருக்க, சரி விடு மாயா பார்த்துக்கலாம்னு சொல்லிட்டு நாங்க கிளம்பிட்டோம்.

அடுத்த நாள் காலைல, நான் அவசரவசரமா சாப்பிடுட்டு காலேஜ்க்கு போனன், காலேஜ்க்கு லேட்டா போனா கிளாஸ மட்டும் கவனிப்பன், சீக்கிரமா போனா அனுக்கூட பேசி வெள்ளாடலாம்னு சீக்கிரமா போறன், பசங்க வந்தாலும் நாங்க எப்படி வெள்ளாட்றமோ அப்படியே தான் இருப்போம், ஸ்டாஃப் வந்தா மட்டும் கப்ச்சிப்னு அடங்கிருவோம்.

அப்படியே ஒரு நாள் கேன்டீன்ல நான் சோகமா ஒக்காந்துட்டு இருந்தன், அப்ப அனு வந்தா,

"என்ன நவநீ ஆச்சு?"

எத கேக்குற?

"மூஞ்ச ஏன் இப்படி வச்சிருக்க?"

அதுவா அனு ஸ்டேன்லீ இறந்துட்டாரு.

"அது யாரு? எதாவது சைனீஸ் டைரக்டரா?"

இல்ல அனு அவரு தான் அந்த ஸ்பைடர் மேன், அயன் மேன் அப்படினு இப்படினு மார்வல்ல வர்ற கேரக்டர்ஸலாம் கிரியேட் பண்ணவரு, அவரு அப்பயே ஸ்டார்ட் பண்ணிட்டாரு எல்லாத்தையும்.

"ஓ...சரி விடு வருத்தப்படாத, இறந்தவங்க இயற்கையோட கலந்து நம்ம கூடவே இருப்பாங்கனு சொல்லுவாங்க".

ம்ம்.

நானும் அனுவும் கொஞ்ச நேரம் எதுவும் பேசல அப்புறம் பஃப்ஸ் வாங்கி சாப்பிட்டுக்கிட்டு இருந்தோம் அப்ப,

அனு...

"ம்ம், சொல்லு நவநீ".

நாம படத்துக்கு போலாமா?

"எதுக்கு?"

படம் பார்க்க தான்.

"நான் எதுக்கு நீ மட்டும் போ வேண்டியது தான".

நீ வர்லனாலும் போவன், நீ வந்தா சேர்ந்து போலான்னு பார்த்தன், அவ்ளோ தான்.

"ஓ, சரி பார்ப்போம்".

பார்ப்போம்னுலாம் சொல்லாத வர்றியா இல்லையானு மட்டும் சொல்லு.

"படத்த தான் பார்ப்போம்னு சொன்னன்".

எனக்கு என் பாடத்துல இல்லாத சைக்காலஜிக்கல் ஃபீல் வந்துச்சி, அவ படத்துக்கு வர்றன்னு சொன்னப்ப.

தியேட்டர் நாள் வந்தது, நாங்க ரெண்டு பேருமே டிக்கட் கவுண்ட்டர்ல நின்னதாலையோ என்னவோ, கார்னர் சீட்ஸ் வேணுமானு கேட்டாங்க, எனக்கு சென்டர்ல ஒக்காந்து படம் பார்க்க புடிக்கும்ங்றதால, சென்டர் சீட்ஸ் வாங்குனன், நான் வழக்கமா படம் பார்க்குற தியேட்டர் அப்படிங்றதால, நேரா கூப்ட்டுட்டு போய் ஒக்கார வச்சன், அதுக்கு பிறகு, தியேட்டர் ஸ்க்ரீன்ல, டைட்டில் கார்ட், 'செக்கச் சிவந்த வானம்' அப்படின்னு போட்டாங்க,

ரொம்ப ஆர்வமா படத்த பார்த்துட்ருந்தோம், இதே தியேட்டர்ல நல்ல படம் பார்த்து, அந்த படத்து மேல காதல்வய பட்ருக்கன், ஆனா இப்ப, என் பக்கத்துல அனு இல்ல அவ ஒரு பொண்ணு, அனு எனக்கு இப்ப ஒரு பொண்ணா தெரியிறா, புதுசா எங்க ரெண்டு பேருக்கும் நடுவுல வெக்கத்தையும், கூச்சத்தையும் உண்டுப் பண்ணுது அந்த சின்ன சின்ன உரசல்கள், தொடுதல்கள்.

"வானவெளி மண்ணை நழுவி விழுந்ததென்ன
திசையெல்லாம் மழையில் கரைந்து தொலைந்ததென்ன
சிட்டு சிறு குருவி பறந்த திசையும் தெரியவில்லை
விட்டு பிரிந்துவிட்டேன் பிரிந்த வேதனை சுமந்திருந்தேன்

விட்டு பிரிந்தேன் பிரிந்தேன்
உயிர் நனைந்தேன் நனைந்தேன்
அந்த சிறு குருவி இப்போது
அலைந்து துயர் படுமோ...?"

இந்த பாட்டு வரும்போது, அனுவோட கை என் கை மேல பட்டத உணர்ந்ததும், கைய உதறிட்டு திரும்பவும் படத்த பார்க்க ஸ்டார்ட் பண்ணோம், படம் முடியிற வர நாங்க ரெண்டு பேரும் எதுவுமே பேசிக்கல, ஆனா எங்க ரெண்டு பேரோட மனசுக்குள்ள சின்னதா ஒரு பூரிப்பு ஏற்பபட்டது, படம் முடிஞ்சதும், ரெண்டு பேரும் வெளிய வந்தோம், வழக்கமா பேசுற மாதிரி பேசாம கொஞ்சம் தயக்கத்தோடவே பேசிட்டு வீட்டுக்கு போயிட்டோம்.

மறுநாள் காலேஜ்ல நாங்க ரெண்டு பேரும் ஒன்னும் நடக்காத மாதிரி நார்மலா இருந்தோம்,

"நவநீ எதையாது என்கிட்ட சொல்லனும், இல்ல கேக்கணும்னு நெனைக்கிறியா? எதுவா இருந்தாலும் கேக்கலாம், சொல்லலாம்".

எனக்கெதும் இல்ல, உனக்கு அனு?

"உனக்கு இல்லல்ல எனக்கும் இல்ல, அப்படினு கோவமா சொல்லிட்டு போயிட்டா".

அப்ப தான் எனக்கு புரிஞ்சிது, அவளுக்கு என் மேல இருக்க காதல, ஆனா இதுல எனக்கொரு ஆச்சரியம் என்னனா எனக்குள்ளையும் அந்த உணர்வு இருந்துச்சி, ஆமா நீங்க நெனைக்கிறது கரக்ட்டு தான், நானும் காதல்ல விழுந்துட்டன்.

"இந்த காதல் யாரை தான் விட்டது"!

ஆனா எங்க ரெண்டு பேத்துக்குள்ளையும் ஒரு போட்டி நடந்துச்சி யாரு மொத காதல சொல்லுவான்னு, நாங்க மட்டும் தான் சொல்லிக்கல, ஆனா கிளாஸ்கே தெரியும், நாங்க லவ் பண்றோம்னு, சொல்லிக்கலனாலும் காதலும், ஏக்கமும், தவிப்பும் நாளுக்கு நாள் அதிகமாச்சு.

ஒரு நாள் நான் காலேஜ் வர லேட் ஆகிருச்சி, அப்ப அனு வந்து என் ஃப்ரண்ட்க்கிட்ட "ஏன் நவநீ வர்ல"னு விசாரிச்சா,

"அவனுக்கு தான் ஆக்சிடென்ட் ஆயிருச்சே தெரியாதா உனக்கு, ஜி.ஹெச்-ல இருக்கான் " அப்படினு என் ஃப்ரண்ட் சொல்லிட்டு, பசங்க கூட சிரிச்சிட்டு போயிட்றான்.

அதுக்கு அப்புறம் நான் ரொம்ப லேட்டாய்ருச்சேனு அவசரமா கிளாஸ் வந்தன்.

ப்ரேக் டைம்னால யாருமே கிளாஸ்க்குள்ள இல்ல, அனு அவ பெஞ்ச் கார்னர்ல செவுத்த ஒட்டுன மாதிரி, தலைய பெஞ்ச்ல சாச்சி செவுத்து பக்கம் படுத்துட்ருந்தா, பக்கத்துல நான் போனப்ப, தேம்புற சத்தம் கேட்டுச்சி,
அவ தலைய திருப்புனா, கண்ணு கலங்க தேம்பி தேம்பி அழுதுட்ருந்தா.

என்ன அனு?, ஏன் அழுகுற?

என்னைய வேகமா கட்டிப்புடிக்க வந்துட்டு, நின்னுட்டா, எங்க ரெண்டு பேருக்கும் நடுவுல அப்படி ஒரு அமைதி உண்டாகுது, திரும்ப பெஞ்ச்ல சாஞ்சிக்கிறா, பதில் எதும் பேசல(தேவையும் படல).

அப்புறம் என் ஃப்ரண்ட் ராஜா வந்ததுக்கு அப்புறம் தான், எல்லாமே எனக்கு புரிஞ்சுது.

சில வாரங்கள் நகர்ந்து தீபாவளியும் வந்தது, நான் நைட் ரோட்டுல நடந்து போயிட்ருக்கன் தனியா, தீபாவளி நேரம் அதனால நான் கடந்து போற ரோட் முழுக்க பட்டாசு பேப்பர்கள் தான், வானம் முழுக்க அவ்வளவு வெளிச்சமும் புக மூட்டமும் இருந்துச்சி, அதே நேரத்துல மாயாவும் என்ன பார்க்க வந்தா,

'வா மாயா நகரத்துல எதாச்சும் பிரச்சன இருக்கானு பார்க்கலாம்'னு நாங்க ரெண்டு பேரும் பறக்க ஸ்டார்ட் பண்ணோம்,

மாயா உன்கிட்ட ஒன்னு சொல்லனும்.

"சொல்லு நவநீ".

அனுவ லவ் பண்றன்னு நெனைக்கிறன்.

"எனக்கும் தெரியும் நவநீ, நீ நடந்துக்குற விதத்துலயே கண்டு புடிச்சிட்டன் ஆனா இருக்குற பிரச்சனைல இதெல்லாம் தேவையா, பொண்ணுங்களே இல்லாத உலகத்துல இருக்கனும்னு என்னென்னவோ சொன்ன, இப்ப இப்படி பண்ணிட்ருக்க?"

நமக்கு நிறைய பிரச்சன இருக்கு அதுல இதுவும் ஒன்னா இருந்துட்டு போட்டும்.

"ஏதோ பண்ணு ஆனா பிரச்சனைல மட்டும் மாட்டிக்காத".

அப்படியே நாங்க பேசிட்டே போயிட்ருக்கும் போது தூரத்துல ஒரு நாய், ஒரு இடுக்குல நடுங்கிட்ருக்கு வெளிய வராம, ரெண்டு மூனு பசங்க சேர்ந்துட்டு பட்டாச கொளுத்தி அதுமேல போட்டு பயம் காட்டிட்டு இருக்காங்க, நான் அந்த பசங்க கிட்ட போய் பொற மண்டைலயே தட்டி, ' போங்கடா ' அப்படினு வெரட்றன், அந்த நாய் முகத்துல பயம், உடம்புல நடுக்கம், நாங்க அந்த இடத்த விட்டு போனதும் அதுவும் போயிடுது.

நாங்க அங்கிருந்து கொஞ்ச தூரம் நடந்து போனதுக்கப்றோ, மாயா கஷ்ட படுறத பார்த்த நான்,

என்ன மாயா என்னாச்சு?

"இந்த மனுஷங்க அவங்க சந்தோஷத்த மட்டும் தான் பார்க்குறாங்க".

அப்படி என்ன பாவம் நாங்க பண்ணோம்.

"இந்த பட்டாசு கொளுத்துறதால, பறவைங்களும் விலங்குகளும் எவ்வளவு பாதிக்கப்படுறோம் தெரியுமா உங்களுக்கு".

அதுக்காக எதுவுமே எஞ்சாய் பண்ணாம இருக்க முடியுமா?

"இந்த உலகம் மனுஷங்களுக்கு மட்டும் சொந்தமானது இல்ல, சொல்ல போனா எங்களால தான் இந்த பூமி கொஞ்சமாச்சும் அழகா இருக்கு இப்ப".

ஏன் நாங்க அழகாக்கலையா?

"அசிங்கமாக்காம இருந்தா போதாதா".

உங்களுக்கு நாங்க எந்த நல்லதுமே பண்ணலயா?, ஏன் ஜூ-ல வச்சி உங்கள பாதுகாக்கல?

"கூண்டுல அடைக்க மனுஷ பய உங்களுக்கு என்ன உரிம இருக்கு, காட்டுல இருக்க விலங்குங்க பசிக்காக வேட்டையாடுதுங்க ஆனா உங்க மனுஷ பசி, தோலுக்காக, தந்தத்துக்காக, பல்லுக்காக அப்படினு பெருசா இருக்கு, அந்த பசில தான அழியிறோம், இதுல நீங்க அடச்சி வச்சி பாதுகாக்க என்ன இருக்கு, எங்களுக்கு செய்ற துரோகத்த விடு, உங்க சந்ததிக்கு குப்பைய தான வச்சிட்டு போறிங்க, மனிதம்னா என்னனு தெரியுமா உங்க பிரிவின புடிச்ச மனுஷ கூட்டத்துக்கு?"

ஏய் ஏய் ஆள விடு ஒத்துக்குறன்.

மாயாக் கிட்ட பேசி யாரால தான் ஜெயிக்க முடியும், அப்படியே நெனச்சுக்கிட்டு நாங்க ரெண்டு பேரும் வேற எதுவும் பேசிக்காம போயிட்டோம்.

எனக்கு காலேஜ் ஒரு வகைல ஜாலியா தான் இருந்துச்சி, அனுவ பார்க்குறப்பலாம்.

ரெண்டு பேரும் காதல வெளிய சொல்லாதப்ப கூட, உள்ளுக்குள்ளையே காதல பரிமாறிக்கிட்டோம்.

இத தெரிஞ்சிக்கிட்ட ராஜா ஷாக் ஆயிட்டான், ஏன் ஆக மாட்டான், பொண்ணுங்கலாம் ப்ரபோஸ் பண்றப்ப 'அவனுக்கு ஆல்ரெடி ஆளிருக்கு'னு இவன் மூலமா தான கத விட்டன், அப்படி பொண்ணுங்கனாலே தெரிச்சி ஓடுற 18 வருஷ நண்பன் இப்ப ஒரு பொண்ண லவ் பண்ணா ஷாக் தான ஆவான்.

என்னோட சம்பளப்பணம் கொஞ்சம் அதிகமா இருந்ததால என் அம்மாக்கு தங்க கம்மல் வாங்கி கொடுத்தன், அது தெரிஞ்சதும் சில பேர் என்ன பாராட்டுனாங்க, அனுவும் அவ அம்மாட்ட இத சொன்னா, சொன்னதும் அவளோட அம்மாகிட்ட கூட எனக்கு நல்ல பேரு கெடச்சிது, எங்களோட காதல் ஸ்ட்ராங்காய்ட்டே

இருந்துச்சி, இருந்தாலும் எங்களோட காதலுக்கு பெரிய தடையா இருந்தது அனுவோட அப்பா தான்.

அனுவோட அப்பா ஊர் கோவில் நிர்வாகி, ஜாதி புடிப்பு ஜாஸ்தி, அவங்க ஜாதிய விட்டு வெளிய எங்க கல்யாணம் பண்ணாலும் ஊற விட்டு ஒதுக்கி வச்சிருவாங்கனு அனு எப்பயும் என்கிட்ட சொல்லிட்டுருப்பா.

அதனால அனு இந்த பிரச்சனைக்கு ஒரு தீர்வு கண்டு புடிச்சி எனக்கு கால் பண்ணா,

"ஹலோ நவநீ கேக்குதா?"

ம்ம் கேக்குது அனு, சொல்லு.

"நம்ம காதல் சேர ஒரே வழி தான் இருக்கு".

அது என்ன வழி?

"நீ எவ்ளோ சீக்ரோ முடியுமோ அவ்ளோ சீக்ரோ டைரக்டர் ஆகனும்".

இன்னைக்கு மதியம் ஆகவா, நாளைக்கு காலைல ஆகவா?

"எவ்ளோ முக்கியமான ஒன்னுத்த சொல்லிட்ருக்கன், நக்கல் பண்ற".

உன் அப்பா மாதிரி ஜாதிய தூக்கி பேர் பின்னாடி போடுறது ஈஸி ஆனா டைரக்டர்னு என் பேர் முன்னாடி போடுறது கஷ்டம், சரியான உழைப்போட சேர்ந்து காலம் கை கொடுக்கனும், நீ பாட்டுக்கு அசால்ட்டா சொல்லிட்ருக்க.

"நான் அசால்ட்டா சொல்லலடா என் அப்பாக்கும் சின்ன வயசுல இருந்தே டைரக்டர் ஆகனும்னு தான் ஆச இருந்திருக்கு அதனால தான் சொன்னன்".

அப்போ நான் டைரக்டர் ஆகிட்டு வந்தா உங்கப்பன் ஓகே சொல்லிருவான் சரியா?

"கிட்ட தட்ட அப்படி தான்".

சரி நான் பேட்மேன் பார்க்கணும் கால கட் பண்ணிட்டு போ.

"ஆஹ்ன் வர்றன் பா,
ஏய் ஏய் அப்பா கூப்புட்றாரு, பாய்"

இந்த மாதிரி நல்லாவே போயிட்ருந்துச்சி லவ், இதுக்கு நடுவுல, திரும்ப திரும்ப அந்த சம்மந்தமே இல்லாத சத்தம் மட்டும் என்னையும், மாயாவையும் ரொம்பவே பயம் முறுத்திருச்சி. அதே நேரத்துல அனுவோட அண்ணனுக்கு எங்க லவ் மேட்டர் தெரிஞ்சி பெரிய பிரச்சனையாய்டுச்சி, இதனால அனுவுக்கும், எனக்கும் அடிக்கடி சண்ட வந்துட்டே இருந்துது.

அப்பனு பார்த்து என்னோட அப்பாக்கு ஒரு மருத்துவ செலவு வந்துருச்சி, இதனால பணத்தாலையும் மனதாலையும் ரொம்பவே பாதிக்கப்பட்டன், இது எல்லாத்தையுமே அனுக்கிட்ட சொல்லி பொலம்பிட்ருந்தன், அனு நான் பொலம்புறத கேக்க சில நேரம் ஒதுக்காததாலையும் எங்களுக்குள்ள சண்ட வந்துது, அனுவும் என்கிட்ட சரியா பேசாததால, வேற எதுலயும் என்னால சரியா கவனத்த செலுத்த முடியல, எனக்கு மட்டும் ஏன் இப்படி ஒரு கூந்தல் வாழ்க்கனு நான் பொலம்பிட்ருக்கும் போது மாயா வந்தா,

எப்ப வந்த மாயா?

"அதான உனக்கு இங்க நடக்குறதுலாம் எப்படி தெரியும்".

ஏன் ஒரு மாதிரி பேசுற?

"நீ எப்படி இருக்க? இப்படி இருக்க தான் ஆனெக்ஸின் உனக்கு சக்திகள கொடுத்தாரா?"

எனக்கு என்ன பண்றதுனு தெரியல மாயா.

"என்ன நவநீ, நீ இப்படி பேசிட்ருக்க, எனக்கு இந்த நவநீ புடிக்கவே இல்ல, நீ சராசரி மனுஷங்க மாதிரி இல்ல, தெரியும்ல உனக்கு?, பழைய மாதிரி வா" அப்படின்னு மாயா சொன்னதும் எனக்கு கொஞ்சம் ஆறுதலா இருந்துது.

ரெண்டு மூனு நாள் கழிச்சி அனு கால் பண்ணி,

"இங்க பிரச்சன இப்ப கொஞ்சம் கம்மியாய்ருக்கு ஆனா வெளிய போ முடியாது, கேர்ஃபுலா இருந்தா தப்பிச்சிரலாம்".

சரி அனு, நாம இப்படியே இருந்தா செட் ஆகாது, நாம அடுத்த ஸ்டெப்புக்கு போயாகனும்.

"அடுத்த ஸ்டெப்பா அது என்ன?"

கத எழுதணும்.

"கதையா அது எதுக்கு?"

அப்புறம் டைரக்டர்னா கத எழுதணும்ல.

"ஓ...அப்ப எழுது எழுது".

எழுதுனு சொல்லாத, எழுதுவோம்னு சொல்லு.

"நானா எனக்கென்ன தெரியும்?"

நீ என் கூட இரு, நான் சொல்றத மட்டும் எழுது அது போதும்.

இப்படி அனுவும், நானும் சேர்ந்து எங்களோட முதல் கதைய டிஸ்கஸ் பண்ணி எழுத ஆரம்பிச்சோம், இதனால எங்க ரெண்டு பேரோட லவ் இன்னும் ரெண்டு கிலோ முன்னூறு கிராம் அதிகமாச்சு.

லைஃப்ல சில தோல்விகள் வந்தாலும், 'அடுத்து என்ன?, வாட் நெக்ஸ்ட்?' அப்படினு தான் நாங்க ரெண்டு பேருமே யோசிப்போம்.

காலேஜ் ஃபர்ஸ்ட் இயர் என்ட் வந்ததால ரெக்கார்ட் நோட், ப்ராஜக்ட் அப்படி இப்படின்னு நிறைய ப்ரஷர் வந்துச்சி ஆனா இதெல்லாம் அனுவே பார்த்துக்கிட்டா, இதனால என்னோட காலேஜ் லைஃப் பெருசா பாதிக்கல, வேல பார்க்குற இடத்துல நல்ல பேரு இருந்ததால லீவ் போட்டாலும் எதும் சொல்லாம தான் இருந்தாங்க, ஆனா என்னால என்னோட ஃப்ரண்ட்ஸ்காக மட்டும் நேரம் ஒதுக்க முடியாம போயிருச்சி, எனக்கு இருக்க பொறுப்புகளுக்கு சில தியாகங்கள நான் பண்ணி தான ஆகனும்?

மீண்டும் ஒரு இரவு,
மாயா வழக்கத்துக்கு மாறா அவசரமா பறந்து வந்துட்ருந்தா என்கிட்ட,

"சீக்ரோ ரெடியாகு, என் ஃப்ரண்ட் ஒருத்தி திருப்பூர்ல பறந்துட்ருக்கப்ப ஒரு பில்டிங் இடியிற மாதிரி இருக்குறத பார்த்திருக்கா நாம உடனே போயாகனும்""னு அவ சொன்னதும், நானும் கிளம்புனன், ஷேடோவா.

ப்ரேக்கிங் நியூஸ்,
"திருப்பூர் அருகே ஒரு ஆடை தயாரிக்கும் கட்டிடம் பாதி இடிந்த நிலையில் உள்ளே 50 தொழிலாளர்களுடன் நிலைக்குளைந்துள்ளது "

'நெடுமாறன் ஃப்ரேம்ல இருக்கனா ஓகே வா?'

"ஓகே சுதா, 3, 2, 1, பேசலாம்".

'100 தொழிலாளர்கள் இருந்த பில்டிங் 50 தொழிலாளர்கள் வெளிய வந்துட்டாங்க, மீதி 50 தொழிலாளர்களும் உள்ளயே மாட்டிக்கிட்டாங்க, ஃபயர் சர்விஸ் அவங்கள வெளிய கொண்டு வர பார்த்துட்ருக்காங்க, ட்ரஸ்டி செய்திகளுக்காக சம்பவ இடத்திலிருந்து ஒளிப்பதிவாளர் நெடுமாறனுடன் சுதா'.

'அங்க பாரு அந்த பில்டிங் உள்ள யாரோ போறாங்க, ஃபோகஸ் பண்ணுங்க அது யாரு, ஷேடோவா அது!'

பயப்படாம இருங்க நான் உங்கள காப்பாத்துறன்.

"யார் நீங்க?"

'அதுக்கு நேரம் இல்ல சீக்கிரம் வாங்க போலாம்', இந்த மாதிரி ஒவ்வொருத்தரியா நாங்க காப்பாத்திட்டு இருந்தோம், அப்ப ஒரு பத்து பேர் உள்ள இருக்கும்போது மட்டும் பில்டிங் திரும்பவும் கீழே விழுகிற மாதிரி ஆயிடுச்சு, இருந்தாலும் எப்படியோ அதெல்லாம் சமாளிச்சு நானும், மாயாவும் சேர்ந்து எல்லாரையும் காப்பாத்துனோம், சில மாசமா வெளி வராம இருந்த என்னோட பேரு இந்த நியூஸ்னால வெளிய வர ஆரம்பிச்சுது.

'ஷேடோ, ஷேடோ, ஷேடோ'னு என்னைய பத்தியே பேசிட்ருந்தாங்க, சில பேரு என்னைய கடவுளா கூட பார்க்க ஆரம்பிச்சாங்க, நானும், அனுவும் கூட அப்பப்ப ஷேடோவ பத்தி பேசிட்ருப்போம், அவக்கிட்ட மறைக்கிறோமேனு எனக்கும் சங்கடமா தான் இருந்துச்சி, பப்ளிசிட்டி அதிகமானதால நானும், மாயாவும் கொஞ்ச நாளைக்கு நைட் நேரத்துல வெளிய வராம இருந்தோம்.

அப்படியே சில நாட்கள் நகர்ந்து,
அப்ப ஒரு நாள் நானும் மாயாவும் பேசிட்ருக்கும் போது எனக்கு அந்த சத்தம் அதிகமா கேட்டுச்சு.

"நவநீ என்ன யோசிச்சிட்ருக்க?"

அந்த சத்தம் அதிகமாகுறத உன்னால ஃபீல் பண்ண முடியிதா?

"ஆமா நவநீ இது வேற ஒரு தலவலியா இருக்கு".

'சரி வா மாயா என்ன தான்னு பார்த்துரலாம்'னு நானும், மாயாவும் மேல பறந்து போனோம்.

மேல போக போக எங்களுக்கு சுவாசிக்குற பிரச்சன இருந்தாலும் அது எப்படியோ தானாவே சரியாகிருச்சி, அப்ப தான் எங்களுக்கு தெரியிது எங்களோட சக்திய அடுத்த கட்டத்துக்கு கொண்டு போயிட்டோம்னு,

மாயா அங்க பாரு வெளிச்சம் அதுக்கிட்ட போலாம்.

அங்க ஒரு பெரிய உருவம்,
அது ஒரு ஐந்து மாதிரியும், பெரிய மல மாதிரியும் இருந்துச்சி கிட்ட தட்ட கல்லு, மண்ணு, தூசி, புக கலந்த கலவையா இருந்துச்சி.

சரி மாயா நீ இங்கயே இரு நான் அது கிட்ட போறன்.

"வேணா நவநீ நான் போறன், எனக்குனு யாரும் இல்ல, நான் செத்தா கூட எந்த பாதிப்பும் இருக்காது, உனக்குனு ஒரு குடும்பம், உன்ன நம்பி ஒரு பொண்ணு, அதையும் தாண்டி ஆனெக்ஸின் நீ தான் இந்த உலகத்த காப்பாத்த போறன்னு நம்புறாரு, அதனால நீ இரு நான் போறன்".

'உனக்கு நான் இல்லையா மாயா நீ செத்தா நான் வருத்தப்பட மாட்டனா?, ஏன் இப்படி சொல்ற, நாம ரெண்டு பேருமே போலாம், போய் அவன அழிச்சிரலாம்' அப்படின்னு சொல்லிட்டு நானும் மாயாவும் அந்த உருவத்த நெருங்கிட்ருந்தோம்.

மாயா என்னைய பார்த்து "எலி பறக்குமா" அப்படினு கேட்டா, உடனே நான் திரும்பி பார்த்தா ஏதோ ஒரு உயிரினம் என் முகத்துல அடிச்சிட்டு போயிருச்சி, திரும்பி கண்ண முழிச்சி பார்த்தா ஒவ்வொரு உயிரினமா வந்துச்சி அத பார்க்குறதுக்கு பறக்குற எலி மாதிரி எங்களுக்கு தெரிஞ்சிது, ஒவ்வொன்னா வந்ததால சமாளிச்சிட்டு இருந்தோம் திடீர்னு பார்த்தா ஒரு படையே வந்துருச்சி, எங்களுக்கு என்ன பண்றதுன்னு தெரியாம தனித்தனியா பிரிஞ்சி சண்ட போட்டுட்டு இருந்தோம், ஒரு கட்டத்துக்கு மேல என்னால சமாளிக்க முடியல, அந்த ஆயிரக்கணக்கான உயிரினங்கள் என்னைய சுத்தி வளச்சிருச்சி, கிட்ட தட்ட சாகுற நிலமைக்கு போயிட்டன், அப்போ நான் எதிர் பார்க்காத ஒரு விஷயம் நடந்துச்சி, சூரியன் கிட்ட இருந்து வர்ற மாதிரி ஒரு நெருப்பு சக்தி அந்த மொத்த உயிரினத்தையும் அழிச்சிது, கடைசில அந்த நெருப்பு சக்தி எங்க இருந்து வந்துருக்குனு பார்த்தா மாயாக் கிட்ட இருந்து வந்திருக்கு, இத என்னால நம்பவே முடியல, மாயா இத எப்படி பண்ணா?, இதுக்கு முன்னாடி இந்த சக்தி இருந்தாலும் இத ஏன் நம்ம கிட்ட மறச்சிருக்கா அந்த மாதிரி ஏகப்பட்ட கேள்விகள் என் மனசுல எழுந்துச்சி, இத புரிஞ்சிக்கிட்ட மாயா,

"ஆனெக்ஸின் சொன்னத மறந்துட்டியா நீ, உனக்கு எப்ப தெரியனுமோ அப்ப தான் சில விஷயங்கள் தெரிய வரும், அதே தான் துரோனாவும் நமக்கு தேவையான நேரத்துல, தேவையான சக்திகள் வெளிப்படும்னு சொன்னாரு அதையுமா நீ மறந்துட்ட".

சரி மாயா என்னமோ நீ சொல்ற, இருந்தாலும் மொதல அந்த அரக்கன அழிக்கலாம் வா.

அந்த மல மாதிரி இருந்த அரக்கன் கிட்ட போனதும், நெருப்பும், புகையும் கலந்த சக்தி மாதிரி எங்கள தாக்க ஆரம்பிச்சிருச்சி, உடனே மாயா அவளோட நெருப்பு சக்திய வச்சி தாக்கு புடிச்சா, மாயாவ விட அவன் பலசாலியா இருந்ததால மாயாவால அதிக நேரம் தாக்கு

புடிக்க முடியல, அதனால கொஞ்ச கொஞ்சமா மாயா வீக் ஆக ஆரம்பிச்சா, உடனே என்னைய பார்த்து,

"நவநீ என்னால முடியல, நீ எதாச்சும் பண்ணு".

மாயா என்னால முடியல நானும் ட்ரை பண்ணிட்டு தான் இருக்கன், நான் என்னதான் ட்ரை பண்ணாலும் எனக்குள்ள எந்த சக்தியும் வெளிப்படல.

"நவநீ உன்ன நம்பு, உன்ன நீ நம்புனா தான், உனக்குள்ள எதாச்சும் வெளிப்படும், ஆனெக்ஸின் உன்ன நம்புறாரு, இந்த மொத்த உலகமும் உன்ன நம்பி தான் இருக்கு, நீ எல்லாத்தையும் ஒரு செகண்ட் நெனச்சி பாரு அதே நேரத்துல உன்னையும் நீ நம்பு".

அப்படின்னு மாயா சொன்னதும் கண்ண மூடி எல்லாத்தையும் நெனச்சி பார்த்தன்.

கண்ண திறந்ததும் என் கண்கள என்னாலயே நம்ப முடியல, எனக்குள்ள கோல்டன் கலர்ல ஒரு சக்தி வெளி பட்டுச்சி அத வச்சி நானும் மாயாக் கூட சேர்ந்து அந்த மல அரக்கன தாக்குனோம், கிட்ட தட்ட ஒரு மணி நேரமா அந்த சண்ட போயிக்கிட்டே இருந்துச்சி, சொல்ல போனா நாங்க ரெண்டு பேருமே வீக் ஆகிட்டோம், மனசுக்குள்ள சின்னதா ஒரு தீப்பொறி ஏற்பட்டு எங்களோட மொத்த சக்தியையும் பயன்படுத்தி அவன தாக்குனோம், ஒரு வழியா அவன நாங்க அழிச்சிட்டோம், அப்ப அவன் செதரி போனான், அப்போ ஒரு வெளிச்சம் ஏற்பட்டுச்சி அந்த வெளிச்சம் கிட்ட தட்ட ஒரு நட்சத்திரம் வெடிக்கிற மாதிரி தெரிஞ்சிது, அந்த வெளிச்சம் இந்த உலகத்துல இருக்க எல்லாருக்குமே தெரிஞ்சிது, அந்த வெற்றியோட அளவு என்னனு எங்களுக்கு சொல்ல தெரியல, அதுக்கப்புறம் நானும் மாயாவும் இருந்த டயர்ட்ல பேசாம வீட்டுக்கு வந்து தூங்கிட்டோம்.

அதுக்கு பிறகு,

இந்த சம்பவம் ஏழு நாள் உலக செய்தியாயிருச்சி, இந்த உலகத்துக்கே ஷேடோ பேரு தெரிய ஆரம்பிச்சது, ஒரு லண்டன் நியூஸ் பேப்பர்ல 'இந்த உலகத்துக்கு உண்மையான ஹீரோ கெடச்சிட்டான்'னு போட்ருந்தாங்க, ஷேடோ மனுஷனா, பேயா, ஏன் ஏலியனானு கூட மக்களுக்கு நடுவுல பேசிட்ருந்தாங்க, ஆரம்பத்துல ஏதோ ஒரு 'கோமாளினு நெனச்சி கண்டுக்காதவங்க கூட ஷேடோ யாரு? அவன் எங்கருந்து வந்திருக்கான்?னு தெரிஞ்சிக்க ஆசப் பட்டாங்க.

"நவநீ, இந்த உலகமே உன்ன பத்தி மட்டும் தான் பேசிட்ருக்கு".

ஆமா மாயா எனக்கும் பயமா தான் இருக்கு.

"சரி கொஞ்ச நாள் தலமறவா இருக்குறது நமக்கு நல்லதுனு நெனைக்கிறன், அதுக்கு பிறகு ஆனெக்ஸின பார்க்க போகலாம்".

ஆமா மாயா எனக்கும் அதான் சரினு படுது, அதுக்குள்ள நானும் எக்ஸாம் எழுதிட்டு வந்துடுறன்.

எக்ஸாம்ல படிச்சது கொஞ்சம், டாப்பிக்ஸ், சப்டாப்பிக்ஸ்னு கத கொஞ்சம், ஜோடிச்சது கொஞ்சம்னு ஏதோ ஒரு வழியா எழுதிட்டன், அதே நேரத்துல ஏன்னு தெரியல எனக்கும், அனுவுக்கும் நடுவுல காரணமே இல்லாத சண்ட நிறைய வந்துட்டே இருந்துச்சி,
ஆனா அதுக்காக கத டிஸ்கஸையும், ஃபியுச்சர் பத்துன யோசனையையும் நாங்க ரெண்டு பேருமே விடல, சண்ட ஒரு பக்கம் இருந்தாலும் அதுவும் ஒரு பக்கம் இருந்துச்சி.

கடைசியா நானும், அனுவும் சேர்ந்து ஒரு ஷார்ட் ஃபிலிம் பண்ணலாம்னு முடிவு பண்ணோம், எந்த மாதிரி ஷார்ட் ஃபிலிம் பண்ணலாம், அதுக்கு எவ்வளவு செலவாகும், காசுக்கு என்ன பண்ணலாம்னுலாம் யோசிச்சி ப்ளான் போட்டுட்டு இருந்தோம்,

"நீ பயப்படாத, நீயும் காசு சேரு நானும் காசு தரன், நீ கதைய மட்டும் நல்லா எழுது, முக்கியமா இந்த ரெண்டு மாசம் சினிமாக்கு மட்டும் செலவு பண்ணு உன் ஃப்ரண்ட்ஸ் கூட ஊர் சுத்தி டைம் வேஸ்ட் பண்ணாத" அப்படின்னு அவ சொன்னதும் எனக்கு சிரிப்பு வந்துருச்சி, உடனே அவ என் காத புடிச்சி திருகி "மவனே நீ டைம் மட்டும் வேஸ்ட் பண்ணு, அப்றோ இருக்கு உனக்கு"னு மெறட்னா.

சரி நான் டைம் வேஸ்ட் பண்ண மாட்டன் ஆனா ஒன்னு நீ பண்ணனும், என்னனா எனக்கு நீ டெய்லியும் கால் பண்ணனும், அப்ப தான் எனக்குள்ள ஒரு எனர்ஜி வரும், அந்த எனர்ஜி போதும் நான் எல்லாத்தையும் பக்காவா செஞ்சிருவன்.

"அதெல்லாம் நான் பண்ணிருவன் ஆனா ரெண்டு மாசம் உன்ன பார்க்காம எப்படி இருக்க போறன்னு தான் தெரியல" அப்படின்னு என் கன்னத்த கில்லிட்டு சோகமா பஸ்ல ஏறி போயிட்டா.

நானும் சோகமா அப்படியே வீட்டுக்கு போயிட்ருந்தன், அப்ப மாயா வந்து ஆனெக்ஸின பார்க்க போலாம்னு சொன்னா, அதனால நானும் மாயாவும் நைட் ஆனெக்ஸின பார்க்க கனவுலகத்துக்கு போனோம்,

"வா நவநீதன், எல்லாம் நல்லபடியா போகுதா?"

'எல்லாம் நல்லாதான் போகுது, ஏதோ பெருசா சொன்னிங்க அவன யாராலையுமே அழிக்க முடியாது, களிங்கன்னா பெரிய இவன்னு, எங்க ரெண்டு பேரையும் சமாளிக்க முடியாம தோத்துட்டான்' அப்படின்னு சொல்லி நானும் மாயாவும் சிரிச்சோம்.

இதெல்லாம் கேட்டுட்டு, ஆனெக்ஸின் கொஞ்ச நேரம் அமைதியா இருந்துட்டு, ஒரு மாதிரி நக்கலா சிரிச்சாரு, எனக்கும் மாயாக்கும் இவரு ஏன் சிரிக்குறார்னு புரியவே இல்ல.

"நவநீதன், நீங்க அழிச்சது அவன் கால் தூசு கூட இல்ல".

ஆனெக்ஸின் சும்மா கூட அப்படி சொல்லிறாதிங்க.

"நீங்க அழிச்சவன் பேரு லிகி அவனும் களிங்கனோட படையில ஒரு பகுதி தான், அவன விட பல மடங்கு சக்தி உடையவன் களிங்கன், நீங்க அழிச்ச மாதிரி இன்னும் நிறைய பேர அழிக்குற மாதிரி இருக்கும், அப்புறம் தான் அவன் வருவான்".

நானும், மாயாவும் இவ்வளவு நேரம் இவன் தான் களிங்கன்னு நெனச்சி சந்தோஷப்பட்டோம், ஆனா நீங்க இப்படி சொல்ட்டிங்ளே.

"துரோனா தான் முன்னாடியே சொன்னாருல்லா அவனோட படைகள தான் முன்ன அனுப்புவான்னு, அப்பவே நீங்க நல்லா தெரிஞ்சிருக்கனும், சரி இப்ப நான் சொல்றத நியாபகம் வச்சுக்கோங்க, களிங்கன பத்தி நீங்க என்ன நெனைக்கிறிங்களோ அத விட பலமடங்கு அவன் பலசாலி, இந்த உலகத்துக்கு அவன் வந்துட்டு போனாலே, இந்த உலகத்துல ஒரு சொட்டு சந்தோஷம் கூட இருக்காது, எல்லாத்தையும் ஒரு வழி பண்ணிட்டு போயிருவான்".

நீங்க சொல்ல சொல்ல எனக்கு பயம் தான் அதிகமாகுது.

"நீ பயப்படாத, இப்ப இவன அழிச்சிருக்கிங்க அடுத்து ஒவ்வொருத்தனா அழிக்குற மாதிரி இருக்கும்".

ஏன் ஆனெக்ஸின்?, இதெல்லாம் என்கிட்ட முன்னாடியே சொல்லல?

"உனக்கு எது தேவையோ அதெல்லாம் முன்னாடியே சொல்லியாச்சு, மீதி எல்லாம் உனக்கு தேவப்படுறப்ப நீயே தெரிஞ்சுப்ப".

அட்லீஸ்ட் என்னோட பவர் என்னன்னாவது சொல்லுங்க ஆனெக்ஸின்.

"உன்கிட்ட நிறைய பவர்ஸ் இருக்கு, அதெல்லாம் உனக்கு தேவப்படுறப்ப ஒவ்வொன்னா அதுவாவே வெளிப்படும்".

எப்பனு கேட்டாலும் நீங்க சொல்ல மாட்டிங்க, சரி ஆனெக்ஸின் எதாவது தேவப்பட்டுச்சினா நாங்க திரும்ப வர்றோம், இப்போ கிளம்புறோம்.

'ஆனெக்ஸின் அடுத்து எப்ப அவனோட படைகள் வரும்'னு மாயா கேட்டா,

"அது உங்க ரெண்டு பேருக்கும் தெரிய வரும், அப்படி இல்லனா நானே உங்க கிட்ட சொல்றன்".

'சரிங்க ஆனெக்ஸின்'னு சொல்லிட்டு நாங்க ரெண்டு பேரும் கனவுல இருந்து முழிச்சிட்டோம்.

கனவுல இருந்து வெளிய வந்ததும், என்னனே தெர்ல ரெண்டு மூனு நாளா என்னோட வலது கால் மட்டும் வலிச்சிட்டே இருக்கு, இருந்தாலும் காலேஜ்லாம் லீவ்ந்றதால ஃபுல்டே ஒர்க்கும் போயிட்டு இருந்தன்.

எனக்கு இதெல்லாம் பெரிய விஷயமா தெரியல ஆனா ரெண்டு வாரமா கால் பண்ணி பேசிட்ருந்த அனு, இப்ப கால் பண்ணி பேசுறது இல்ல, மெசேஜ் பண்ணாலும் ரிப்லை இல்ல, கால் பண்ணாலும் எடுக்கல, கொஞ்ச நாள் அப்படியே விட்டுட்டு, திரும்ப கால் பண்ணி பார்த்தன், "நீங்கள் டயல் செய்த வாடிக்கையாளரின் நம்பர் தற்போது ஸ்விட்ச் ஆஃப் செய்யப்பட்டுள்ளது" அப்படின்னு வந்துச்சி, குழப்பமான கேள்விய விட கொடூரமானது, பதிலில்லா கேள்வி அத அங்க தான் உணர்ந்தன், ஆனா ஒன்னு மட்டும் தெளிவா புரிஞ்சுது அவ ஏதோ பிரச்சனைல மாட்டிருக்கானு, ஆனா என் மனசு மட்டும் என் பேச்ச கேக்காம, அதையே நெனச்சிட்டு இருந்துச்சி.

அனு கால் பண்ணிற மாட்டாளானு ஃபோனயே பார்த்துட்டு இருந்தன், அப்ப என் தாய் மாமா கால் பண்ணாரு,

ஹலோ மாமா கேக்குதா?

"கேக்குதுயா, பாப்பாக்கு ஆப்ரேஷன் பண்ணனும்னு சொல்லிட்டாங்கயா, ஏழர லட்சம் செலவாகுமாம், என்ன பண்றதுனே தெரியல" அப்படின்னு சொல்லிட்டு அழ ஆரம்பிச்சுட்டாரு,

அய்யோ மாமா நீங்க மொத தைரியமா இருங்க.

"சரியா நீங்க எதாவது பாருங்கப்பா".

'சரி மாமா, நான் உங்களுக்கு கால் பண்றன்' அப்படின்னு கால கட் பண்ணிட்டு இந்த விஷயத்த என் அம்மா கிட்ட சொன்னன், அத நெனச்சி அவங்க ஒரு பக்கம் அழுக ஆரம்பிச்சிட்டாங்க, இத பார்த்ததும் என் மனசு கேக்கல, வேல பார்க்குற இடத்துல இருந்து கொஞ்சம் காசு கடன் வாங்கி மாமாக்கு அனுப்பிவிட்டன்.

கொஞ்சநாள் எதுவுமே சரியில்ல,
அனுக்கிட்டையும் பேச முடியல, மனசே சரியில்லாம இருந்துச்சி, அப்பப்ப மாயா மட்டும் தான் வந்து ஆறுதல் சொல்லிட்டு இருந்தா.

ஒரு பக்கம் கால் வலி அதிகமானதால ஹாஸ்ப்பிட்டல் போய் ட்ரீட்மெண்ட் எடுத்தன் அதனால கொஞ்சநாள் வேலைக்கும் போகாம இருந்தன்.

திரும்பவும் மாமா கால் பண்ணி ஏழர லட்சத்துல மூனு லட்சம் தான் சேர்ந்திருக்குனு சொன்னதும் எனக்கு என்ன பண்றதுனே தெரியல, இருந்தாலும் 'சரி மாமா எதாவது பார்க்குறன்'னு சொல்லி கால கட் பண்ணிட்டன், கடனும் ஆல்ரெடி அதிகமா இருந்ததால எனக்கு எங்க கேக்குறதுனே தெரியல, சரி நமக்கு தான் ஃப்ரண்ட்ஸ்

அதிகமா இருக்காங்களேனு கிட்ட தட்ட 70 பேருக்கிட்ட கேட்டன் ஆனா ஒருத்தர் கூட ஒரு பைசா கூட தர்ல, இதனால மாமாக்கு திரும்ப பணம் அனுப்ப முடியலனு மனசளவுல ரொம்ப கஷ்ட பட்டன், அதனால கொஞ்ச நாள் ஷேடோவா மாறாம நவநீதனா மட்டுமே இருந்தன் இதனால மக்கள காப்பாத்த முடியாம போயிருச்சி, இத தெரிஞ்சிக்கிட்ட ஆனெக்ஸின் என்ன பார்க்க வர சொன்னாருனு மாயா சொன்னா,

சொல்லுங்க ஆனெக்ஸின் என்ன விஷயம்?

"என்ன நவநீதன் பண்ணிட்டு இருக்க மக்கள காப்பாத்தாம? இதுக்கா உன்ன செலக்ட் பண்ணி சக்தியலாம் குடுத்தோம்?"

இல்ல ஆனெக்ஸின் கொஞ்சம் ஃபேமிலி ப்ராப்லம் அது மட்டும் இல்லாம மனசும் சரியில்ல.

"என்ன சின்ன கொழந்த மாதிரி காரணம் சொல்லிட்டு இருக்க, இந்த மொத்த உலகமே உன்ன நம்பி தான் இருக்கு, மறந்துட்டியா?"

நான் மொதல்ல மனுஷன், அதுக்கு அப்புறம் தான் இந்த சூப்பர் ஹீரோ லாம், எனக்குனு ஃபீலிங்ஸ் அன்ட் எமோஷன்ஸ் இருக்கும், அது பாதிச்சிச்சினா என்னால எதையுமே செய்ய முடியாது.

"மாயா நீயாச்சும் அவனுக்கு புரிய வை நாம எந்த மாதிரி சிட்சுவேஷன்ல இருக்கோம்னு".

நீங்க சொன்னதே புரிஞ்சிருச்சி ஆனெக்ஸின் இனிமே நான் கரக்ட்டா இருப்பன்.

"இனிமே கரக்ட்டா இரு நவநீதன், உன்ன நம்பி நிறைய பேரு இருக்கோம், உன் காதலிய நெனச்சி ஃபீல் பண்ணிட்டு இருந்தா இங்க நிறைய பேர உன்னால காப்பாத்த முடியாம போயிரும், மாயா நீயும் கொஞ்சம் நவநீதன பார்த்துக்கோ".

'சரிங்க ஆனெக்ஸின்'னு சொல்லிட்டு நானும் மாயாவும் கனவ விட்டு வெளிய வந்துட்டோம்.

"நீ ஒரு புத்திசாலினு நெனச்சன் ஆனா நீ இப்படி இருக்கியே".

ஏன் மாயா என்னாச்சு?

"இல்ல நான் பார்த்த நவநீ வேற, இப்படி தோத்து போனா கூட அடுத்து என்ன பண்ணலாம்னு தான் பார்ப்பான், இப்படி ஒடஞ்சி போயிலாம் ஒக்கார மாட்டான், அதுவும் ஒரு பொண்ணுக்காகலாம் ஒக்காரவே மாட்டான்".

எல்லாம் தெரிஞ்ச நீயே இப்படி பேசுறியே மாயா, அனு ஒன்னும் மத்த பொண்ணுங்க மாதிரி இல்ல, நான் இருட்டுல இருக்கும் போது என்கிட்ட வந்து சேர்ந்த மின்மினி பூச்சி அவ, அதனால எனக்கு கொஞ்சம் வெளிச்சம் கெடச்சிது இப்ப அந்த மின்மினி பூச்சி இல்லாததால திரும்பவும் இருட்டுக்குள்ள மூழ்கிட்டன் அதனால தான் என்னால சீக்கிரம் வெளிய வர முடியல.

"புரியிது நவநீ நீ சொல்றதுலாம், மொதல்ல உன் காலு என்னாச்சுனு பாரு, அனுவ கூட காலேஜ் தொறந்ததும் அவளுக்கு என்னாச்சுனு பார்த்துக்கலாம் அது வர ஷேடோவா இரு".

சரி மாயா அதெல்லாம் நான் பார்த்துக்குறன் அதுக்கு முன்னாடி எனக்கு கொஞ்சம் ரெஸ்ட் தேவப்படுது அதனால கொஞ்சம் ரெஸ்ட் எடுத்துக்கிறன்...,

4. நிழல் ஒரு கொலைகாரனா?

* ★ *

வழக்கம் போல நானும், மாயாவும் எதாவது பிரச்சன நடக்குதானு வானத்துல பறந்து பார்த்துட்டு இருந்தோம், அப்போ மாயா,

"நவநீ அது உன் ஃப்ரண்ட் ஆகாஷ் தான பாரு அழுதுட்டு போயிட்டு இருக்கான்".

'இரு மாயா அவனுக்கு என்னாச்சினு நான் போய் பார்த்துட்டு வரன்' அப்படின்னு சொல்லிட்டு தெருமுனைக்கு போய் அங்கிருந்து ஷேடோ வா இருந்த நான் நவநீதனா மாறிட்டன்.

டேய் ஆகாஷ்.

"நவநீ நீ எப்போடா இங்க வந்த?"

நான் ஆந்த மாதிரி பறந்து வந்தன்.

"எது ஷேடோ மாதிரியா?"

நான் சிரிச்சிக்கிட்டே 'சரி அத விடு ஏன் மூஞ்ச உம்முனு வச்சிருக்க?'னு அவன்கிட்ட கேட்டன்.

"அது ஒன்னும் இல்ல".

ச்சீ சொல்லு.

"லவ்ல தான் பிரச்சன மச்சான்".

ஆமா மச்சான் எனக்கும் அதே பிரச்சன தான் அனுவும் ஒன்னர மாசமா பேசாம இன்னைக்கு தான் மெசேஜ் பண்ணிருக்கா, நாளைக்கு வரேன்னு சொன்னா.

"என்ன மச்சான் எதுவுமே சொல்லாம இருந்திருக்க?"

அதெல்லாம் பார்த்துக்கலாம் இப்ப நீ வீட்டுக்கா போயிட்டு இருக்க?

"ஆமா மச்சான் ஆனா எப்ப போவன்னு தெரியல மனசே சரியில்ல".

:அப்ப என் கூட வா மச்சான் சுரா வீட்டுக்கு போலாம்' அப்படின்னு சொல்லிட்டு நானும் ஆகாஷும் சுரா வீட்டுக்கு நடந்து போயிட்டு இருந்தோம், போற வழியில பாய் கட இருந்ததால ஒரு கோழிய உரிக்க சொல்லிட்டோம், சுரா வீட்லையும் யாரும் இல்லாததால நாங்க பிரியாணி செஞ்சோம், ராஜாவுக்கும் கால் பண்ணி 'மச்சான் நைட் சுரா வீட்ல தான் ஸ்டே'னு சொல்லி வர வச்சோம், ராஜா வந்ததும் நாங்க நாலு பேரும் பிரியாணிய பங்கு போட்டுக்கிட்டே ப்லூட்டூத் ஸ்பீக்கர்ல நல்ல குத்து பாட்டு போட்டு, ஜாலியா பேசிக்கிட்டே சாப்டோம், அதுக்கு அப்புறம் மொட்ட மாடிக்கு போய் ஒரே குத்தாட்டம் தான், ஆகாஷ் ஓட ஒரு மோசமான இரவா அமஞ்சிருக்க வேண்டியது இப்ப ஒரு நல்ல மெமரிஸா மாறிடுச்சி, இங்க பசங்க கூட ஜாலியா இருந்தாலும் ஒரு பக்கம் 'அனுவுக்கு என்னாச்சு?, அவ நாளைக்கு என்ன சொல்ல போறா?'ன்னு மண்டைக்குள்ள ஓடிட்டே இருந்துச்சி.

காலைல விடிஞ்சிதும்,

'டேய் காலேஜ்க்கு போகனும் டா எழுந்திரிங்கடா'னு நான் சொன்னதும்,

உடனே ஆகாஷ், "இப்படியே குளிக்காமலயா போறாது",

அதுக்கு ராஜா, 'நான் நேத்து சாயங்காலம் தான் குளிச்சன் எனக்கு பிரச்சன இல்ல'னு சொன்னான்,

டேய் நாம ஒன்னும் காலேஜ்க்கு படிக்க போகல, அனுவ பார்த்து என்ன பிரச்சனனு தான் கேக்க போறோம், அதனால மூஞ்ச கழுவிட்டு வாங்க போதும் அப்படின்னு சொல்லிட்டு நாங்க மூனு பேரும் அவசரவசரமா கௌம்பி காலேஜ் போயிட்டோம்.

காலேஜ் போனதும், 'அனுவ பார்த்தியா?, அனு வந்தாளா காலேஜ்க்கு?' அப்படினு நிறைய பேருக்கிட்ட கேட்டன், ஆனா அவங்க சொன்ன பதிலெல்லாம், 'இல்ல, தெரியல' அப்படின்னு தான், அவள பதட்டத்தோட தேடிக்கிட்டு இருக்கும் போது என் ஃபோன்க்கு ஒரு கால் வந்துது, எடுத்து பேசுனன், அது அனு தான், அவ இருக்க இடத்த சொல்லி அங்க வர சொன்னா, நானும் போனன், அது ஒரு தனி பில்டிங் அங்க பழைய பெஞ்சஸ்லாம் போட்டு வச்சிருப்பாங்க, அங்க படிக்கட்டுல தனியா ஒக்காந்துட்டு இருந்தா அவ நான் வந்தத கூட கவனிக்காம ஏதோ யோசனைல இருந்தா,

'அனு' அப்படின்னு நான் கூப்பட்டதும், யோசனைல இருந்து வெளிய வந்து என்ன அவ பார்த்தா, உடனே நான்,

'ஏன்டி கால் பண்ணாலும் எடுக்கல, மெசேஜ் பண்ணாலும் பார்க்கல, உன் ஃபோன் ஸ்விட்ச் ஆஃப்னு வந்ததும் எவ்ளோ பதர்னன் தெரியுமா?' அப்படின்னு கேட்டுட்டே நான் அவளோட இடது கன்னத்துல என்னோட வலது கைய வச்சன், அவ புருவத்துக்கிட்ட வந்து நின்ன முடிய கோதி காதோரமா விட்டன், அவ அமைதியாவே இருந்தா,

'சாப்டியா காலைல' அப்படின்னு நான் கேட்டதுக்கு "ம்ம்" அப்படின்னு பதில சொன்னா வேற எதையுமே அவ பேசல, சரி நாமளே கேப்போம்ன்னு, 'ம்ம்...சொல்றி என்னாச்சு?'னு கேட்டன்,

"இல்ல நவநீ இது நமக்கு செட்டாகாது".

எது?

"இந்த காதல்".

ஏன்?

"இந்த விஷயம் தெரிஞ்சதும் எங்கம்மா வெஷம் குடிக்க போயிட்டாங்க".

உனக்கு தெரியும்ல இது எப்படி இருக்கும்னு, இப்படி பாதில விட்டுட்டு போனும்னு நெனச்சா எப்படி?

"அப்பா கண்டிப்பா இந்த விஷயம் தெரிஞ்சா செத்துருவார்னு அம்மா சொன்னாங்க".

இரு இரு ஒரு நிமிஷம்.

"என்ன நவநீ என்னாச்சு?"

இல்ல ஒன்னும் இல்ல நீ சொல்ல சொல்ல எனக்கு பைத்தியம் புடிக்கிற மாதிரி இருக்கு, இதுல வேற பயம் வேற அதிகமாகுது.

"நவநீ கொஞ்சம் பொறுமையா இரு நான் சொல்றத புரிஞ்சிக்கோ".

என்னத்தடி நான் புரிஞ்சிக்கிறது எல்லாம் தெரிஞ்சி தான லவ் பண்ண?, இப்ப வந்து இப்படி சொல்லிட்டு இருக்க?

"ப்ளீஸ் நவநீ கோவப்படாத எனக்காக".

என்னைய விட்டு போயிருவன்னு சொல்லுவ அத கேட்டுட்டு நான் அமைதியா இருக்கணுமா, உன் மூஞ்சில முழிக்கவே புடிக்கல, கெளம்புடி.

"என்ன நவநீ இப்படிலாம் பேசுற? நீயே சொல்லு எங்கப்பாவ கொன்னுட்டு நான் உன்கூட வந்து வாழ முடியுமா?"

அய்யோ சாமி நீ உங்கப்பாம்மா கூடையே போய் வாழ்ந்துக்க, என்னைய விட்ரு நீ இல்லாம என்னால இருக்க முடியாது, நான் போறன்.

"எங்க போவ?"

நீதான் என்னைய விட்டுட்டு போயிட்டல்ல அப்புறம் என்ன? நான் எங்கயோ போய் சாகுறன் நீ கெளம்பு.

"நவநீ பேசுறதலாம் பார்த்தா எனக்கு பயமா இருக்கு".

ஆமா எனக்கும் பயமா தான் இருக்கு இதோட என் வாழ்க்க முடிஞ்சிருமோனு.

"நவநீ அப்படிலாம் ஒன்னும் ஆகாது நீ பயப்படாத".

இல்ல அனு எனக்கு தான் யாருமே இல்லல்ல, நீயும் போயிட்ட.

"நான் எங்கயும் போல நவநீ உன்கூட தான் இருக்கன்".

அய்யய்ய என்ன வாழ்க்க பிச்ச போட்டுட்டு இருக்கியா? எனக்கு பரிதாப படுறதுலாம் புடிக்காது நீ கெளம்பு.

"எனக்கும் அது தெரியும் நவநீ, நான் பரிதாப பட்டுலாம் வர்ல, எனக்கு உன்ன ரொம்ப புடிக்கும், எங்கப்பாக்காக தான் உன்ன வேணாம்னு சொன்னன்".

நீ என்ன சமாதானம் படுத்துறதுக்காக பொய் சொல்லிட்டு இருக்க.

"நான் பொய்யல்லாம் சொல்லல நவநீ உண்மையா தான் சொல்றன்".

அப்ப நாம திரும்ப லவ் பண்றதால உங்கப்பாக்கு பிரச்சன வராதா?

"கண்டிப்பா வரும் அதுக்கு என்ன பண்ணலாம்னு நாம ரெண்டு பேரும் சேர்ந்து யோசிக்கலாம், இப்ப நிம்மதியா உனக்கு?"

எனக்கு இப்பதான் உசுரே திரும்ப வந்துச்சி.

"சரி டைரக்டர் சேர் நான் கௌம்புறன், நாளைக்கு வரன்" அப்படின்னு சொல்லிட்டு அவ சிரிச்சிட்டே போயிட்டா.

நானும் சந்தோஷமா வீட்டுக்கு போனன், வீட்டுக்கு போனதும் என்னைய பார்த்துட்டு ஒரு மாதிரி மாயா சிரிச்சா,

ஏன் மாயா சிரிக்குற?

"என்ன நீ ஒரு ஆந்தையா மட்டும் தான பார்க்குற?"

அப்படிலாம் இல்லயே, ஏன் இப்படி சொல்ற?

"காலேஜ்ல அனுக்கிட்ட சாக போறன்னு ஏதோ சொல்லிட்ருந்த, அப்ப நாங்கலாம் உங்களுக்கு முக்கியம் இல்லாம போயிட்டோமா?"

அது லவ் மாயா உன்கிட்ட எப்படி சொல்லி புரிய வைப்பன்னு தெரியலையே.

"லவ்வா இருந்தாலும் அதுக்காக நீ உயிர விட்ருவியா?"

அது அப்படி இல்ல மாயா, அவ இல்லாம எனக்கு வாழ்க்கையே இல்லனு தோனுச்சி அதான் அப்படி சொன்னன்.

"அதான் நவநீ நான்லாம் உன் கண்ணுக்கு தெரிய மாட்டன், நீ போனா நான் என்ன பண்ணுவன்னு நெனச்சி பார்த்தியா?, நான் உனக்காக படைக்க பட்டவன்னாவது உனக்கு நியாபகம் இருக்கா?"

எனக்கென்ன சொல்றதுனே தெரியல மாயா, நானும் ஒரு சராசரி மனுஷன் தான், எங்களுக்குனு ஒரு மனசு இருக்கு, அந்த மனச தாண்டி எங்களால எதையும் யோசிக்க முடியாது.

"யோசிக்க முடியாதுனு அப்படியே நின்னுடுவியா, உன்ன நம்பி எத்தன பேரு இருக்காங்க, அவங்களுக்காக யோசி, உன்னைய பெரிய ஜீனியஸ்னு எல்லாரும் நம்பிக்கிட்டு இருக்காங்க ஆனா நீ இவ்ளோ பெரிய முட்டாளா இருக்கியே, புரிஞ்சிக்க நவநீ" அப்படின்னு மாயா சொன்னதுக்கு அப்புறம் தான் இந்த வாழ்க்கையோட சில எதார்த்தங்கள புரிஞ்சிக்கிட்டன், அப்போ எனக்கு இன்னொரு விஷயமும் புரிஞ்சுது நாம எல்லா நேரத்துலயுமே புத்திசாலித்தனமா இருக்க முடியாதுனு.

சில நாட்கள், வழக்கமான வாழ்க்கையே வாழ ஆரம்பிச்சன், இதனால ஷேடோவோட பேச்சும் கொஞ்ச கொஞ்சமா குறைய ஆரம்பிச்சுது, சின்ன சின்ன பிரச்சனைகள மட்டுமே நான் தீர்த்ததாலயோ, பெரிய பிரச்சன வராததாலயோ என்னவோ கொஞ்ச நாள் மக்கள் என்னைய மறந்திருந்தாங்க, காலேஜ் வாழ்க்கையும் பெருசா இல்ல இருந்தாலும் அனுக்கூட வெளிய போறது, ஹோட்டல் போறதுன்னு வழக்கம் போல இருந்தன்.

கடன் கொஞ்சம் இருந்ததால வேலைக்கு மட்டும் கொஞ்சம் ஒழுக்கமா போயிட்டு இருந்தன், போன வருஷம் நிறுத்தி வச்ச ஷார்ட் ஃபிலிம் ப்ளான திரும்ப கைல எடுத்தன்,

அனு ஷார்ட் ஃபிலிம் பண்ணலாம்னு தோனுது.

"அப்போ கதைய நீ ரெடி பண்ணிட்டியா?"

அத நான் ஆல்ரெடி ரெடி பண்ணிட்டன்.

"ம்ம் சூப்பர், அப்ப பண்ணலாமே".

அதுக்காக நானும், அனுவும் பணம் சேர்க்க ஆரம்பிச்சோம், சினிமாக்கு போறது, ஹோட்டல் போறதுனு எல்லாத்தையும் கட் பண்ணி அந்த காசையும் சேர்க்க ஆரம்பிச்சோம். நான் எப்பையும் ஃப்ரண்ட்ஸ் பணம் கேட்டாலும் குடுப்பன், அவங்களுக்கு செலவும் பண்ணுவன், ஆனா இந்த மாதிரி நேரத்துல அவங்க பணம் கேட்டாலும் குடுக்க முடியாம போயிருச்சி, வெளியவும் போகுறது இல்ல அவங்க கூட, அதனால ஃப்ரண்ட்ஸ் குள்ள லைட்டா சங்கடமாயிருச்சி.

அப்படியே கொஞ்ச நாள் போயிட்டு இருந்துச்சி, அப்ப ஒரு நாள் நைட் மாயா வந்து,

"நவநீ சீக்கிரமா எழுந்திரி".

இல்ல மாயா நான் இன்னைக்கு எங்கையும் வர்ல என்ன விட்ரு.

"ஊட்டி பக்கத்துல ஒரு பஸ் மலைல தொங்கிட்ருக்கு நவநீ, நைட் டைம்ங்றதால நாம தான் போய் ஆகனும், போலீஸ் கூட லேட்டா தான் வருவாங்க புரிஞ்சிகோ", இத கேட்டதுக்கு அப்புறம் நானும் மாயாவும் சம்பவ இடத்துக்கு போனோம். அங்க போய் பஸ் இருக்க கண்டிஷன பார்த்துட்டு,

மாயா இது ரொம்ப ரிஸ்க்கா தெரியுது நாம பார்த்து தான் ஹேண்ட்ல் பண்ணனும்.

"சரி ஷேடோ நீ சீக்கிரமா போய் பாரு இல்லனா பஸ் கீழ விழுந்துரும்".

நான் உள்ள போனதும், எல்லாரும் கத்திட்டு இருந்தாங்க,

'என்ன காப்பாத்துங்க'
'என் புள்ளைய மொத தூக்குங்க'
'அய்யா வயசானவன் யா'

உடனே நான், 'சைலன்ஸ்ஸ்ஸ்ஸ்'னு கத்துனன்.

'நீங்க இப்படி ஆடிட்டு, கத்திட்டு இருந்திங்கனா எல்லாருமே கீழ விழுந்துருவோம், அமைதியா இருங்க, எல்லாரையும் வெளிய கொண்டு போறன்', அப்படின்னு சொல்லி ஒரு வழியா பஸ்ல இருந்த 20 பேர்ல 10 பேர காப்பாத்திட்டன், மீதி 10 பேர காப்பாத்துறதுக்குள்ள திரும்ப சண்ட போட ஆரம்பிச்சிட்டாங்க, திரும்பவும் அமைதியா இருக்க சொல்லி ஒரு 3 பேர காப்பாத்துனன், நாலாவதா ஒருத்தர காப்பாத்தும் போது அவங்க திரும்பவும் சண்ட போட்டதால, பஸ் ஒரு 6 மீட்டர் சறுக்கி கீழ போயிருச்சி, ஆனா நான் ஒரு வழியா பஸ்ஸ புடிச்சிட்டன், சரி மீதி இருக்க எல்லாரையும் காப்பாத்தலாம்னு நெனைக்கும் போது பின்னாடி இருந்து ஒரு பெரிய பாறாங்கல்லு என் மேல விழுந்துருச்சி, அதனால நானும் பஸ் கூடவே சேர்ந்து அந்த பள்ளத்துல விழ ஆரம்பிச்சன், அப்போ என்னோட றெக்க ஒரு மரக்கிளைல மாட்டிக்கிட்டதால நான் மட்டும் அந்தரத்துல தொங்கிட்டு இருந்தன், அந்த பஸ் நேரா பள்ளத்துல விழுந்து வெடிச்சு செதரிடிச்சி, அதுல இருந்த 7 பேருமே இறந்துட்டாங்க.

நான் மயக்கத்துல இருந்ததால மாயா என்னைய தூக்கிட்டு ஒரு காட்டுக்குள்ள போயிட்டா, நான் மயக்கத்துல இருந்து எழுந்திரிக்க பல மணி நேரங்கள் ஆச்சு, நான் மயக்கத்துல இருந்து எழுந்ததுக்கு அப்புறம் தான் மாயா நடந்தத எல்லாம் சொன்னா, இதெல்லாம் கேட்டு என்னால ஏத்துக்க முடியல கோவம் வந்துச்சி,

என்ன மாயா மனுஷங்கள கூட காப்பாத்த முடியாத இந்த சக்தி எனக்கெதுக்கு?, எனக்கிந்த சக்தி வேணா மாயா, இந்த

குற்ற உணர்ச்சியோடலாம் என்னால வாழ முடியாது, எல்லாத்தையும் இப்பையே நிப்பாட்டிர்லாம் ஆனெக்ஸின நான் உடனே பார்க்கனும், நீ ஆனெக்ஸின்க்கிட்ட போய் கேட்டுட்டு வா.

மாயா போனதும், நான் என் ஃபோன் எடுத்து பார்த்தன், என் அம்மாவும், அனுவும் மாத்தி மாத்தி கால் பண்ணிருந்தாங்க கூடவே என் ஃப்ரண்ட்ஸும் கால் பண்ணிருந்தாங்க, மொதல்ல நான் எங்கம்மாக்கு கால் பண்ணி, 'அம்மா இந்த மாதிரி எனக்கு தெரிஞ்சவங்களுக்கு ஆக்சிடென்ட் ஆயிருச்சு ரத்தம் குடுக்க தான் வந்திருக்கன், நான் வந்துருவன்' அப்படின்னு சமாளிச்சிட்டன், அடுத்து என் ஃப்ரண்ட்ஸ்க்கு கால் பண்ணன், அவங்களாம் "மச்சான் ஏன் மச்சான் ஊர விட்டு ஓடி போயிட்ட, இல்ல தொலஞ்சி போயிட்டியா", அப்படின்னு கேக்க அவங்கள சமாளிக்குறதுக்குள்ள போதும் போதும்னு ஆகிருச்சி, அடுத்து அனு அவள தான் எப்படி சமாளிக்க போறன்னு தெரியல, அனுவுக்கு கால் பண்ணன்,

சாரி சாரி சாரி.

"என்ன?"

மொதயே கேட்டுர்லாம்னு.

"நீ எதுக்கு என்கிட்ட கேக்கனும், நான் யாரு உனக்கு?"

'ஆத்தாடி ஆத்தா தயவு செஞ்சி இப்படி மட்டும் பேசாத'னு சொன்னன் ஆனாலும் அவ சண்ட போட்டுட்டே இருந்தா, ஒருவழியா அப்படி இப்படின்னு எல்லாத்தையும் சமாளிச்சி வீட்டுக்கு போய் நியூஸ பார்க்கும் போது தான் எனக்கு ஒரு ஆச்சர்யம்,

"நேற்று நள்ளிரவில் நடந்த விபத்திற்கும் ஷேடோவிற்கும் எதாவது சம்மந்தம் இருக்குமா? ஷேடோ பாதி மனிதர்களை மட்டும் காப்பாற்றியது ஏன்? நிழல் என்னும் ஷேடோ என்பவன் ஒரு கொலைகாரனா?

என்ற அடிப்படையில் ஊட்டி காவல்துறை, அங்கு தப்பித்தவர்களிடம் விசாரணை நடத்தி வருகின்றனர்".

அந்த நியூஸ் பார்த்ததும், 'யார்ரா நீங்க என்னையவே எப்பப்பாரு அடிச்சிட்டு இருக்கிங்க' அப்படின்னு மனசுல நெனச்சிட்டு இருக்கும் போது மாயா வந்தா, அவளும் அந்த நியூஸ பார்த்துட்டு,

"சரி விடு நவநீ, இவங்களுக்கு வேற வேலையே இருக்காது நாம அடுத்த வேலைய பார்க்க போலாம்".

சரி மாயா ஆனெக்ஸின் என்ன சொன்னாரு?

"ஆனெக்ஸின் இன்னைக்கு நைட் வர சொன்னாரு".

நைட் ஆனதும் நானும், மாயாவும் ஆனெக்ஸின பார்க்க கனவுக்குள்ள போனோம்,

ஆனெக்ஸின் நேத்து நைட் நடந்தத கேள்வி பட்டிங்களா?

"ஆமா கேள்வி பட்டன் ஏன் இப்படி நடந்திருக்கு?"

எனக்கே தெரியல ஆனெக்ஸின் எப்படி நடந்துதுன்னு.

"உனக்கு தெரியாம எப்படி நடக்கும் நவநீதன், உன்னோட கவனத்த எங்க வச்சிருந்த, உன்கிட்ட பொறுமையும் நிதானமும் சுத்தமா இல்ல, ஒரு உயிரோட மதிப்பு எவ்ளோ பெருசு அப்ப நீ எவ்ளோ பொறுப்போட கையாண்டிருக்கனும், உனக்குனு சக்திகள் இருக்கு தேவப்பட்றப்ப அது வரும்னும் உனக்கு தெரியும், ஒரு பாற விழுந்தா உன் சக்தி தோத்துருமா, அப்ப களிங்கன எப்படி நீ அழிப்ப...உன் சக்திய வச்சி ஈஸியா அந்த பாறைய நகத்திருக்கலாம் ஆனா நீ பண்ணல, இப்படி இருந்தா எப்படி நவநீதன்?"

சரி ஆனெக்ஸின் இனிமே இப்படி நடக்காம பார்த்துக்குறன், இனிமே எது பண்ணாலும் யோசிச்சிட்டு நிதானத்தோட பண்றன், இங்க வரும் போது எனக்கு உங்க

மேலையும், இந்த சக்தி மேலையும் கோவம் தான் வந்துச்சி ஆனா நீங்க சொன்னதுக்கு அப்புறம் தான் என் மேல தப்பு இருக்குன்னு புரியுது, இனிமே நீங்க கவலப் படாதீங்க எல்லாத்தையும் நான் பார்த்துக்குறன்.

"நீ இப்படி சொன்னதுல சந்தோஷம் ஆனா உனக்கு பயிற்சி குடுக்கணும் இல்லனா எல்லாமே கஷ்டமாய்ரும்".
பயிற்சியா அது எப்போ? எங்க?

"உனக்கு கனவுலகத்துல தான் பயிற்சி குடுக்கணும், உனக்கு தெரியும்ல அங்க எங்களால வர முடியாதுனு, அதனால உங்க உடம்ப மாயா சொல்ற இடத்துல பத்தரமா வச்சிட்டு வரணும், முக்கியமா உன் வீட்லயும் உன் காதலி கிட்டையும் சொல்லிட்டு வந்துரு, கடைசில இங்க வந்துட்டு ஃபீல் பண்ணிட்டு இருக்க கூடாது, ஒரு ஏழு நாள் தேவப்படும், அங்க ஏழு நாள்னா இங்க பல மாதங்கள் அதனால அந்த டைம் போதும் நமக்கு".

வாய்ப்பே இல்ல ஆனெக்ஸின் ஆல்ரெடி என் வீட்ல அடிக்கடி நான் காணாம போறன்னு எனக்கு பேய்லாம் புடிச்சிருக்குனு நெனச்சிட்ருக்காங்க, நானே இப்ப தான் ஒரு ஷார்ட் ஃபிலிம் பண்ணலாம்னு ப்ளான் போட்டு வச்சிருக்கன், அதுக்குள்ள நீங்க கூப்ட்டா எப்படி வர முடியும்.

"நமக்கு டைம் வேற இல்ல நீ பயிற்சி பண்ணலனா உன்னால அவன ஜெயிக்க முடியாது புரிஞ்சிக்கோ நவநீதன்".

ஆரம்பத்துலயே என் பர்சனல் வாழ்க்க பாதிக்காதுனு நீங்க சொன்னதால தான் நான் இதுக்கெல்லாம் ஒத்துக்கிட்டன் ஆனா இப்போ இப்படி சொல்றிங்களே.

"சரி நவநீதன் நான் உனக்கு ஒரு மாசம் டைம் தரன் அதுக்குள்ள நீ உன் கமிட்மென்ட்ஸ், ஷார்ட் ஃபிலிம் வொர்க்ஸ் எல்லாத்தையும் பாரு".

'சரிங்க ஆனெக்ஸின்' அப்படின்னு சொல்லிட்டு நாங்க இரண்டு பேரும் தூக்கத்துல இருந்து எழுந்தோம். ஷார்ட் ஃபிலிம் வொர்க் தான் நான் போட்ட மொத ப்ளான், அப்ப,

அனு இப்ப காசு சேர்ந்திருச்சி இத வச்சி ஸ்டார்ட் பண்ணிரலாம் ஆனா,

"ஆனா என்ன?"

ஒரு தாத்தா பேரன் கத தான் இது, அதனால இந்த கதைக்கு தாத்தா கேரக்டர்க்கு ஆள் வேணும்.

"கவலப்படாத கண்டிப்பா கெடைப்பாங்க" அப்படின்னு நாங்க ரெண்டு பேரும் பேசிட்டு இருக்கும் போது ராஜா குறுக்க வந்து,

' டேய் நம்ம சண்முகம் சார போட்டா என்னடா ',

சண்முகம் சார், ஓர் வசதியான நபர், என் கூட நல்லா பழகுவாரு அதையும் தாண்டி, நான் எழுதுன வயசான கேரக்டர்க்கு நல்லாவும் சூட் ஆவாரு.

ஸ்டார்டிங்ல கேட்டதுக்கு 'நான் எப்படிப்பா நடிக்குறது'னு கேட்டாலும், அப்றோமா 'சரிப்பா பண்றன்'னு எனக்காக ஓகே சொல்லிட்டாரு, நல்ல மனுஷன் அவரு தோட்டத்துல இருக்க வீட்டையே ஷூட்டிங்க்கு குடுத்தாரு.

ஷார்ட் ஃபில்ம் பண்றதாலையா, இல்ல லைஃப்ல அடுத்த கட்டத்த நோக்கி ஏதோ ஒரு நல்லது நடக்குறதாலையோ என்னனு தெரியல, எனக்கும் அனுவுக்கும், ஒரு ஏழர மீட்டர் லவ் இன்க்ரீஸ் ஆகிருச்சி.

அன்னைக்கொரு நாள்,
க்ளாஸ்ல யாரும் வரதுக்கு முன்னாடி, நானும் அனுவும் சீக்ரோ போனதுனால வழக்கம் போல சினிமாவ பத்தி பேசிட்டு இருந்தோம் அப்ப,

ஏய் என்னடி சைட்டா அடிச்சிட்டு இருக்க?.

"ஆமா உன் மூஞ்சிக்கு அது ஒன்னு தான் குற, அதெல்லாம் ஒன்னும் இல்ல நான் முன்னாடி பயந்துட்டு இருந்தன்".

எதுக்குடி பயம்.

"இல்ல நீ சாக போறன்னு சொன்னதால வலுக்கட்டாயத்துல தான் ஓகே சொன்னனோனு எனக்கு முன்னாடி கொஞ்சம் டவுட் இருந்துச்சி".

இப்ப?

"இல்லடா நீ இல்லாத அனுவ நெனச்சி கூட பார்க்க முடில".

என்னடி சொல்ற?

"இப்ப தான் புரியிது ஏன் இத்தன பொண்ணுங்க உன்கிட்ட லவ் சொல்லிருக்காளுங்கனு"

கண்டு புடிச்சிட்டியா அப்ப சொல்லு.

"அத சொன்னா உனக்கு புரியாதுடா, நான் உன்ன விட்ருந்தா ரொம்ப அன்லக்கியா இருந்திருப்பன்".

இப்ப இப்படி சொல்லு, அப்றோ உங்கொப்பன் செத்துருவான், உங்கொம்மா வெஷத்த குடிச்சிருவாங்கன்னு நீ பாட்டுக்கு போயிருவ, போடி உன்னலாம் நம்ப மாட்டன்.

"போடா, ஆசையா பேச வந்தா, நான் போறன் போ".

ஏய் ஏய், இர்ரி இர்ரி, சும்மா தான் சொன்னன், ஆமா என்னைய மிஸ் பண்ணா என்ன, பசங்களுக்கா பஞ்சம்.

"பசங்க கெடச்சி இருப்பாங்க, ஆனா என்னைய உன் அளவுக்கு யாருமே தாங்க மாட்டாங்க, அதெல்லாம் தாண்டி,உன்ன மாதிரி ஒரு பையன மிஸ் பண்ணனும்னே தோனாதுடா".

அப்போ ஒருத்தன் க்ளாஸ் உள்ள வரும்போது, "ஒரு நாள் சிரித்தேன் மறு நாள் வெறுத்தேன்" அப்படின்னு 'மன்னிப்பாயா' பாட்டு கேட்டுட்டு வந்தான், அப்ப எங்க ரெண்டு பேருக்கும் ஒரு மாதிரி ஃபீல் ஆச்சு.

அனு இப்படி பேசுனதால 'நம்மள நம்பி ஒரு பொண்ணு இருக்கா' அப்படினு ஒரு நம்பிக்க வந்து வேலைய ரொம்பவே சுறுசுறுப்பா செஞ்சன்.

காலேஜ் கட் அடிச்சிட்டு, கூட இருக்க ஃப்ரண்ட்ஸ் வச்சே ஷூட்டிங்கையும் முடிச்சிட்டன், சார் பழக்கம் இருந்ததால அட்டெண்டன்ஸ் பிரச்சன கொஞ்சம் இல்லாம இருந்துச்சி.

சின்ன ஷார்ட் ஃபிலிம், ஆனா மொத ஷார்ட் ஃபிலிம்னால எல்லாத்தையும் பார்த்து பார்த்து பண்ணன், சினிமா சம்பந்தமா எங்கையும் வொர்க் பண்ணதில்ல ஆனா எல்லாத்தையும் எப்படியோ நானே மேனேஜ் பண்ணிட்டன், ஆனா டப்பிங்க்கு மட்டும் சரியான ஆளே கெடைக்கல அதனாலயே வேல முடிக்காம தள்ளி போயிட்டே இருந்துச்சி.

ப்ரஃபசர் வச்சி படம் பண்றதால, க்ளாஸ தாண்டி காலேஜ் முழுக்க பரவுச்சி என்னோட ஷார்ட் ஃபிலிம் செய்தி...
'டைரக்டர் சேர் சான்ஸ் கெடைக்குமா?'
'மச்சான் நானும் வரன்டா'
'என்னையும் சேர்த்துக்கு மச்சா'
அப்படினு நிறைய பேரு கேக்க ஆரம்பிச்சாங்க, எனக்கு இதெல்லாம் அது ஒரு பக்கம் நல்லா இருந்தாலும் பயத்தையும் குடுத்துச்சி.

அதே சமயத்துல வழக்கமா அனுவும் ஈரோட்டுல இருந்து தான் டெய்லி கோயம்பத்தூர் வந்து படிச்சிட்ருக்கா, அதனால அவ என்கிட்ட வந்து,

"எங்க வீட்ல நான் ரொம்ப செரம பட்றன்னு என்னைய கோயம்பத்தூர்ல ஹாஸ்ட்டல் தங்கி படிக்க சொல்றாங்க".

ஏய் வேணாம்டி வேணவே வேணா, நீ இங்க இருந்தா நாம ஒழுங்கா இருக்க மாட்டோம் கெட்டு போயிருவோம், நீ அங்க இருக்குறது தான் சரி.

"எனக்கும் வந்துட்டு போறது கஷ்டமா தானடா இருக்கு அதான் வீட்ல யோசிக்குறாங்க, அதுவும் இல்லாம டைமும் ரொம்ப வேஸ்ட்டாகுது".

'சரி சரி ஓகே' அப்படின்னு சொல்லி அதுக்கப்புறம் பர்சனல் விஷயம் பத்தி பேச ஆரம்பிச்சோம்.

இந்த மாதிரி நாள் போனதே தெரியாம ஒன்றர மாசம் ஓடிருச்சி, அப்ப தான் ஆனெக்ஸின் சொன்னது நியாபகம் வந்துச்சி எனக்கு, 'சரி ஆனெக்ஸின பார்த்துட்டு அவரு சொன்ன ட்ரைனிங்க முடிச்சிட்டு அப்றோமா நம்ம படத்தோட போஸ்ட் ப்ரொடக்ஷன பார்க்கலாம்'னு முடிவு பண்ணன்.

என் வீட்ல,
என் அம்மா கிட்சன்ல சமச்சிட்ருக்காங்க அவங்கக்கிட்ட சொல்றதுக்கு நின்னுட்ருக்கன்,

எம்மோவ்.

"சொல்றா".

மா சொன்னன்ல ஏழு நாள் அசிஸ்ட்டன்ட்டா போனும்னு கூப்ட்டாங்க, நான் போயிட்டு வந்துடுறன் மா.

"சரி பார்த்து போயிட்டு வா, ஒழுக்கமா இரு, கண்ட இடத்துல சுத்திட்டு இருக்காத".

சரி மா நான் பார்த்துக்கறன் அப்படின்னு சொல்லிட்டு அடுத்து அனுகிட்ட சொல்ல போனன்,

"நீ இன்னும் கௌம்பலையா?"

என்னடி இப்படி சொல்லிட்ட நீ ஃபீல் எல்லாம் பண்ண மாட்டியா?

"பண்ணா தான் போவியா நீ டைரக்டர் ஆகு அதுக்கு அப்புறம் ஃபீல் எல்லாம் பண்ணலாம் இப்போ நீ கௌம்பு".

ரைட்ரி ரைட்டு, ஏழு நாள் ஃபோன் லாம் பேச முடியாதுன்னு நெனைக்கிறன் அதனால நேர்ல வந்து பார்த்தா ஓவரா பண்றியா?

"அய்யய்யோ அவசர பட்டுட்டனோ?"

'இதுக்கு அப்புறம் நீ ஃபீல் பண்றது வேஸ்ட்டு' அப்படின்னு நான் சொல்லிட்டு கௌம்பிட்டன்.

கொஞ்ச நாள் நானும், மாயாவும் பார்த்துக்கவே இல்ல, நான் என் வேலைய பார்க்க போயிட்டன், மாயா அவ வேலைய பார்க்க போயிட்டா.

ஒரு ஒத்தையான மலை உச்சியில நான் ஒக்காந்திருக்கன், மாயாவும் அங்க பறந்து வந்தா,

என்ன மாயா ஒரு நாள் கூட என்ன வந்து பார்க்கல?

"இல்ல நவநீ, எனக்கு கொஞ்சம் வேல இருந்துச்சி அதான் உன்ன பார்க்க வரல, சரி என்ன மிஸ் பண்ணியா நவநீ?"

ம்ம், நீ?

"உன்ன மிஸ் பண்ணாம அப்றோ வேற யார மிஸ் பண்ண போறன், நான் படைக்க பட்டதே உனக்காக தான், அப்புறம் எப்படி மிஸ் பண்ணாம இருக்க முடியும்" அப்படின்னு சொல்லி முடிச்சிட்டு, மாயா என்ன ராஜஸ்த்தானுக்கு கூப்ட்டு போனா.

பாலைவனம்,
அங்க ஒரு கிராமம் பக்கத்துல,
தலப்பாகை அணிஞ்ச தாத்தாங்க,
ஓடியாடி வெள்ளாட்ற குழந்தைங்க,
தண்ணி சுமந்துட்டு போற பொண்ணுங்க, இரவு நேரம்னால அந்த கிராமத்து வழக்கு படி ஒரு பெரிய நெருப்பு அத சுத்தி ஆடிட்ருந்தாங்க பாட்டு பாடிட்டு, அத மாயாவும் நானும் வேடிக்கப் பார்த்துட்ருந்தோம் அப்ப தூரத்துல இருந்து ஒரு குரல், அது ஒரு தூய்மையான பாடல், நதிய பத்துன பாட்டு அது,

"ஒரு பாலைவன பாப்பா நதியில ஆடுற ஏக்கத்த சுமக்குற பாட்டு"

அந்த சத்தத்த கேட்டதும் மாயா,

"அவங்க கிட்டதான் நாம போகனும் நவநீ".

ஒரு இருண்ட வீடு, சின்ன வீடு, அழகான வீடு, உள்ள விளக்கு வெளிச்சத்துல மொத்த வீடும் நெரஞ்சிருந்துச்சி, உள்ள போனோம், எங்கள பார்த்ததும் அந்தம்மா,

"எத்தன நாள்" அப்படினு மாயாக்கிட்ட கேட்டாங்க,

'ஏழு நாள்' அப்படின்னு மாயா சொன்னதும்,

"ரெண்டு பேரும் அந்த இடத்துல போய் படுங்க" அப்படினு ஒரு இடத்த காட்டுனாங்க அந்தம்மா,

உடனே நான் மாயாக்கிட்ட, 'என்ன தவிர உன்னால வேற எந்த மனுஷங்க கிட்டையும் பேச முடியாதுன்னு நெனச்சன் ஆனா எப்படி இவங்க கிட்ட உன்னால பேச முடியுது',

"இத பத்தி நான் உன்கிட்ட தெளிவா இன்னொரு நாள் சொல்றன் நவநீ, இப்ப நாம போகலாம்" அப்படின்னு சொல்லிட்டு நாங்க ரெண்டு பேரும் தூங்க போயிட்டோம், இங்க தான் எங்க ரெண்டு பேரோட ஒடம்பும் பாதுகாக்கப்பட போகுது,

கனவுலகத்தில்,

இந்த கனவு இப்ப கொஞ்சம் வித்தியாசமா இருக்குல்ல!

"கனவு தான நவநீ அதுக்கேது ஃபார்மட்?"

அதுவும் சரி தான்.

"டேய் பார்த்துடா மிதிச்சிறாத, கீழ பாரு ஒரு டைனோசர் இருக்கு".

அந்த குட்டியான டைனோசர என்னோட உள்ளங்கைல எடுத்து வச்சிட்டு, 'மாயா என்னால நம்பவே முடியல' அப்படின்னு சொன்னன்.

"அத விடு நவநீ அதுங்க தண்ணிய தேடி போகுதுங்க, நாம ஒரு மணி நேரத்துல போற தூரத்த அதுங்க ஒரு நாள் போகனும்".

சரி மாயா இது கனவுலகம் தான, நாம நெனைக்கிறத கொண்டு வர முடியும்ல?

"கண்டிப்பா நவநீ".

நான் அந்த குட்டி டைனோசர்கள தூக்கிட்டு 'வா மாயா' அப்படின்னு கூட்டிட்டு போனன், கொஞ்ச தூரம்

போனதும் ஒரு பெரிய புதர விலக்குனன், அங்க பிரம்மிக்குற விதமா ஒரு பெரிய நீர் வீழ்ச்சி,

"என்ன நவநீ பண்ணிட்டு இருக்க?"

நான் தண்ணி மொண்டு கொண்டு வந்து இதுங்களுக்கு கொடுக்கவா?

"வேணா அதுங்கள விடு, அதுங்களுக்கு தேவையானத அதுங்களே செய்யும்".

நானும் என் கைல இருந்த குட்டி டைனோசர்கள போக விட்டுட்டன்.

அந்த நீர் வீழ்ச்சில ஏதோ ஒரு பொண்ண பார்த்த மாதிரி எனக்கு தெரிஞ்சிது,

மாயா அது கடல் கன்னியா?

"எது நவநீ?"

அந்த பொண்ணு!

"அங்க தான் யாருமே இல்லையே".

இல்ல பார்த்த மாதிரி இருந்துச்சி.

"இது அருவி நவநீ, இங்க எப்படி கடல் கன்னி?"

ம்ம், போலாம் வா.

அதுக்கு பிறகு ஒரு நதி வந்துச்சி,

இந்த நதிய எப்படி கடக்குறது மாயா?

"இது மேல தான நடந்து போகனும்".

இது மேல எப்படி நடந்து போறது!

"கனவு நவநீ இப்படி தான் எல்லாமே வித்தியாசமா இருக்கும்".

கொஞ்ச நேரம் அந்த தண்ணியில நடந்ததுக்கப்றோ,

'எனக்கு உள்ள போனும் போல இருக்கே மாயா எப்படி போவன்?' அப்படினு நான் சொல்லி வாய மூட்றதுக்குள்ள அந்த தண்ணிக்கடியில போயிட்டன், எனக்கு நீச்சல் தெரியாது, ஆனா என்னால நீந்த முடிஞ்சுது அதே நேரம் என்னால மூச்சு விடவும் முடிஞ்சுது, அந்த நதிக்குள்ள பெரிய பெரிய கலர் மீனுங்களையும், ரொம்ப குட்டியான திமிங்கலம் இருக்கிறத பார்த்துட்டு ரசிச்சிட்டு இருந்தன், ஆனா அங்க நீர் ட்ராகன பார்த்தத தான் என்னால நம்பவே முடியல, அப்பவே மாயாவும் கீழ வர்றா.

ஒரு பெரிய ஆமை கூட்டம் எதையோ சுத்தி வளச்சிருக்கு, அது கிட்ட போனதும் அந்த ஆமைங்க தூரமா போயிருச்சிங்க, அதுங்க போனதும், ஒரு பெட்டி முழுக்க ஆம முத்திர பதிச்ச வைர காசுங்க இருந்துச்சி, ஒரு நிமிஷம் அத பார்த்ததும் நான் வசியமாயிட்டன்,

"வசியப்பட வைக்கிற பொக்கிஷங்கள்" அப்படின்னு மாயா சொன்னா அது என் காதுல விழல ஏன்னா அதுக்குள்ள நான் வசியப்பட்டுட்டன், மாயா அந்த பெட்டிய மூடுனதும், நான் பழைய நெலைக்கு வந்துட்டன்,

மாயா இங்க நிறைய அழகான விஷயங்கள் இருக்குல்ல?

"அழகுக்கு கனவுக்குள்ள 'ஆபத்து'னு இன்னொரு அர்த்தமும் இருக்கு அதனால பார்த்து தான் இருக்கனும்".

'அப்ப வா மாயா மேல போலாம்'னு சொல்லிட்டு நாங்க ரெண்டு பேரும் மேல வந்துட்டோம்.

அப்படியே கொஞ்சம் தூரம் நடந்து போனதும் ஒரு பெரிய பூவ பார்த்தோம், அந்த பூவ பத்தி மாயா ஏதோ சொல்ல வர அத கேக்காம நான் அந்த பூ கிட்ட போயிட்டன்,

'உன் வாழ்க்கைல இத்தாத்தண்டி பூவ பார்த்திருக்க மாட்டல்ல மாயா'னு சொல்லிட்டு கத்த ஆரம்பிச்சிட்டன்,

"இவன் சொன்ன பேச்சையே கேக்க மாட்டான்" அப்படின்னு மாயா திட்டிக்கிட்டே என்னனு பார்க்க வந்தா,

அப்போ அந்த பூவுள்ள இருந்து ஒரு ராட்சச புழு வெளிய வருது, உடனே மாயா அவளோட நெருப்பு சக்திய பயன் படுத்தி அந்த புழுவ அழிச்சிட்டா, அப்ப தான் எனக்கு ஓரளவுக்கு நிம்மதியா இருந்துச்சி,

"ஏன் நவநீ நீயே எதுக்கு ஆபத்த தேடி போயிட்டு இருக்க, என் கூடையே வர மாட்டியா?"

போ மாயா நீயும் அனு மாதிரி திட்டிக்கிட்டே இருக்க.

உடனே மாயா என்ன பார்த்து மொறச்சா,

மாயா அத விடு அங்க பார்த்தியா?

"பார்த்தன் பறக்கும் ஆடு தான? இப்ப நீ என்ன சொல்ல போற அந்த பறக்கும் ஆடு மேல ஏறி சவாரி செய்ய போறன்னு தான" அப்படின்னு மாயா சொன்னதும் எனக்கு சிரிப்பு தாங்கல, கூடவே மாயாவும் சிரிச்சா,

'என்ன ஒரே சிரிப்பா இருக்கு' அப்படினு ஆனெக்ஸினும் வந்தாரு,

ஃபர்ஸ்ட் டைம் அனெக்ஸின் இதெல்லாம் பார்க்குறது அதனால தான் கொஞ்சம் சந்தோஷமா இருக்கன்.

"சரி நவநீதன் வா பேசிட்டே போகலாம்".

"உன் கனவுல பார்க்குற எல்லாத்தையும் இங்க நீ பார்க்கலாம் நவநீதன்".

அப்படியா ஆனெக்ஸின்?, அப்போ ஒருநாள் நான் பயங்கரமான காட்டுக்குள்ள போற மாதிரி கனவு கண்டேன் அந்த காடு எங்க இருக்கும்.

"அதுவா நவநீதன் அந்த காடும் இங்க தான் இருக்கும், இங்க நிறைய கனவுகள் இருக்கு அது என்னனா, பயங்கரமான கனவு, பயமுறுத்துற மாதிரி கனவு, சோகமான கனவு, உன் ஆசைகள் காட்டும் கனவு, கெட்ட கனவு, நல்ல கனவு அப்படினு நிறைய இருக்கு, ஒவ்வொரு கனவுக்கும் ஒவ்வொரு தனித்துவம் இருக்கும், சில கனவுகள் உன் நிஜ வாழ்க்கைய பிரதிபலிக்கும் விதமா இருக்கும்".

நீங்க சொல்றதுலாம் புரியுது ஆனெக்ஸின், ஆனா நான் தூக்கத்துல இருக்கப்ப வர்ற கனவுக்கும் இப்ப இருக்க கனவுக்கும் நிறைய வித்தியாசம் இருக்கு அது ஏன்?

"நீ தூங்கும் போது வர்ற கனவுல உன் மூள கொஞ்சம் தான் வேல செய்யும், அதனால தான் உன்னால நிறைய கனவுகள நியாபகம் வச்சிக்க முடியாது, ஆனா இப்ப உன்னால முழுசா நியாபகம் வச்சிக்க முடியும் ஏன்னா உன் மூள முழுசா வேல செய்யும் அது மட்டுமில்லாம உன் மனசும் அத ஏத்துக்க ஆரம்பிச்சிக்கும்".

ஆனெக்ஸின் நீங்க சொல்றதுலாம் சைன்ஸ்க்கு அப்பாற்பட்டதா இருக்கு.

"சரியா புரிஞ்சிக்கிட்ட நவநீதன், சில விஷயங்கள் இங்க இப்படி தான் இருக்கும், சரி இத பத்தி இன்னொரு நாள் நாம பேசலாம், நீ பயிற்சி பண்ண போற இடம் வந்துருச்சு".

இது கூடாரம், இதுக்குள்ளையா நாம பயிற்சி பண்ண போறோம்!

"அளவ வச்சி எதையுமே முடிவு பண்ண கூடாது நவநீதன் இது தான் உங்களுக்கு மொத பாடம்" அப்படின்னு சொல்லிட்டு ஆனெக்ஸின் உள்ள போனதும், நானும் அவரு பின்னாடியே போனன்.

உள்ள போனதும், ஒரு தெளிவான வானம், சொல்ல போனா அந்த இடமே கொழந்தைங்க கேக்குற ஃபேரி டேல் மாதிரி இருந்தது.

ஆனெக்ஸின் என் எதிர்ல நின்னுட்டு இருந்தாரு, அவரு தோள் மேல மாயா ஒக்காந்திருந்தா, அவங்க என்ன பார்த்து ஒரு சின்ன நக்கல் சிரிப்பு சிரிச்சாங்க, எதுக்குடா நம்மள பார்த்து சிரிக்குறாங்கனு கீழ பார்த்தா, என் காலுக்கு கீழ தான் மேகங்களே இருந்துச்சி, நான் ஒரு கயிறு மேல நின்னுட்டு இருந்தன்,

அய்யய்யோ இது என்னது!

"பயப்படாம உன் உடம்பையும், மனசையும் சமமாக்கு நவநீதன்".

அதெல்லாம் பண்ண நேரம் இல்ல போங்க ஆனெக்ஸின்.

"அப்ப செத்துருவ பரவால்லையா?"

'ட்ரைனிங்னு சொல்லிட்டு கொல்றதுக்கு தான் கூட்டிட்டு வந்திங்களா?' அப்படினு சொல்லிட்டு என் றெக்கைய அசைக்கிறன் ஆனா என்னால பறக்க முடியல.

"உன்னால பறக்க முடியாது நவநீதன், இந்த மாதிரி சூழ்நிலைல கூட நீ சீரா இருக்கனும், உன் மனச திடமா வச்சிக்கணும், அதுக்கு தான் உனக்கு இந்த பயிற்சி".

வேற வழி இல்லாம பேலன்ஸ் பண்ணி நடக்க ஆரம்பிச்சன்.

நான் இவ்வளவு கஷ்டப்படும் போது கூட ஆனெக்ஸின் கொஞ்சம் கூட தடுமாறாம அந்த ஒத்த கயித்துல நடந்துட்டே பேசுனாரு.

"நீ அந்த களிங்கனே உன் முன்னாடி வந்தாலும் அசரக் கூடாது, நீ அவன பார்த்து பயப்புட்ற அந்த அர வினாடில உன் உலகம் அழிஞ்சிருனு மனசுல வச்சுக்கோ".

சரிங்க ஆனெக்ஸின்.

"சரி கீழ இருக்க மேகங்கள்ல குதிச்சி வந்தாலும் வா, இல்லனா நேரா கீழ குதிச்சி வந்தாலும் வா" அப்படின்னு சிரிச்சிக்கிட்டே ஆனெக்ஸின் கீழ இருக்க மேகங்கள் மேல குதிச்சு போயிட்டாரு.

அப்பதான் மாயா சொன்னா, "டேய் இது கனவுலகம்டா".

'அடச்சே இதுக்கா பயந்தோம்', அப்படின்னு நானும் மாயாக்கூட சேர்ந்து மேகத்து மேல குதிச்சு கீழ போனன்.

நானும், மாயாவும் எறங்குனது ஒரு அமைதியான மல மேல.

அங்க நிறைய பேரு பயிற்சி பண்ணிட்டு இருந்தாங்க, அவங்களோட உடல் அசைவுகள இயற்கையோட இணைச்சி அத கட்டுப்படுத்த பார்த்தாங்க, நான் அவங்கள பார்த்ததும்,

அங்க பயிற்சி பண்றவங்க யாரு ஆனெக்ஸின்?

"நேரம் வர்றப்ப கண்டிப்பா தெரியும், அவங்களுக்கு சொல்லி தர்றவங்க தான் உனக்கு சொல்லி தருவாங்க".

அப்ப நீங்க எனக்கு சொல்லி தர மாட்டிங்ளா?

"இப்ப அதுக்கு நேரம் வர்ல".

ட்ரைனிங் நாட்கள் ஆரம்பிச்சிது,

மாயாவும் அவளோட ட்ரைனிங்க தனியா செஞ்சா, அவளுக்கான ட்ரைனிங், அவளோட சக்திகள எப்படி வெளி கொண்டு வர்றது, அந்த சக்திகளோட அளவ எப்படி அளவா பயன்ப்படுத்துறது அந்த மாதிரி, மாயாவோட மூச்ச வச்சி எப்படி கட்டுப்படுத்துறதுனு, அவளோட ட்ரைனிங்கே என்னோட ட்ரைனிங்க விட வித்தியாசமா இருந்துச்சி.

எனக்கு ரெண்டு குருமார்கள் தனித்தனியா சொல்லித்தந்தாங்க, ஒருத்தர் எப்படி ஒரு பொருள கட்டுப்படுத்துறதுனும், இன்னொருத்தர் எப்படி ஒரு தாக்குதல்ல இருந்து உடனே தப்பிக்கறதுன்னும் சொல்லித்தந்தாங்க.

குரு ஒரு கிணத்துக்கடில இருக்க தண்ணிய மேல கொண்டு வர சொன்னாரு, ஆனா எந்த ஒரு பொருளையும் பயன்படுத்தாம வெறும் கை அசைவுகளால மட்டுமே கட்டுப்படுத்தி ஆனாலும் ஒரு வாரம் ட்ரைனிங் இதுக்கு மட்டுமே குடுத்தாங்க ஆனா அந்த தண்ணி கொந்தளிக்குதே தவிர மேல எழும்பல, என்னால அத சரியா செய்ய முடியல.

"நவநீதன், கவனம் முக்கியம், சிதரக்கூடாது மனசு, எந்தளவு உன் மனசு சிதரக்கூடாதுனா அந்த தண்ணியத் தாண்டி கிணத்துல கூட உன் மனசு போகக் கூடாது" அப்படினு குரு நான் ஒவ்வொரு முற சொதப்புறப்பையும் சொல்லுவாரு.

குரு இந்த முறையும் வர்ல.

"அப்ப வர்ற வரைக்கும் ட்ரை பண்ணிக்கிட்டே இரு".

ஒவ்வொரு ட்ரைனிங்கும் மாத்தி மாத்தி போயிட்டு இருந்தன், அடுத்து நான் போக போறது, எப்படி தாக்குதல்ல இருந்து உடனே தப்பிக்கறதுனு,
(ஒரு செகண்ட் இருங்க, ஒன்னு சொல்ல மறந்துட்டன், நான் கனவுலகத்துல பயிற்சி குடுக்குறவங்க தூய தமிழ்ல தான் பேசுவாங்கனு நெனச்சன், ஆனா அவங்களும் நாம பேசுற மாதிரி தான் தமிழ் பேசுனாங்க)

அடுத்த ட்ரைனிங்,

"நவநீதன், ஒருத்தர் நம்மள தாக்குறாங்கனா ஒன்னு அத தடுக்கனும், இல்லனா அதுல இருந்து தப்பிக்கனும்".

ஓ குரு அப்ப நீங்க தடுக்கறத பத்தி சொல்லி தரலாமே.

"ஆனெக்ஸின் உன்ன பத்தி சொல்லுவாரு நீ ரொம்ப அவசரப்படுவன்னு, அது ஏன்னு இப்ப தான் புரியுது, முதல்ல நீ தப்பிக்க கத்துக்கணும் அதுக்கு பிறகு தான் தடுக்க கத்துக்க முடியும்".

சரிங்க குரு.

அந்த குரு என்னைய ஸ்ரைட்டா ஒரு பெரிய மலையடிவார குகைக்கு கூட்டிட்டு போனாரு, அங்க போனதும் கலர் கலரா ட்ராகன்ஸ் இருந்துது,

"இதெல்லாமே நார்மல் ட்ராகன் கெடையாது, இதுல இருந்து அளவில்லாத மின்னல் சக்தி வெளிப்படும், இது தான் உன் முதல் பாடம் இதுல இருந்து தப்பிச்சி வா"அப்படின்னு சொல்லிட்டு குரு கௌம்பிட்டாரு.

முதல்ல அந்த ட்ராகன்லாம் பார்க்குறதுக்கு அமைதியா தான் இருந்துச்சி, என்ன பார்த்ததும், அதுங்களுடைய சக்திகள வெளிப்படுத்த ஆரம்பிச்சது, அந்த தாக்குதல்ல இருந்து தப்பிக்குறது ரொம்ப கஷ்டமா இருந்தாலும், உடனே என் றெக்கைகள வச்சி அந்த குகைய விட்டு சீக்கிரமா பறந்து வெளிய போனன், நான் பறந்து வெளிய

போனாலுமே அந்த ட்ராகன்ஸ் என்ன விடாம துறத்திட்டே இருந்துச்சி, ஒரு வழியா அந்த ட்ராகன்ஸ் கிட்ட இருந்து தப்பிச்சி போயிட்டன், ஆனா தப்பிச்சதுக்கு அப்புறம் தான் தெரியுது நான் ஒரு போர்ல மாட்டிக்கிட்டன்னு, அப்ப என்கிட்ட மாயா வந்தா,

என் வாழ்க்கைல இந்த மாதிரி ஒரு பயங்கரமான போர பார்த்ததே இல்ல இந்த போரு ரொம்பவே மோசமா இருக்கு, இதுல இருந்து எப்படி நாம தப்பிக்க போறோம் நவநீ".

'மாயா டக்குனு திரும்பி பாரு அந்த ரெட் கலர் ட்ராகன் உன் பின்னாடி வந்துட்ருக்கு'னு நான் சொல்லி முடிக்குறதுக்குள்ள அந்த ட்ராகன் மாயாவ தூக்கிட்டு போயிருச்சி.

உடனே நான் அந்த ட்ராகன தொரத்தி சண்ட போட ஆரம்பிச்சன்.

நானும் அந்த ட்ராகனும் மாத்தி மாத்தி சண்ட போட்டோம், இருந்தாலும் நான் எவ்ளோ முயற்சி பண்ணாலும் அந்த ட்ராகன் கிட்ட இருந்து மாயாவ காப்பாத்த முடியல, கடைசில அந்த ட்ராகன் அதோட நெருப்பு சக்திய யுஸ் பண்ணும் போது, நான் மயங்கிட்டன்.

"ஆமா ஒரு நிமிஷம் இருங்க இது எனக்கு போன வருஷத்தோட ஸ்டார்டிங்ல வந்த கனவு மாதிரில்ல இருக்கு".

உடனே,
நான் மயக்கத்துல இருந்து முழிச்சதும், என் கூட மாயா, ஆனெக்ஸின், குருனு எல்லாருமே இருந்தாங்க,

"என்ன நவநீ ஆச்சு" அப்படினு மாயா கேட்டா,

கரெக்ட்டா தெரியல மாயா, போன வருஷம் நான் கண்ட கனவுல மாட்டிட்டனோனு தோனுது.

"ஆமா நவநீதன் நீ சொல்றது சரி தான் நீ ஒரு கனவுல இருந்து, இன்னொரு கனவுக்கு தெரியாம போயிட்டா அதனால எது கனவு, எது நிஜம்னு உன்னால கண்டு புடிக்க முடியாது"னு ஆனெக்ஸின் சொன்னாரு.

அப்படி நீங்க சொல்ற மாதிரி பார்த்தா நான் வந்து கனவுக்குள்ள டைம் ட்ராவல் பண்ணி இருக்கனா?

"ஆமா நவநீதன் அப்படி கூட சொல்லலாம்".

'சரிங்க ஆனெக்ஸின் இனிமே இன்னொரு கனவுக்கு தெரியாம போக மாட்டன்'. அப்படின்னு சொல்லிட்டு திரும்ப பயிற்சி பண்ண ஸ்டார்ட் பண்ணன். பயிற்சிகள் ரொம்ப கடினமா போயிட்டே இருந்துச்சு, நெஜ உலகத்துல ஏழு நாள் என்பது இங்க பல மாசமா இருந்ததால எனக்கு அனுவோட நியாபகம் வந்துச்சு, அதனால ஆனெக்ஸின் கிட்ட போய்,

எனக்கு அனுவ பார்க்கணும் போல இருக்கு ஆனெக்ஸின்.

"என்ன நவநீதன் பயிற்சி பண்ண வந்தீங்களா, இல்ல லவ் பண்ண வந்தீங்களா?"

ஆனெக்ஸின் தப்பா எடுத்துக்காதீங்க, அவள பார்க்காம கொஞ்சம் மனசு ஒரு மாதிரி இருக்கு, அதனால தான் கேட்குறன். அவள பார்த்துட்டனா பயிற்சிகள இன்னும் கொஞ்சம் வேகமா பண்ணுவன்.

"சரி நவநீதன் நீ கேக்கறதுனால, சம்மதிக்கிறன். அனு இன்னும் தூங்கல அவ தூங்கும் போது கனவு உலகத்துக்கு வருவா, அப்போ உன் கிட்ட சொல்றன்".

அதன் பிறகு ஒரு நாள் ஆனெக்ஸின் என்னைய ஒரு இடத்துக்கு கூட்டிட்டு போனார்.

"இங்கதான் உன்னோட அனு இருக்கா போய் பாரு"னு ஆனெக்ஸின் சொன்னதும் என் கண்கள் அவள தேட ஆரம்பிச்சது.

தூரத்துல ஒரு பொண்ணு சில ஆட்டுக்குட்டிங்க கூட விளையாடிட்டு இருந்தா, அந்த இடம் பார்க்குறதுக்கு பசும்புல்வெளி, நீல நிற வானம், தூரத்துல அருவி சத்தம் அப்படின்னு பார்க்கவே ரொம்ப அழகா இருந்தது. அவகிட்ட போனதும்,

'ஹாய் ஆட்டுக்குட்டி'னு கூப்பிட்டதும் அவ திரும்பினா,

(கனவுல அவளுக்கு என்னைய அடையாளம் தெரியல அதனால)

"நீங்க யாரு? என்ன எதுக்கு கூப்பிடுறீங்க?"

நான் தான் உன்ன கட்டிக்க போறவன்.

"இப்படி நீங்க பேசிட்டு இருந்தா எங்க அப்பா கிட்ட போய் சொல்லிடுவன்".

போய் சொல்லிக்கோ, உங்க அப்பாவ பார்த்தா எனக்கு என்ன பயமா?

"எங்க அப்பா பத்தி ஏதாவது தப்பா பேசுனீங்கன்னா, அவ்வளவுதான் பார்த்துக்கோங்க"னு மொறைக்க ஆரம்பிச்சா,

'நீ மொறச்சா நாங்க பயந்துடுவோமா, உன்னைய நான் தான் கட்டிக்க போறன், அதனால பார்த்து நடந்துக்கோ' அப்படின்னு நான் சிரிச்சுக்கிட்டே சொன்னதும் அவளுக்கு கோபம் அதிகமாயிருச்சு.

"இரு இரு எங்க அப்பாவ கூட்டிட்டு வரன் அதுக்கப்புறம் உனக்கு இருக்கு" அப்படின்னு சொல்லிட்டு கிளம்பிட்டா.

போகாதடி போனா நீ தான் ஃபீல் பண்ணுவ.

"எங்க அப்பாவ கூட்டிட்டு வந்ததுக்கப்புறம் "யாரு ஃபீல்" பண்ணுவாங்கன்னு தெரியும் அதுவரைக்கும் நீ இங்கயே இரு"னு சொல்லிட்டு அவங்க அப்பாவ கூப்பிட போயிட்டா. நானும் திரும்பி பயிற்சி பண்ற இடத்துக்கு வந்துட்டன்.

"என்ன நவநீதன் இப்ப சந்தோஷமா உனக்கு?"

கண்டிப்பா ஆனெக்ஸின் ரொம்ப சந்தோசம்.

"சரி நவநீதன் நீ இப்ப கிளம்பலாம்".

என்ன சொல்றீங்க ஆனெக்ஸின், அப்போ எனக்கு பயிற்சி எல்லாம் முடிஞ்சிடுச்சா?

"ஆமா இப்போதைக்கு தேவையான பயிற்சி உனக்கு கொடுத்தாச்சு, அதுல நீ நல்லாவே பண்ணி இருக்க, மத்த பயிற்சி எல்லாம் இன்னொரு நாள் பார்த்துக்கலாம்".

சரிங்க ஆனெக்ஸின் அப்ப நாங்க கிளம்புறோம்.

'ஆனெக்ஸின் இந்த டைம் வர்றது அவனோட படையா இல்ல களிங்கனா?' அப்படின்னு மாயா கேட்டதும்,

"இந்த டைமும் அவன் அவனோட படைகள தான் அனுப்புவான். இருந்தாலும் அதுவே கஷ்டமா தான் இருக்கும், பார்த்து சண்ட போடுங்க".

'சரிங்க ஆனெக்ஸின் நாங்க அத பார்த்துக்குறோம்' அப்படின்னு சொல்லிட்டு நிஜ உலகத்துக்கு நானும் மாயாவும் வந்துட்டோம்.

திரும்ப வந்ததும் எனக்கு திரும்பவும் வலது காலுல வலி எடுக்க ஆரம்பிச்சுடுச்சு, அதனால ஹாஸ்பிட்டல் போய் ட்ரீட்மென்ட் எடுக்க ஆரம்பிச்சன். அதன் பிறகு கொஞ்சம் வலி கம்மியாயிருச்சு அதே நேரத்துல வீட்லயும் ஒரே பிரச்சன, எங்கம்மா என்கிட்ட வந்து,

"என்னடா நீ பண்ணிட்டு இருக்க தீபாவளி வேற வருது, ஆனா நீ பொறுப்பு இல்லாம அங்கயும் இங்கயும் சுத்திட்டு இருக்க, நீயும் தம்பியும் சம்பாதிச்சா தான் நம்ம குடும்பத்த நடத்த முடியும்னு மறந்துட்டியா?"

'அப்படிலாம் இல்லமா, நீ தீபாவளி நெனச்சு கவலப்படாத, அத நான் பார்த்துக்குறன்'னு சொல்லி கொஞ்சம் எங்க அம்மாக்கு தைரியம் கொடுத்தன்.

வேலையில வேற சொல்லாம லீவ் போட்டுட்டு ட்ரைனிங் போயிட்டன். அதனால ஓனர் திட்ட ஆரம்பிச்சுட்டாரு, ஒரு வழியா அவர சமாளிச்சு திரும்ப வேலைக்கு சேருறதுக்குள்ள போதும் போதும்னு ஆயிடுச்சு.

இப்படியே வாழ்க்க அப்படி இப்படின்னு தீண்டாடிக்கிட்டே இருந்தாலும் இந்த உலகத்த நான் தான் காப்பாத்தணும்னு மனசுக்குள்ள ஓடிக்கிட்டு இருந்துச்சு.

காலேஜுக்கு போனதும் முதல்ல அனுவதான் பார்த்தன், அப்போ அவ கண்கலங்கிட்டே என்ன பார்த்து ஓடி வந்தா,

ஏண்டி, என்னாச்சு, எதுக்கு கண் கலங்குற?

"நவநீ உன்ன ரொம்ப மிஸ் பண்ணன், உனக்கு கால் பண்ணாலும் ஸ்விட்ச் ஆஃப்னு தான் வந்துச்சு, அதெல்லாம் தாண்டி கனவுல நீ வந்தப்ப கூட உன்னைய மதிக்காம திருப்பி திட்டி அனுப்பிட்டன், அதான் எனக்கு வருத்தமா இருக்கு".

ஓகே ஆட்டுக்குட்டி இதுக்கெல்லாம் நீ வருத்தப்படலாமா?

"ஆட்டுக்குட்டியா! இதே மாதிரி தான் நீ கனவுல என்னைய கூப்பிட்ட, அது எப்படி உனக்கு தெரியும்?"

அட லூசு, நம்ம ரெண்டு பேரும் லவ் பண்றோம், அதனால சில விஷயங்கள் ஒரே மாதிரி தோனும், சைக்காலஜி படிக்கிற உனக்கு இது தெரியாதா?

"என்னமோ நீ சொல்ற, சரி வா க்ளாஸுக்கு போலாம் டைம் ஆயிடுச்சு".

அதுக்கு பிறகு ஷார்ட் பிலிம் ஓட மத்த வேலையெல்லாம் பார்க்க ஆரம்பிச்சன், ஆனா டப்பிங் மட்டும் முடியவே இல்ல, எங்க சார் ரொம்ப பிஸியா இருந்ததனால அதுக்கு மட்டும் வர மாட்டன்னு சொல்லிட்டாரு அதனால சில பேர் வச்சு டப்பிங் பண்ணன் ஆனாலும் செட் ஆகல, கடைசில எங்க அப்பா வச்சு கூட பண்ணன் அதுவும் செட் ஆகல. சரி தீபாவளி வேற வருது அதனால இத தள்ளி வச்சுக்கலாம்னு முடிவு பண்ணி, மத்த வேலையெல்லாம் பார்க்க ஆரம்பிச்சன்.

தீபாவளி வந்ததும் நானும் என் தம்பியும் போனஸ் எல்லாம் வாங்குன கையோட வீட்டுக்கு தேவையான எல்லாம் வாங்கிட்டு போனோம். அன்னைக்கு ஊரே சந்தோசமா இருந்துச்சு, என்ன தவிர, ஆமா நான் தான் இந்த ஊரு காப்பாத்தணுமே, அதுவும் ஒரு வகையில சந்தோசம் தான். இருந்தாலும் ஃப்ரண்ட்ஸ் கூட என்ஜாய் பண்ற மாதிரி வருமா? அன்னைக்கு ஒரு ஆச்சரியம் நடந்தது அது என்னன்னா, எனக்கு பகல் நேரத்துல சக்தி கிடச்சிது. ஆனெக்ஸின் சொன்னது அப்பதான் எனக்கு ஞாபகம் வந்தது, "உனக்கு தேவைப்படுற நேரத்துல இந்த சக்தி உனக்கு கிடைக்கும்"னு அதனால நானும் மாயாவும் மக்கள நிறைய ஆபத்திலிருந்து காப்பாத்திட்டு இருந்தோம். ஒரு வழியா எல்லா வேலையும் முடிச்சுட்டு நானும் அவளும் வானத்துக்கு போய் மேகத்துக்கு மேல

உக்காந்தோம். யாருமே இந்த உலகத்துல பார்க்க முடியாத சில காட்சிகள நானும் அவளும் பார்த்து ரசிச்சிட்டு இருந்தோம், சொல்லப்போனா பட்டாசு வெடிக்கிறது வானத்திலிருந்து பார்க்குறதுக்கு ரொம்பவே அழகா இருந்துச்சு, அப்படியே நானும் மாயாவும் மனசு விட்டு சில விஷயங்கள பேசினோம், அப்ப கொஞ்சம் சந்தோஷமா தான் இருந்துச்சி, ஆனாலும் சினிமாக்கு அடுத்து என்ன பண்ண போறன்னு பயம் இருந்துகிட்டே இருந்துச்சு. இந்த வருஷம் பர்த்டே குள்ள ஷார்ட் பிலிம் முடிச்சிறலாம்னு நெனச்சன், ஆனா முடிக்க முடியல. அப்பதான் அனு ஒன்னு சொன்னா,

" நம்ம ஏன் கத எழுத கூடாது?"

அட ஆமா, நான் கூட மறந்துட்டன் சரி நாம ரெண்டு பேரும் டிஸ்கஸ் பண்ணி கத எழுதலாம். ஆனா எந்த மாதிரி கத எழுதுறது?

"எல்லா விதமான கதைகளும் எழுதலாம்", அப்படின்னு அவ சொன்னதும், நானும் அனுவும் சில கதைகள எழுத ஆரம்பிச்சோம். இப்படியே காலங்கள் கடந்தது ஆனா அந்த களிங்கனோட படை மட்டும் வரவே இல்ல அதனால மாயாவ ஆனெக்ஸின்க்கிட்ட கேட்டுட்டுவானு அனுப்புனன்.

அனுவின் பிறந்தநாள் வந்தது, அதனால வழக்கம் போல கேக் எல்லாம் வெட்டி சந்தோஷமா கொண்டாடிட்டு இருந்தோம். ஃப்ரண்ட்ஸ்லாம் வந்ததால அவங்களுக்கு ட்ரீட் வச்சன், அவங்க போன பிறகு நானும் அனுவும் பேசிக்கிட்டே நடந்தோம்.

"நான் உன்கிட்ட ஒன்னு சொல்லனும்".

சொல்லுடி, என்ன விஷயம்?

"நாளையிலருந்து கோயம்புத்தூர்ல தான் தங்க போறன்".

சூப்பர்டி, அப்ப இனிமே ஜாலிதான், இனிமே உன்னைய எப்ப வேணா பார்க்கலாம்.

"ஆமா, ஆனா உன்கிட்ட ஒரு கேள்வி கேட்கலாமா? சாரி ரெண்டு கேள்வி கேட்கணும்".

கேளுடி இதுல என்ன இருக்கு.

"நான் கேள்வி கேட்டா நீ உண்மைய மட்டும் தான் சொல்லனும், பொய் சொல்ல கூடாது ஓகேவா. முதல் கேள்வி பூஜானு ஒரு பொண்ணு உன்னைய லவ் பண்ணது உண்மையா? இல்ல பொய்யா? அப்படி உண்மையா லவ் பண்ணி இருந்தா ஏன் அந்த பொண்ண வேணான்னு சொன்ன?"

இத பத்தி மட்டும் கேட்காதன்னு, நான் உன்கிட்ட எத்தன டைம் சொல்லி இருக்கன், அதெல்லாம் மறக்கணும்னு நெனச்சிட்டு இருக்கன் திரும்பவும் நியாபகப்படுத்தாத ப்ளீஸ். என்னோட பாஸ்ட் எல்லாமே உன்கிட்ட சொல்லிட்டன் அதுக்கு அப்புறம் ஏன் இது கேட்குற?

"சரி இன்னைக்கு நீ தப்பிச்சிட்ட இன்னொரு நாள் பார்த்துக்குறன், அடுத்த கேள்வி, நீ தான் ஷேடோவா? இல்ல உனக்கும் ஷேடோவுக்கும் ஏதாவது சம்பந்தம் இருக்கா?"

லூசாடி நீ? என்னைய பார்த்து இந்த கேள்வி கேட்கிற, நான் மட்டும் ஷேடோவா இருந்திருந்தா எதுக்கு கஷ்டப்பட போறன்.

"டேய் நீ பொய் சொல்ற என்னைக்கெல்லாம் ஷேடோவ பத்தி டிவில நியூஸ் வருதோ, அன்னைக்கெல்லாம் நீ காணாம போயிருக்க, உன் ஃபோன் ஸ்விட்ச் ஆஃப்னு வருது".

சரி அனு நீ கேக்கறதுனால எல்லாத்தையும் சொல்றன், ஆனா இந்த உண்மைய மட்டும் நீ வெளிய சொல்ல

கூடாது. உன் மேல எனக்கு நம்பிக்க இருக்கு அதனால உன்கிட்ட மட்டும் சொல்றன். ஷேடோவுக்கும் எனக்கும் சம்பந்தம் இருக்கு, அவன் என்னோட ஃப்ரண்டு தான், ஆனா அவன பத்தி எனக்கும் முழுசா தெரியாது.

"உண்மையா சொல்றியா?, ஃப்ரண்டுனு சொல்ற அப்போ எப்படி அவன பத்தி உனக்கு தெரியாம இருக்கும்?"

நான் சொன்னாலும் உன்னால நம்ப முடியாது, இருந்தாலும் சொல்றன், ஒரு நாள் என்னாச்சுன்னா ரோட்டுல தனியா போயிட்டு இருக்கும்போது அவன் என்னைய பார்க்க வந்தான், அப்போ அவன் என்கிட்ட வந்து சில வில்லன்ஸ் அழிக்கிறதுக்கு எனக்கு ஐடியாஸ் வேணும், அது உன்னால கொடுக்க முடியுமானு கேட்டான், நானும் சரின்னு சொன்னன் அவ்வளவுதான்.

"இத என்னால நம்பவே முடியல".

நான் தான் சொன்னன்ல, உன்னால நம்ப முடியாதுன்னு, சினிமா பத்தி அதிகமா யோசிக்கிறதுனால அவன் என்கிட்ட ஐடியா கேட்டான் அதனால நானும் சில ஐடியாஸ் கொடுத்தன் அவ்வளவுதான் என்ன நம்புடி உன்கிட்ட எதுக்குடி நான் பொய் சொல்ல போறன்.

"சரி நீ சொல்றதெல்லாம் நம்புறன் ஆனா கடைசில என்னைய ஏமாத்திராத, பஸ்ஸுக்கு வேற டைம் ஆச்சு நான் கெளம்பனும், நம்ம நாளைக்கு பார்க்கலாம்"னு சொல்லி அவ கெளம்புன பிறகு தான் எனக்கு போன உசுரு திரும்பி வந்துச்சு.

அனு போனதும், மாயா வந்தா,

"நவநீ நீ சொன்ன மாதிரி ஆனெக்ஸின் கிட்ட கேட்டன், அதுக்கு அவரு இன்னும் ரெண்டு மூணு மாசம் ஆகும். அதுவரைக்கும் உன்னோட வேலை எல்லாம் பார்க்க சொல்லி இருக்காரு".

சரி மாயா அப்போ நமக்கு பிரச்சன இல்ல.

"ஆனா நவநீ கனவுலகத்துல பெரிய பிரச்சன போயிட்டு இருக்கு, அதுக்கு நாம வரணுமானு அவர்கிட்ட கேட்டதுக்கு வரவேணா நாங்களே பார்த்துக்குறோம்னு சொல்லிட்டாரு".

ஆமா மாயா, அவரு என்ன விட பல மடங்கு சக்தி வாய்ந்தவரு அப்ப எதுக்கு நம்மளோட உதவி. சரி மாயா அடுத்த பிரச்சன வர்றதுக்குள்ள நான் என்னோட வேலைய முடிச்சிடுறன்னு சொல்லிட்டு என்னோட வேலைகள பார்க்க ஆரம்பிச்சன்.

மக்கள காப்பாத்துறது, காலேஜ் போறது, வேலைக்கு போறது, கதை எழுதுறது, அனு கூட சுத்துறதுனு பிஸியா தான் இருந்தன், அப்போ இதுக்கு இடஞ்சல் கொடுக்குற விதமா கால் வலி மட்டும் திரும்பத் திரும்ப வந்துகிட்டே இருந்துச்சு, நிறைய டாக்டர் பார்த்தாச்சு ஆனாலும் வலி மட்டும் கம்மியாகவே இல்ல, ஆனா இதுல ஒரு நல்ல விஷயம் என்னன்னா நான் ஷேடோவா இருக்கும்போது எனக்கு இந்த கால் வலி தெரியாம இருந்துச்சு, அதனால அடிக்கடி ஷேடோவாவே இருந்தன்.

இன்னும் ஒரு மாசத்துல என்னோட பர்த்டே வேற வரப்போகுது அதனால முதல் முறையா என்னோட கதைகள ஆன்லைன்ல ஈ-புக் ஆஹ் எழுத ஆரம்பிச்சன் ஸ்டார்டிங்ல சிலபேர் தான் என் கதைகள படிச்சாங்க, அதுக்கப்புறம் நிறைய பேர் கதைக்கு வரவேற்பு கொடுத்து நல்லா இருக்குன்னு சொன்னதுனால எனக்கும், அனுவுக்கும் ரொம்ப சந்தோஷமா இருந்துச்சு, அதே சந்தோஷத்தோட என் பர்த்டேவும் வந்துச்சு, அனுவும் கால் பண்ணி எனக்கு விஷ் பண்ணா,

என்னடி வெறும் பிறந்தநாள் வாழ்த்துக்கள் மட்டும் தானா?

"அப்போ டைரக்டர் சாருக்கு என்ன வேணும்".

இப்படி கேட்டா என்ன சொல்றது? நீ தான் ஏதாவது கொடுக்கணும்.

"அப்போ நேர்ல வாங்க தரேன்".

வந்த கண்டிப்பா கிடைக்குமான்னு நீ சொல்லு? நான் வரேன்.

"முதல்ல வாங்க அதுக்கப்புறம் பார்க்கலாம்".

சரி உன் ஹாஸ்ட்டல விட்டு கீழ இறங்கி வா நான் கீழ தான் இருக்கன்.

"பொய் சொல்லாத நான் நம்ப மாட்டன்"னு சொல்லிக்கிட்டே வெளிய வந்து என்ன பார்த்ததும் அவ ரொம்ப ஆச்சரியப்பட்டா.

"எப்படி நவநீ இந்த நேரத்துல இங்க வந்த?"

வேற யாரு ஷேடோதான் என்னைய கூட்டிட்டு வந்தான்.

"என்னடா சர்ப்ரைஸ் மேல சர்ப்ரைஸ் பண்ணிட்டு இருக்க, சரி ஷேடோ எங்க?"

அது ரகசியம் அனு, அவன் மத்தவங்க முன்னாடி எல்லாம் வெளிய வர மாட்டான், அது அவனுக்கு ஆபத்துன்னு நெனைக்கிறான். சரி நான் வந்திருக்கன்ல்ல எனக்கு ஏதாவது கிஃப்ட் குடு.

"அட போடா நீ வரமாட்டன்னு தைரியத்துல தான், நான் பேசிட்டு இருந்தன், இப்படி திடீர்னு வருவனு யார் எதிர்பார்த்தா? எதுவா இருந்தாலும் நாளைக்கு பார்த்துக்கலாம் நீ மொதல்ல கெளம்பு" அப்படின்னு சொல்லிட்டு அவ கிளம்பிட்டா.

'உன்ன நம்பி வந்தன் பாரு என்னைய சொல்லணும் நாளைக்காவது ஏதாவது கொடுடி மறந்துடாதனு' நான் சொல்லிட்டு இருக்கும்போதே அவ ஹாஸ்ட்டல் உள்ள போயிட்டு இருந்தா, நானும் அதே ஏக்கத்தோட கிளம்பி வீட்டுக்கு வந்துட்டன்.

அடுத்த நாள் என்னோட பர்த்டே செலிப்ரேஷன் எல்லாம் நல்லபடியா போயிடுச்சு. அனுவும், நானும், என் ஃப்ரண்ட்ஸூம் ஜாலியா என்ஜாய் பண்ணிட்டு இருந்தோம், அடுத்த வாரம் எக்ஸாம் வர்றதனால என்ஜாய்மென்ட் சீக்கிரமா முடிச்சுட்டு எல்லாரும் படிக்க ஸ்டார்ட் பண்ணிட்டோம்.

எக்ஸாம் நடந்தது, ஏதோ நல்லபடியா எழுதிட்டன், ஆனாலும் ஒவ்வொரு வருஷமும் காலேஜ் முடியிறது பார்த்து பயமாவே இருந்துச்சு இன்னும் சினிமாவுல எதுவும் பண்ணாம இருக்கோம்னு, அந்த நேரத்துல அனு தான் கொஞ்சம் தைரியத்த கொடுப்பா, காலேஜ் ரெண்டு மாசம் லீவு விடுறதுனால நானும் அனுவும் உருக்கமா பேசிட்டு இருந்தோம்.

ஆட்டுக்குட்டி போன வருஷம் பண்ண மாதிரி, இந்த வருஷமும் பண்ணிடாத ப்ளீஸ், உன்ன நம்பி தான் இருக்கன்.

"அன்னைக்கு நடந்தத இன்னும் நீ மறக்கலயா? அத விடு நீ எதையும் நெனச்சு கவலப்படமா சினிமாக்கு என்ன தேவையோ அத மட்டும் பாரு சரியா".

சரிடி நான் அத பார்த்துக்குறன், அப்பப்ப நீ கால் பண்ணு, அதே மாதிரி ஷோட்டோக்கு எதாவது உதவி தேவப்பட்டுதுன்னா நான் போவன், அப்ப நான் ஃபோன் எடுக்கலன்னா கோச்சுக்காத ஓகேவா.

"சரிடா, நீயும் கொஞ்சம் பத்திரமா இரு, அது போதும் எனக்கு".

சரி அனு நல்லபடியா வீட்டுக்கு போயிட்டு வா, ரெண்டு மாசம் கழிச்சு பார்க்கலாம்.

"சரிடா"ன்னு சொல்லிட்டு அவளும் கிளம்பிட்டா, அவ கிளம்புனதும் சொல்லி வச்ச மாதிரி மாயாவும் அங்க வந்தா,

"நவநீ நம்ம எதிர்பார்த்த நேரம் வந்துருச்சு, அந்த வில்லனும் பூமிக்கு வந்துட்டானு ஆனெக்ஸின் சொன்னாரு அதனால நம்ம உடனே கிளம்பனும்".

சரி மாயா எங்க போகணும்.

"இந்த டைம் நம்ம போறது ரஷ்யா கிட்ட இருக்கிற ஒரு சின்ன கிராமம்".

'சரி மாயா', அப்படின்னு சொல்லிட்டு என் வீட்டுல எங்க அம்மா கிட்டயும், நான் வேல பார்க்குற இடத்துல ஓனர் கிட்டையும் லீவு சொல்லிட்டு நானும் மாயாவும் ரஷ்யாவுக்கு பறந்து போனோம்.

நைட் நேரத்துல அந்த கிராமத்துக்கு போனதால எங்களுக்கு ஒன்னுமே தெரியல,

'என்ன மாயா இங்க யாருமே இல்ல' அப்படின்னு சொல்லிட்டு இருக்கும்போதே வானத்திலிருந்து ஒரு வெளிச்சம் அப்படியே கண்ணெல்லாம் கூச ஆரம்பிச்சுருச்சு, அந்த வெளிச்சத்துக்கு நடுவுல இருந்து, நாலு கால் உயிரினம் ஒன்னு வானத்திலிருந்து பொத்துனு கீழ விழுந்துச்சு, அத பார்க்கறதுக்கு காமெடியா தான் இருந்தது.

என்ன மாயா பெருசா எதிர்பார்த்தோம் சின்னதா ஒரே ஒரு நாலு கால் பூச்சி மாதிரி வந்து இருக்கு.

"கொஞ்சம் மேல பாரு நவநீ"னு அவ சொன்னதும், மேல பார்த்தா அதே மாதிரி நாலு கால் பூச்சி கிட்டத்தட்ட ஆயிரத்துக்கு மேல வானத்துல இருந்து கீழ விழுந்துட்டு

இருந்துச்சு. பார்க்குறதுக்கு அது ஒரு பெரிய பட மாதிரி இருந்துச்சு. அது கீழ விழுந்து பக்கத்துல இருக்குற கிராமத்திலுள்ள மக்கள அழிச்சிட்டு இருந்துச்சு.

"என்ன நவநீ வேடிக்க பார்த்துட்டு இருக்க, சீக்கிரமா வா மக்கள காப்பாத்தணும்".

'சரி மாயா'னு சொல்லிட்டு அந்த ஒவ்வொரு உயிரினத்தையும் தாக்க ஆரம்பிச்சோம், ஆனா அது ரொம்ப ஸ்பீடா இருக்கு, ஒரு கட்டத்துக்கு மேல எங்களால தாக்கு புடிக்க முடியல, அழிக்க அழிக்க அந்த நாலு கால்கள் பூச்சி வந்துகிட்டே இருந்துச்சு.

என்ன மாயா பண்றது? திரும்ப திரும்ப வந்துகிட்டே இருக்கு.

"ஒரே வழி தான் இருக்கு நீ உன்னோட கண்ட்ரோல் பவர யூஸ் பண்ணு".

மாயா சொன்னதும் என்னோட கண்ட்ரோல் பவர யூஸ் பண்ணி மொத்த ஜந்துக்களையும் ஒரு பந்து மாதிரி உருண்டையாக ஒன்னா சேர்த்தன். மாயாவோட நெருப்பு சக்தி வச்சி அந்த உருண்டைய ஒரே டைம்ல அழிச்சிட்டோம், அது ஒரு பெரிய அணுகுண்டு வெடிச்ச மாதிரி சிதறி போச்சு. ஒரு வழியா பிரச்சன முடிஞ்சிருச்சுன்னு நெனைக்கும் போது தான் சினிமால வர்ற மாதிரி முக்கியமான வில்லன் கடைசியா வந்தான். அவன பார்க்குறதுக்கு சின்ன வில்லன் மாதிரி தான் தெரிஞ்சான், ஆமாங்க பார்க்குறதுக்கு என்னைய விட சின்னதா தான் இருந்தான். அவனோட உருவம் இதுக்கு முன்னாடி வந்த அந்த நாலு காலு பூச்சிய விட கொஞ்சம் பெருசாவும் இருந்துச்சு, இதவிட ஆச்சரியமே என்னன்னா அவன் தமிழ்ல பேசுனதுதான்,

"என்ன சின்ன பயலே, நீ தான் என்னைய அழிக்க வந்தவனா?"

அவன் அப்படி கேட்டதும், 'என்ன மாயா இவன் தமிழ் எல்லாம் பேசுறான்'!

'அதான் நவநீ எனக்கும் தெரியல ஒருவேள இவனால எல்லா உயிரினத்துகிட்டயும் பேச முடியுமோ?'

அப்போ இவன பத்தி உனக்கு தெரியாதா மாயா?

"ஆமா நவநீ இவன பத்தி ஒன்னும் தெரியாது, இவன அழிச்சிட்டு அதுக்கு பிறகு தெரிஞ்சுக்கலாம்"னு மாயா சொன்னா, பிறகு நானும் மாயாவும் அவன தாக்க ஆரம்பிச்சோம்.

என்னதான் நாங்க மாத்தி மாத்தி தாக்கிட்டு இருந்தாலும் அது அவனுக்கு பெருசாவே தெரியல, நாங்க கஷ்டப்பட்டு பவர் யூஸ் பண்ணாலும் அவன் ஈஸியா தடுத்துகிட்டே இருந்தான். கடைசில மாயா அவளோட நெருப்பு சக்திய பயன்படுத்துனா ஆனா அவன் அத ஒரே கையால நிப்பாட்டிட்டான். அதற்குப் பிறகு எங்கள தாக்க ஆரம்பிச்சான் அதனால நாங்க ரெண்டு பேரும் தூரமா போய் விழுந்தோம். முதல்ல அவன் மாயா கிட்ட தான் போனான், மாயா வேற மயக்கத்துல இருந்து இன்னும் எழுந்திரிக்கவே இல்ல, அரமயக்கத்தோட இருந்த நான் ஒருவழியா எழுந்திரிச்சி அவன் மாயாக்கிட்ட போறத தடுத்து அவன என்னோட கண்ட்ரோல் பவர வச்சு தூரமா தூக்கி போட்டன்.

உடனே மாயா கிட்ட போய் அவளுக்கு என்ன ஆச்சுன்னு பார்த்தன் அவ ரொம்ப வீக்கா இருந்தா, இதுக்கு மேல அவளால போராட முடியாதுன்னு தெரிஞ்சு போச்சு அதனால தனியா தான் போராடி ஆகணும்னு நெனச்சுகிட்டு சண்ட போட்டன். நானும் அவனும் மாத்தி மாத்தி தாக்கிக்கிட்டே இருந்தோம். ஆனாலும் ஒருத்தர் கூட தோற்காம தான் இருந்தோம். அவன் நிறைய ட்ரிக் எல்லாம் யூஸ் பண்ணி சண்ட போட்டான், கனவு உலகத்துல பயிற்சி கொடுத்ததனால இதெல்லாம் சமாளிக்க என்னால முடிந்தது இருந்தாலும் எனக்கு என்ன

பண்றதுன்னு தெரியல, அவன எப்படி அழிக்கிறதுன்னு யோசிச்சிட்டு இருக்கும்போது தான் எனக்கு ஒன்னு தோனுச்சு, "எதிரியோட பலமான ஆயுதத்த உடைக்கணும் இல்லனா நம்மளோட ஆயுதத்த பலமா உருவாக்கணும்"னு சொன்ன செங்கிஸ்கான் எனக்கு நியாபகத்துக்கு வந்தாரு,

அதனால அவன ஸ்பீடா தாக்கிக்கிட்டே இருந்தன். நான் என்னதான் பண்ணாலும் அவனோட உறுப்பு திரும்ப திரும்ப வளர்ந்து கொண்டே இருந்தது. அப்பதான் அவனோட வீக்னஸ் கண்டுபிடிச்சன், அது என்னன்னா நான் அவன தாக்குன பிறகு அவனோட உறுப்பு வளர கொஞ்சம் டைம் ஆகுது. அதுக்குள்ள மாத்தி மாத்தி அவன தாக்கிட்டே இருந்தா அவன அழிஞ்சுடுவான்னு நெனச்சன். அதே மாதிரி அவனோட ஒரு பகுதிய மட்டும் மாத்தி மாத்தி அட்டாக் பண்ணிட்டே இருந்தன், நான் நெனச்ச மாதிரி அவன் கொஞ்சம் வீக் ஆயிட்டான். எனக்கு நம்பிக்க வந்தது, அதனால இன்னும் வேகமா தாக்க ஆரம்பிச்சன், என்னோட எல்லா பவரும் யூஸ் பண்ண பிறகு ஒரு வழியா அவன் அழிஞ்சிட்டான். திரும்பவும் ஒரு வெற்றி, அந்த சந்தோஷத்தோட மாயாவ கூட்டிட்டு வீட்டுக்கு போயிட்டன்.

ஒரு வழியா எல்லா பிரச்சனையும் முடிஞ்சிடுச்சுன்னு சந்தோஷமா வீட்டுக்கு போயிட்டு அனு கிட்ட நடந்தது எல்லாத்தையும் கொஞ்சம் மாத்தி சொல்லி அவளுக்கு புரிய வச்சன். அத அவ கேட்டுட்டு இந்த ஸ்டோரி நல்லா இருக்கு பேசாம இத நம்ம ஃபியூச்சர்ல படம் பண்ணலாம் அப்படின்னு சொல்லி காமெடி பண்ணிட்டு இருந்தா. இருந்தாலும் இது நோலனோட பேட்மேன் மாதிரி வராதுன்னு சொல்லிட்டு, நான் ரெஸ்ட் எடுக்க போறன் நாம நாளைக்கு பேசலாம் அப்படின்னு சொல்லி ஃபோன வச்சுட்டு ரெஸ்ட் எடுக்க ஆரம்பிச்சன்.

5. கனவிலும் ஒரு தோல்வி.

* ★ *

வழக்கமா எல்லா பிரச்சனையும் முடிஞ்ச பிறகு நிம்மதியா இருக்கலாம்னு பார்த்தா, இந்த நியூஸ் சேனல் எல்லாம் நம்மள பத்தி பேசி தொந்தரவு பண்ணிட்டு இருக்காங்க, அவங்களுக்கு அதான வேல வேற என்ன பண்ணுவாங்க, இதனால உலகம் முழுவதும் திரும்பவும் பிரபலமானன் சொல்லப்போனா போன வருஷம் வந்த அவேஞ்சர்ஸ் எண்ட் கேம்-அ விட ஃபேமஸ் ஆனன், அதெல்லாம் ஒரு பக்கம் இருந்தாலும் என்னோட பர்சனல் லைஃப் கொஞ்சம் பாதிச்சிது. ஷார்ட் ஃபிலிம் பண்ணன் ஆனா அத ரிலீஸ் பண்ண முடியாம போயிடுச்சு, ஈ-புக் எழுதினன் ஆனாலும் அதுவும் பெருசா போகல, சரி அடுத்து என்ன பண்ணலாம்னு யோசிச்சிட்டு இருக்கும்போது தான் அனு கால் பண்ணா,

"நவநீ எதாச்சும் கத எழுதுனியா?"

இல்ல அனு இன்னும் எதுவும் எழுதல.

"அப்ப இவ்வளவு நாள் என்ன பண்ணிட்டு இருந்த?, இன்னும் ஒரு வாரத்துல காலேஜ் வேற தொறக்கப் போறாங்க, அதனால நீ ஒழுக்கமா சீக்கிரம் ஒரு கத எழுதுற வழிய பாரு".

என்னடி காலங்காத்தாலே திட்ட ஆரம்பிச்சுட்ட.

"ஆமா உன்ன திட்டாம என்ன பண்றது? நீ ஷேடோ ஷேடோன்னு அவன் பின்னாடி போயிடுற, அப்புறம் யாரு வந்து கத எழுதுவா? நீ சீக்கிரமா டைரக்டர் ஆகலனா எங்க அப்பா நம்ம கல்யாணத்துக்கு ஒத்துக்க மாட்டாரு, அதாவது உனக்கு நியாபகம் இருக்கா?"

சரி சரி நீ கோவப்படாத நான் பார்த்துக்குறன், இப்படி மாமாவ திட்டிட்டு இருந்தா, எப்படி மாமா வந்து கத எழுதுவன்.

"மாமாவா அது யாரு?"

வேற யாரு, நான் தான் உனக்கு மாமா.

"இதுக்கு மட்டும் உனக்கு கொறச்சல் இல்ல, ஒழுக்கமா கத எழுது, அதுக்குப் பிறகு ரொமான்ஸ் பண்ணலாம்"னு சொல்லிட்டு கால் கட் பண்ணிட்டா, அடுத்து என்ன பண்ணலாம்னு யோசிச்சிட்டு இருக்கும்போது மாயா வந்தா,

"என்ன நவநீ சார், காலங்காத்தாலே ரொமான்ஸா?"

அட நீ வேற மாயா, நானே கத என்ன எழுதலாம்னு யோசிச்சிட்டு இருக்கன், அதுக்கு வேற கன்டன்ட் கிடைக்க மாட்டங்குது.

"உனக்கு தான் திரில்லர் கத நல்லா வருமே, அப்புறம் என்ன, அத பத்தி எதாவது யோசிக்க வேண்டியது தான?"

'சூப்பர் மாயா ரொம்ப தேங்க்ஸ்'னு சொல்லிட்டு கிரைம் திரில்லர் கதைய பத்தி யோசிக்க ஆரம்பிச்சன், அப்பதான் எனக்கு சின்ன வயசுல படிச்ச ஒரு கேஸ் பத்தி நியாபகம் வந்துச்சு, அந்த உண்மையான சம்பவத்த தழுவி கத எழுத ஆரம்பிச்சன், அந்த கதையின் பெயர் "அறை எண் 701", எழுதி முடிச்சுட்டு அனுக் கிட்ட போய் அந்த கதைய சொன்னன், அவளும் அது கேட்டுட்டு "வேற லெவல்ல இருக்கு கண்டிப்பா இது ஹிட் ஆகும்"னு சொன்னா, அதுக்கு பிறகு அந்த கதையோட ஒரு பார்ட்ட மட்டும் ஈ-புக்கா பப்ளிஷ் பண்ணுனன், நான் நெனச்சுக்கூட பார்க்காத அளவுக்கு ஒரு வெற்றி கெடச்சிது, எல்லாரும் படிச்சிட்டு நல்லா இருக்குன்னு சொன்னாங்க, ஒரே நாள்ல மட்டும் ஆயிரம் பேர் படிச்சாங்க அதுதான் அதிசயமா இருந்துச்சு, ஃபர்ஸ்ட் புக்குக்கு கூட இவ்வளவு

ரெஸ்பான்ஸ் இல்ல, ஆனா இந்த புக்குக்கு ஒவ்வொரு நாளும் ஆடியன்ஸ் அதிகமாயிட்ருந்தாங்க 2000, 5000, 10,000னு படிச்சுக்கிட்டே இருந்தாங்க, இதனால காலேஜ்ல இன்னும் கொஞ்சம் பிரபலமானன், அனுக்கு கால் பண்ணி இந்த வெற்றிக்கு நீ தான் காரணம்னு சொல்லிட்டு இருக்கும் போது மாயா வந்து என்னைய மொறச்சா,

சரி மாயா நீயும் ஒரு காரணம் போதுமா?

"அதெல்லாம் உன் அனுக்கிட்ட போய் கொடு எனக்கு ஒன்னும் வேணா".

சாரி மாயா.

"சரி அத விடு ஆனெக்ஸின் உன்ன பார்க்கணும்னு சொன்னாரு, அதனால நீ இன்னைக்கு நைட் ரெடியா இரு".

உடனே போகணுமா மாயா?, இப்பதான் புக் எல்லாம் எழுதிட்டு இருக்கன் அதான்.

"என்ன நவநீ பொறுப்பில்லாம பேசுற, ரஷ்யா சண்டைக்கு அப்புறம் அவர இன்னும் மீட் பண்ணாம இருக்கோம். அத மறந்துட்டியா ஒழுக்கமா இன்னைக்கு நைட்டு ரெடியா இரு நம்ம கிளம்பலாம்"னு சொல்லிட்டு கோவமா மாயா கிளம்பிட்டா, நானும் அப்படியே காலேஜ் கிளம்பி போயிட்டன்.

"என்ன நவநீ காலேஜுக்கு வந்ததிலிருந்து ஒரு மாதிரி இருக்க என்னாச்சு?"

கால் வலி தான் அனு ரொம்ப நாளாவே வலிச்சிட்டு இருக்கு.

"நீ ட்ரீட்மெண்ட் எடுத்ததுக்கப்புறமும் சரியாகலையா?"

ஆமா அனு, என்ன பண்றதுன்னு தெரியல?

"சரி அப்ப நம்ம நாளைக்கு ஹாஸ்ப்பிட்டல் போலாம்".

பரவாயில்ல அனு வீட்டுல யாரயாச்சும் கூட்டிட்டு போறன்.

"ஆமா நீ வீட்டுல அப்படியே கூட்டிட்டு போயிட்டாலும், அதெல்லாம் ஒன்னும் வேணா நம்மளே போலாம் ஓகேவா, சரி நாளைக்கு ரெடியா இரு" அப்படின்னு அவளும் சொல்லிட்டு கிளம்பிட்டா. அதுக்குப்பிறகு நைட் ஆனதும் நானும் மாயாவும் கனவுலகத்துக்கு போனோம்.

"வா நவநீதன் உனக்காக தான் வெயிட் பண்ணிட்டு இருக்கன், முக்கியமா உன்ன நெனச்சு ரொம்ப பெருமப்படுறன், அதுவும் மாயாக்கு அடிப்பட்ட பிறகும் கூட நீ தனியா நின்னு அந்த மப்தராவ ஜெயிச்சல்ல அது பெரிய விஷயம்".

என்னது மப்தராவா? அதுதான் அந்த ஐந்தோட பேரா?

"ஆமா அது பேரு மப்தரா தான், நீ இனிமேதான் ஜாக்கிரதயா இருக்கணும், அவனோட படைகள அழிக்கிறோம்னு களிங்கனுக்கு தெரிஞ்சா கண்டிப்பா சீக்கிரமாவே வந்துருவான், அதுக்குள்ள நீ ரெடியாவும் இருக்கணும்".

சரிங்க ஆனெக்ஸின், ஆனா நீங்க ஒரு உதவி எனக்கு செய்யணும்.

"என்ன நவநீதன்?"

என்னோட காலு ரொம்ப நாளா வலிச்சுக்கிட்டே இருக்கு அதுக்கு எதாவது பண்ணுங்க ஆனெக்ஸின்.

"சாரி நவநீதன், என்னால எதுவும் செய்ய முடியாது, அப்படியே முடிஞ்சாலும் அத செய்யக்கூடாது, ஏன்னா நான் விதிக்கு கீழதான் செயல்ப்பட்டுட்டு இருக்கன்".

என்ன ஆனெக்ஸின் சொல்லுறீங்க?, நீங்க சொல்றதெல்லாம் நான் செய்றன், ஆனா நான் உதவி கேட்டா மட்டும் உங்கனால பண்ண முடியாதுல்ல?

"அப்படி இல்ல நவநீதன், உதவி பண்ற நிலமையில நான் இல்ல, இதெல்லாம் உனக்கு இப்பவேணா புரியாமம இருக்கலாம், ஆனா கடைசியில உனக்கே எல்லாமே புரியும்".

அட போங்க ஆனெக்ஸின், நீங்க எப்ப பார்த்தாலும் இப்படியேதான் பேசிட்டு இருக்கீங்க, உங்களுக்கு என்னோட கஷ்டம் புரிய மாட்டங்குது, ஆல்ரெடி என் லைஃப்ல நிறைய பிரச்சன இருக்கு, அதுல இந்த உலகத்த காப்பாத்தணும்னு வேற நீங்க சொல்றீங்க என்னால எப்படி முடியும்? நான் காலேஜ் முடிக்கணும், டைரக்டர் ஆகணும், சம்பாதிக்கணும், குடும்பத்த பார்த்துக்கணும் இப்படி நிறைய வேல இருக்கு, இதுல இந்த உலகத்த வேற காப்பாத்தணும், இது எல்லாத்தையும் நான் பண்ணனும் ஆனா என்னோட கால் வலி மட்டும் உங்கனால குணப்படுத்த முடியாது, அப்படித்தான?

'ஏன் நவநீ இப்படி மனசு உடஞ்சு பேசுற'னு மாயா கேட்டா,

என்னால இவ்வளவு கஷ்டத்தையும் மனசுக்குள்ள வச்சுக்கிட்டு இருக்க முடியல மாயா, நானே ஒரு சாதாரண மனுஷன் என்னால எப்படி இவ்வளவு வலி தாங்க முடியும்.

'அப்படி இல்ல நவநீ உன்னால முடியும், நீதான் இதுவரைக்கும் எதுவுமே கிவ் அப் கொடுத்ததே இல்லையே அப்புறம் என்ன, உன்னால மட்டும் தான் இந்த உலகத்த காப்பாத்த முடியும்னு ஆனெக்ஸின் நம்புறாரு, அதே மாதிரி நானும் உன்னைய நம்புறன், ஏன் இந்த மொத்த உலகமும் உன்னைய நம்பிதான் இருக்கு, இப்ப வந்து உன்னால முடியலன்னு சொல்லி நீ விட்டுட்டு

போயிட்டா யார் இந்த உலகத்த காப்பாத்துவா?, அப்படி யாருமே காப்பாத்தலனா அப்புறம் இந்த உலகமே அழிஞ்சு போயிடும் உன்னாலையும் டைரக்டராக முடியாது, நீ நேசிச்சவங்களும் உயிரோட இருக்க மாட்டாங்க, அதுதான் நீ ஆசப்படுறியா?'

இப்படியே பேசி என்னைய சமாளிச்சிடுங்க, சரி அடுத்து என்ன பண்ணனும்னு சொல்லுங்க ஆனெக்ஸின்?

"தெரியும் நவநீதன் உன்னால இதவிட்டுட்டு போக முடியாதுன்னு ஏன்னா நீ ரொம்ப நல்லவன், அத நீ முதல்ல நம்பு, அடுத்த படை வர்றதுக்கு இன்னும் சில மாசம் இருக்கு அதுவரைக்கும் நீ உன்னோட வேலைய பாரு நான் சொல்லும்போது மட்டும் பயிற்சி பண்றதுக்கு வந்தா போதும்".

சரிங்க ஆனெக்ஸின் அப்ப அதுவரைக்கும் என்னோட வேலைய நான் பண்ணிட்டு இருக்கன், தேவப்படும்போது நீங்க கூப்பிடுங்க நாங்க வர்றோம்னு சொல்லிட்டு நானும் மாயாவும் பூமிக்கு வந்தோம்.

அடுத்த நாள்,
நானும், அனுவும் என்னோட கால் வலிய செக் பண்றதுக்காக ஹாஸ்ப்பிட்டல் போனோம், டாக்டர் என்னோட கால செக் பண்ணிட்டு,

"மிஸ்டர்.நவநீதன் உங்களுக்கு வந்திருக்கிறது சியாட்டிகா".

சியாட்டிகாவா அப்படின்னா என்ன டாக்டர் கொஞ்சம் தெளிவா சொல்லுங்க?

"அதாவது உங்க முதுகுத்தண்டுல இருக்குற L2,L3 ல உள்ள ஜவ்வுல பிரச்சன இருக்கு, அது சரி பண்ண நீங்க கொஞ்சம் ரெஸ்ட் எடுக்கணும், வேலைக்கு போகக்கூடாது, வெயிட் தூக்கக்கூடாது, கொடுத்த மாத்திரைய கரக்ட்டா சாப்பிடணும், கரக்ட்டா எக்ஸசைஸ்

பண்ணனும், இப்படி இருந்தா தான் அந்த வலி உங்களுக்கு குணமாகும்" அப்படின்னு டாக்டர் சொன்னதும், எனக்கு தூக்கிவாரி போட்டுருச்சு, நான் பயந்தத பார்த்துட்டு இருக்கும்போது அனு என் கைய புடிச்சா,

சரி டாக்டர் இனிமே இவன் வேலைக்கு போக மாட்டான், கரக்ட்டா ரெஸ்ட்டும் எடுப்பான், நீங்க டேப்லெட் எழுதி கொடுங்கனு அனு சொன்னதும் அவர் டேப்லெட் எழுதிக் கொடுத்தார், நாங்களும் அத வாங்கிட்டு வெளிய வந்தோம்,

"நவநீ நான் சொல்றத நீ கவனமா கேளு, இனிமே நீ வேலைக்கு போக வேணா, ஷேடோவுக்கும் ஹெல்ப் பண்ணக்கூடாது ஓகேவா?"

என்னடி சொல்ற, நீ சொல்ற மாதிரி பண்ணா காசுக்கு நான் என்ன பண்ணுவன்? என் ஃபேமிலி என்ன பண்ணும்?, எப்படி ஷார்ட் ஃபிலிம் எடுக்க முடியும்னு சொல்லு?

"காசுக்காக பார்த்தா உன் உடம்பு போயிடும் பரவாயில்லையா? அதனால நீ ரெஸ்ட் எடு, முடிஞ்சா வீட்டுல இருந்து சம்பாதிக்க பாரு, நானும் அப்பப்ப காசு தர்றன் ஓகேவா?"

சரி அனு, ஆனா கொஞ்ச நாளைக்கு மட்டும் வேலைக்கு போயிக்கிறன், கொஞ்சம் கடன் இருக்கு அதனாலதான் சொல்றன்.

"நீ என்னைக்கு சொன்ன உடனே கேட்டிருக்க, சரி உடம்பு மட்டும் கவனமா பார்த்துக்கோ அது மட்டும் தான் என்னால சொல்ல முடியும், சரி நான் அப்படியே கிளம்புறன் நம்ம நாளைக்கு பார்க்கலாம்"னு சொல்லிட்டு அனு கிளம்பிட்டா.

அனு போனதுக்கப்புறம் வேலைக்கு போகாம எப்படி இனிமே படத்துக்கு போறது, ஹோட்டலுக்கு போறது,

குடும்பத்துக்கு எப்படி பணம் கொடுக்குறது, இப்படினு எல்லாமே மண்டைக்குள்ள ஓடிட்டு இருந்துச்சு, வீட்டுக்கு போய் டாக்டர் சொன்னத எல்லாத்தையும் சொன்னன், அம்மாவுக்கும் என்ன பண்றதுன்னு தெரியல, அதனால சித்தப்பா வீட்டுல இருக்குற அண்ணனுக்கு கால் பண்ணி நடந்தத எல்லாத்தையும் சொன்னாங்க, அவனும் வீட்டுக்கு வர்றன்னு சொல்லிட்டான், அப்பதான் எனக்கு கொஞ்சம் நிம்மதியா இருந்துச்சு இனிமே குடும்பத்த அவன் பார்த்துக்குவானு.

இதுக்கு பிறகு வாழ்க்க - களிங்கன் வர்றது, கால் வலி பிரச்சன, காசு இல்லாத பிரச்சன, இப்படினு நிறைய பிரச்சின இருந்தாலும், நான் ஸ்டோரி எழுதுறது மட்டும் நிறுத்தவே இல்ல, அதனால அறை எண் 701ன் ரெண்டாம் பாகம் ஈ-புக்கா பப்ளிஷ் பண்ணன், சொல்லப்போனா போன பாகத்த விட இந்த பாகத்துக்கு நல்லாவே ரெஸ்பான்ஸ் கிடச்சுது, சில பேர் மனசுல நான் ஒரு நல்ல ரைட்டர்ன்னு நெனச்சாங்க, சில பேர் மூன்றாவது பாகத்துக்கு ரொம்ப ஆர்வமா வெயிட் பண்ணிட்டு இருந்தாங்க, இப்படியே போயிட்டு இருக்கும்போது திடீர்னு கொரோனானு ஒரு பெரிய வைரஸ் நோய் உலகம் முழுவதும் பரவுச்சு, அதனால உலகத்துல பல நாட்டுல லாக்டவுன் போட்டாங்க இதனால உலகத்தோட பொருளாதாரம் ரொம்ப அடி வாங்குச்சு, இந்தியாவிலும் லாக்டவுன் போட்டாங்க, வீட்ட விட்டு வெளிய எங்கயுமே மூனு மாசம் போக கூடாதுன்னு சொல்லிட்டாங்க, ஸ்கூல், காலேஜ், ஒர்க் அப்படின்னு எதுவுமே இல்ல, இதனால பணத்துல நிறைய பேர் பாதிக்கப்பட்டாங்க, பட் இந்த நேரத்த நான் வேஸ்ட் பண்ண விரும்பல வீட்டுல ஒக்காந்து நிறைய கதைகள் எழுதலாம்னு முடிவு பண்ணன், லாக்டவுன் போட்டு யாரும் வெளிய வராததனால எந்த பிரச்சனையும் வராம இருந்துச்சு, அதனால நானும் கொஞ்சம் ரெஸ்ட் எடுத்தன்.

எல்லாரும் அவங்க காதலிய பார்க்காம ரொம்ப வருத்தப்பட்டுட்டு இருக்கும்போது, நான் மட்டும் கோயம்புத்தூரிலிருந்து அந்தியூருக்கு போய் என்னோட

காதலிய பார்த்துட்டு வந்தன், இந்த மாதிரி அடிக்கடி பார்த்துட்டு இருந்தனால கொஞ்சம் சந்தோஷமா இருந்தோம், அப்போ மாயா வந்து ஆனெக்ஸின் உன்னைய சீக்கிரமா வர சொன்னாருன்னு சொல்லி என்னைய கனவுலகத்துக்கு கூட்டிட்டு போயிட்டா,

"நவநீதன் நம்ம சீக்கிரமா பயிற்சிய ஸ்டார்ட் பண்ணனும், அவன் எப்பவேணாலும் வந்துருவான்".

அவனா அது யாரு?

"அவன எல்லாரும் பனி அரக்கன்னும் சொல்லுவாங்க, ரொம்பவும் பயங்கரமானவன், அவன அழிக்கிறது ஈஸியான விஷயம் கெடையாது ஏன்னா அவனுக்கு அவதாரங்கள கட்டுப்படுத்த தெரியும்".

விடுங்க ஆனெக்ஸின் பார்த்துக்கலாம், எப்படி பார்த்தாலும் நம்ம தான் கடைசில ஜெயிக்கப் போறோம்.

"நவநீதன் நீ நெனைக்கிற மாதிரி இது ஒன்னும் சினிமா கெடையாது, கடைசியில நல்லவங்க ஜெயிக்கிறதுக்கு, அப்படி இருந்தா போன வருஷம் நீ எதுக்கு அந்த ஊட்டி விபத்துல எல்லாத்தையுமே காப்பாத்தாம இருந்தனு சொல்லு, அது உன்னோட கவனக்குறைவாலையும் உனக்கு கரக்ட்டான பயிற்சி கொடுக்காம இருந்ததனால நடந்துச்சுனு புரியிதா உனக்கு? நிஜத்துல எல்லா நேரமும் நல்லவங்க ஜெயிப்பாங்கன்னு சொல்ல முடியாது, இங்க பல விஷயங்கள் முன்னாடியே முடிவு பண்ணப்பட்டு இருக்கு அது யாராலயுமே மாத்த முடியாது".

சரிங்க ஆனெக்ஸின் எப்போ ட்ரைனிங்க ஸ்டார்ட் பண்ணலாம்?

"நாளைக்கே ஸ்டார்ட் பண்ணலாம், நீ போய் சொல்ல வேண்டியவங்களுக்கு சொல்லிட்டு வந்துரு சரியா?"

'சரிங்க ஆனெக்ஸின்'னு சொல்லிட்டு பூமிக்கு வந்தன், இங்க மொதல்ல எங்க அம்மாக்கிட்ட சொன்னன், அதுக்கு அவங்க ஏன்டா ஊரே கொரானாக்கு பயந்துட்டு இருக்கு நீ எங்கடா போற அப்படி கேட்டாங்க இருந்தாலும் ஏதோ சொல்லி சமாளிச்சிட்டன், அடுத்து அனுக்கிட்ட சொன்னப்ப அவ திட்டுனாலும் அவளையும் பேசி சம்மதிக்க வச்சிட்டன், ஒரு வழியா எல்லாத்தையும் ஒத்துக்க வச்சிட்டு கனவுலகத்துக்கு போனன்,

கனவுலகத்துக்கு வந்தனால ஒரு நல்ல விஷயம் நடந்தது, அது என்னன்னா எனக்கு கால் வலி மட்டும் இல்லாம இருந்துச்சு, இந்த நேரமும் போன வருஷம் மாதிரி நிறைய ஆச்சரியமான விஷயங்கள பார்த்து ரசிச்சிக்கிட்டே வந்தன், ஒவ்வொரு டைம் கனவுக்கு வரும் போதும் ஒவ்வொரு புதுமையான விஷயத்த பார்த்துகிட்டே இருந்தன், என்னைய பொருத்தவர கனவு மட்டும் தான் சலிக்காத ஒன்னுன்னு நெனைக்கிறன்.

ட்ரைனிங் ஸ்டார்ட் ஆயிடுச்சு,

இந்த வருஷமும் ஆனெக்ஸின் எங்களுக்கு ட்ரைனிங் கொடுக்கல, அது மட்டும் இல்லாம நாங்க ட்ரைனிங் பண்ற இடத்துக்கு கூட அவர் வரவே இல்ல,

இந்த டைம் எங்களுக்கு பல வித்தியாசமான ட்ரைனிங் கொடுத்தாங்க, எல்லாமே ஒரு வகையில கஷ்டமா தான் இருந்துச்சு, இப்ப ரெண்டு பேருக்கும் ரெண்டு சக்திகள கத்துக்கொடுக்க ஸ்டார்ட் பண்ணாங்க, ஒரு சக்தி மிகவும் பயங்கரமானது, அது என்னன்னா அவதாரங்கள கட்டுப்படுத்த சொல்லி கொடுத்தாங்க, அது ரொம்ப கடுமையா இருந்துச்சு, நானாச்சு பரவால்ல மாயா ஒரு பறவ அவளும் ரொம்ப கஷ்டப்பட்டா, எங்க ரெண்டு பேரயும் அதிக குளிர தாங்க சொன்னாங்க, அதிக வெப்பத்தையும் தாங்க சொன்னாங்க, இப்படியே மாத்தி மாத்தி பயிற்சி கொடுத்துக்கிட்டே இருந்தாங்க, மாயா அதிகமா கஷ்டப்பட்டுட்டு இருக்கான்னு நெனச்சிட்டு இருக்கும்போது தான் அவ என்ன விட வேகமா

எல்லாத்தையும் கத்துக்கிட்டு இருக்கான்னு தெரிஞ்சுச்சு, அதனால நானும் வேகமா கத்துக்க ஆரம்பிச்சன்.

போன வருஷம் மாதிரி இல்லாம இந்த டைம் நிறைய குருக்கள் வந்து சொல்லித்தந்தாங்க, ஆனாலும் என்னால அந்த நீர், நெருப்பு அவதாரங்கள கட்டுப்படுத்த முடியல,

என்ன குரு இத மட்டும் என்னால கத்துக்கவே முடியல.

"சில விஷயங்கள கத்துக்குறதுக்கு நேரம் ஆகும், அதுவரைக்கும் அவசரப்படாம பொறுமையா காத்திரு அதுதான் ரொம்ப முக்கியம்".

சரி குரு அப்ப அதுவரைக்கும் வேற எதாவது சொல்லித்தாங்க.

"அடுத்து நான் உனக்கு சொல்லித்தரப் போறது கவசம் எப்படி உருவாக்குறதுனு, இத வச்சு எதிரி உன்னைய தாக்கும் போது ஈஸியா தடுக்கலாம், ஆனா அதுக்கு உன்னோட கவனம் சிதறாம இருக்கணும் கொஞ்சம் சிதறினாலும் உன்னோட கவசம் உடஞ்சி போயிடும்".

சரி குரு இப்ப நான் என்ன பண்ணனும்.

"நீ அந்த குளத்துக்குள்ள போய் தியானம் பண்ணனும், உன்ன சுத்தி எது வந்தாலும் உன் தியானம் மட்டும் கலையக் கூடாது, அப்பதான் உன்னால கவசத்த உருவாக்க முடியும்".

சரின்னு சொல்லிட்டு நானும் அந்த குளத்துக்குள்ள போய் தியானம் பண்ண ஆரம்பிச்சன், அதுக்கு இடஞ்சலா சில விஷயங்கள் வந்தாலும் அது எல்லாத்தையும் சமாளிச்சுட்டு தியானத்த மட்டும் கன்டினியூ பண்ணிட்டு இருந்தன், அதுக்குப் பிறகு அந்தக் கவசத்த எப்படி உருவாக்குறதுனு கத்துக்கிட்டன்.

இந்த மாதிரி நிறைய பயிற்சிகளும் கொடுத்துகிட்டே இருந்தாங்க, எனக்கும் மாயாவுக்கும் இதனால சக்திகள் பல மடங்கு அதிகரிச்சது.

எல்லா ட்ரைனிங்களிலும் நல்லபடியா சில சக்திகள கத்துக்கிட்டன், அந்த அவதாரங்கள மட்டும் என்னால கட்டுப்படுத்த முடியல, அந்த நேரத்துல ஆனெக்ஸின் வந்தாரு,

"என்ன நவநீதன் பயிற்சி எல்லாம் நல்லா போகுதா? எவ்வளவு முன்னேறி இருக்கனு தெரியுதா?"

தெரியல, ஆனா நீங்க வேணா செக் பண்ணி பாருங்க.

"சரி அப்ப செக் பண்ணலாம், சண்டைக்கு ரெடி ஆகு".

'நான் எப்போதும் ரெடி தான்'னு சொன்ன பிறகு நாங்க ரெண்டு பேரும் சண்ட போட ஆரம்பித்தோம்.

முதலில் நான் மட்டும்தான் அவர அட்டாக் பண்ணன், ஆனா அவரு ஈஸியா தடுத்தார், நானும் திரும்பத் திரும்ப அட்டாக் பண்ணிக்கிட்டே இருந்தன் ஆனாலும் ஒன்னு கூட அவர் மேல படவேயில்ல, இருந்தாலும் விடல, நான் கத்துக்கிட்ட ஒவ்வொன்னையும் மாத்தி மாத்தி அவர்கிட்ட பயன்படுத்துனன் ஆனாலும் எதுவுமே யூஸ் ஆகல, சரி அடுத்து என்ன பண்ணலாம்னு யோசிச்சிட்டு இருக்கும்போது அவர் ஒரே அடியில என்னைய வீழ்த்திட்டாரு,

"சண்ட போடும்போது இப்படித்தான் யோசிச்சிட்டு இருப்பியா நவநீதன்? நீ இப்படி இருந்தா களிங்கன் கிட்ட கூட உன்னால நெருங்க முடியாது, போய் முதல்ல முழுசா ட்ரைனிங் எடு உன்னோட கவனத்த வேற எதிலுமே செலுத்தாம ட்ரைனிங்ல மட்டும் ஃபோக்கஸ்டா இரு".

சரிங்க ஆனெக்ஸின், இனிமே கவனமா ட்ரைனிங் எடுக்குறன், ஆனா எனக்கு ஒரு டவுட் இருக்கு கேக்கலாமா?

"என்ன டவுட்?"

களிங்கனோட சண்ட போடும்போது ஒருவேள நான் செத்துட்டா என்ன ஆகும்?

"என்ன நவநீதன் இப்படி சொல்லுற இதுக்கா உனக்கு இவ்வளவு நாளா ட்ரைனிங் கொடுத்துட்டு வந்தோம், நீ உன்ன நம்பு அப்பதான் உன்னால ஜெயிக்க முடியும், வேற எதப்பத்தியும் யோசிக்காத, உனக்கு சாவு பார்த்து பயமே இல்லனு நெனச்சன் ஆனா நீ இப்படி பேசிட்டு இருக்க".

எனக்கு சாவு பார்த்து பயம் இல்ல, இருந்தாலும் கேக்கணும்னு தோனுச்சு அதனாலதான் கேட்டன்.

"சரி நவநீதன் நீ இப்ப பூமிக்கு போய் ரெஸ்ட் எடு மத்த பயிற்சி எல்லாம் அப்புறம் பார்த்துக்கலாம்".

நான் இன்னும் முழுசா எதுவுமே கத்துக்கல ஆனெக்ஸின், அதுக்குள்ள போக சொல்றீங்க?

"ஒரே நேரத்துல எல்லாத்தையும் கத்துக்க முடியாது, அதனால கொஞ்சம் கொஞ்சமா நீ கத்துக்கோ, பனியரக்கன் வரும்போது சொல்றன் அதுவரைக்கும் பொறுமையா இரு".

சரிங்க ஆனெக்ஸின்னு சொல்லிட்டு நானும் மாயாவும் பூமிக்கு வந்துட்டோம்.

ஆனெக்ஸினிடம் தோத்தனால ரொம்ப வருத்தப்பட்டன் கனவுல கூட தோத்துட்டமேனு, நம்மயெல்லாம் அவ்வளவு பெரிய பலசாலி கெடையாதுனு, அப்பதான் எனக்கு புரிஞ்சிது நம்ம இன்னும் நிறைய கத்துக்க வேண்டியது இருக்குன்னு, நெனச்சிட்டு இருக்கும்போது

கொரோனாவோட தாக்கம் குறஞ்சு காலேஜ் ஓப்பன் ஆயிடுச்சு, நானும் அதுக்குப்பிறகு கால் வலினால வேலைக்கு போறத நிப்பாட்டிட்டன், இருந்தாலும் மனசுக்குள்ள பணத்துக்கு என்ன பண்ண போறன்னு பயம் இருந்துகிட்டே இருந்துச்சு, இவ்வளவு விஷயங்கள் மனசுக்குள்ள ஓடிட்டு இருந்தாலும் பண்ண வேண்டிய விஷயங்கள் பண்ணி தான ஆகணும் அதனால காலேஜுக்கு போய் என்னோட படிப்ப பார்த்தன், அதே நேரத்துல கத எழுதுறதுலையும் நேரத்த செலவு பண்ணன், கொஞ்ச நாள் ஷோடோ வாழ்க்கையிலிருந்து விலகி நவநீதனா வாழ்ந்தன், அதனால அடுத்து என்ன பண்ணலாம்னு யோசிச்சிட்டு இருக்கும்போது யூடியூப்ல வீடியோ போடலாம்னு தோணுச்சு.

அந்த விஷயத்த உடனே அனுக்கிட்ட சொல்லி அதுக்கான வேலைகளையும் பார்க்க ஆரம்பிச்சன், அப்ப என்கூட சரண வச்சு கன்டென்ட் எழுதுனன், அதுக்கு பிறகு நானும் அவனும் சேர்ந்து வீடியோ எடுத்து யூடியூப்ல போட ஆரம்பிச்சோம், சினிமா பத்தி பேசி வீடியோ போட்டா நல்ல ரெஸ்பான்ஸ் கிடைக்கும்னு நெனச்சோம் ஆனா முதல்ல சில வீடியோக்களுக்கு நல்ல ரெஸ்பான்ஸ் கொடுத்தாலும் அதுக்கு அப்புறம் கைக்கொடுக்கல, நானும் அத பின்னாடி பார்த்துக்கலாம்னு விட்டுட்டன், மீண்டும் ஒரு தோல்வி.

எதாவது முயற்சி பண்ணி கோயம்புத்தூர்ல இருந்துகிட்டே சினிமால சான்ஸ் வாங்கணும்னு ஆசப்பட்டன், அதற்காக எத்தன டைம் தோத்தாலும் திரும்பத் திரும்ப நிறைய முயற்சிகள் எடுத்துக்கிட்டு இருந்தன், வீட்டிலும் பணப்பிரச்சன, காலேஜிலும் படிப்பு பிரச்சன, இவ்வளவு பிரச்சன இருந்தாலும் சினிமாக்காக எதாவது பண்ணனும்னு தோனிக்கிட்டே இருந்துச்சு, அப்பதான் அனு வந்து ஒரு ஷார்ட் ஃபிலிம் எடுன்னு சொன்னா,

ஷார்ட் ஃபிலிம் பண்ணனும்னா காசு வேணும், அந்த காசுக்கு நான் எங்க போவன்?

"ஏன் காசு இருந்தா தான் எடுக்க முடியுமா? காசு இல்லாம இருக்குறத வச்சு ஒரு ஷார்ட் ஃபிலிம் உன்னால பண்ண முடியாதா?"

பண்ணலாம் ஆனா அது கஷ்டம்.

"கஷ்டமா இருந்தா என்ன? நம்ம என்ன புதுசாவா கஷ்டப்பட போறோம், நமக்கு பழகுன விஷயம் தான, அதனால நீ ஜீரோ பட்ஜெட்ல ஷார்ட் ஃபிலிம் பண்றது பத்தி யோசி ஓகேவா"னு சொல்லி எனக்கு கொஞ்சம் நம்பிக்க கொடுத்தா, நானும் அந்த நம்பிக்கைய வச்சு ஜீரோ பட்ஜெட்ல ஷார்ட் ஃபிலிம் பண்ண ஒரு கத எழுதனன், அது ஒரு சோசியல் மெசேஜ் ஸ்டோரி, அந்த ஷார்ட் ஃபிலிம்க்கு என்னோட பழைய ஃப்ரண்ட் ஜோஸ்ரீயையும், என் ஃப்ரண்டு ராஜாவையும் நடிக்க வச்சன், ரெண்டு பேரும் நல்லா நடிச்சாங்க, சசி கேமரா வொர்க் எல்லாம் பார்த்துக்கிட்டான், சுரா மத்த ஹெல்ப் எல்லாம் செஞ்சான், இப்படி எல்லாரும் ஹெல்ப் பண்ணனால, சீக்கிரமாவே அந்த ஷார்ட் ஃபிலிம் பண்ணி முடிச்சிட்டன், எடிட்டிங் வொர்க்கும், டப்பிங் வொர்க்கும் கூட வேகமா நடந்தது, கடைசில அந்த ஷார்ட் ஃபிலிம்க்கு 'சில நிமிடங்களில் சில மனிதர்கள்' அப்படினு பேர வச்சு ரிலீஸ் பண்ணிட்டன்.

ஷார்ட் ஃபிலிம் ரிலீசான பிறகு எல்லாரும் பார்த்துட்டு நல்லா இருக்குன்னு சொன்னாங்க, சில பேர் பாராட்டுனாங்க, சில பேரு குற சொன்னாங்க, இன்னும் சில பேர் சினிமால இருக்குறவங்கள அறிமுகப்படுத்தினாங்க, இதனால அனுவுக்கும், எனக்கும், படத்துல வொர்க் பண்ணவங்களுக்கும்னு எல்லாருமே சந்தோஷமா இருந்தோம், சொல்லப்போனா இதுதான் என்னோட அஃபிசியல் ஃபர்ஸ்ட் ஷார்ட் ஃபிலிம், இதுக்கு முதல் நன்றி அனுக்கு தான் சொல்லணும், ஏன்னா அவ நம்பிக்க கொடுக்கலனா இது பண்ணி இருக்க முடியாது, ஆனா இந்த சந்தோஷம் நீடிக்கல அதுக்குள்ள கால்வலி அதிகமாயிட்டு இருந்துச்சு, எவ்வளவு ஹாஸ்ப்பிட்டல் போனாலும் வலி மட்டும் குறையவே இல்ல, அதே நேரத்துல மாயாவும் வந்து

ஆனெக்ஸின் கூப்பிட்டாருனு சொல்லி என்னைய கனவுலத்துக்கு கூட்டிட்டு போயிட்டா,

என்ன ஆனெக்ஸின் என்னைய அவசரமா வர சொல்லி இருக்கீங்க?

"ஆமா நவநீதன் ஒரு முக்கியமான விஷயம், இன்னும் கொஞ்சம் மாசத்துல அந்த பனி அரக்கன் வரப்போறான், நீயும் அதுக்குள்ள ரெடியாகனும், அதுக்குதான் உன்ன வர சொன்னன்".

ஆனெக்ஸின் காலேஜ்ல எக்ஸாம் வேற வருது அத முடிச்சிட்டு வேணா ட்ரைனிங் வந்துரட்டா அந்த எக்ஸாம்க்கு இன்னும் ஒரு மாசம் தான் இருக்கு.

"சரி நவநீதன், நானும் உன்னைய அதிகமா கஷ்டப்படுத்த விரும்பல, அதனால நீ சீக்கிரமா எக்ஸாம் முடிச்சிட்டு வந்துரு அப்பதான் உன்னால அந்த அரக்கன அழிக்க முடியும்".

'சரிங்க ஆனெக்ஸின் நானும் அப்படியே கிளம்புறன்'னு சொல்லிட்டு திரும்ப நிஜ உலகத்துக்கு வந்தன்.

நானும் அனுவும் எக்ஸாம்க்கு படிச்சுக்கிட்டு பேசிக்கிட்டு இருந்தோம் அப்போ,

"தேர்ட் இயர் முடிச்சதுக்கு அப்புறம் நாம எப்படி தான் மீட் பண்றது? உன்னைய இதுக்கப்புறம் பார்க்காம எப்படி நான் இருப்பனு நீயே சொல்லு?"

அதெல்லாம் நெனச்சிட்டு ஃபீல் பண்ணிட்டு இருக்காத, உனக்கு எப்ப பார்க்கணும்னு தோனுதோ அப்ப சொல்லு கண்டிப்பா நான் வருவன், அத நெனச்சு இப்பயே கவலப்பட்டுட்டு இருக்காத பவதாரணி.

"என்னது பவதாரணியா?... அது யாரு? எதுக்கு அந்த பேர சொன்ன? அவளுக்கும் உனக்கும் என்ன சம்பந்தம்?

உண்மையாவே நீ என்னைய மட்டும் தான் லவ் பண்றியா? இல்ல நான் உனக்கு டைம்பாஸா? ஐயோ... ஐயையோ... உன்ன நம்பி என் வாழ்க்க போச்சே...."

அட லூசு மாதிரி பேசிட்டு இருக்காத அனு, தெரியாம ஒரு பேர் சொன்னதுக்கா இவ்வளவு பேசிட்டு இருக்க?

"அட ஆமான்டா உனக்கு நான் லூசு தான் அதனால தான நீ என்னைய ஏமாத்திட்டு இன்னொரு பொண்ண லவ் பண்ணிட்டு இருக்க? நீ 12வது படிக்கும்போதே உன்ன அத்தன பொண்ணுங்க லவ் பண்ணாங்கதான? அதுல எல்லாத்த பத்தியும் சொன்னல்ல? பவதாரணிய மட்டும் ஏன்டா சொல்லல?"

அட உன் மேல சத்தியமா, எனக்கு எப்படி இந்த பேர் வாயில வந்துச்சுன்னு தெரியல, என்ன பத்தி உனக்கு தெரியாதாடி, நம்புடி சண்ட போடாம.

"அது எப்படி தானோ லவ்வர் கிட்ட பேசும்போது ஒரு பொண்ணு பேரு தெரியாம வாயில வருமோ, எனக்கு உன்மேல நம்பிக்க இல்ல, நான் கிளம்புறன், இனிமே என்கிட்ட பேசாத, பார்க்காத, நானும் இனிமே உன் மூஞ்சிலயே முழிக்க மாட்டன்".

சரிடி நீ கோவப்படாம ஹாஸ்ட்டலுக்கு போ, எதுவா இருந்தாலும் நைட் பேசிக்கலாம்.

"இதுக்கப்புறம் எனக்கு நீ கால் பண்ணாத, பண்ணாலும் நான் எடுக்க மாட்டன், உன் நம்பர இப்பவே நான் டெலிட் பண்ணிடுவன்"னு சொல்லிட்டு கோவமா அவ ஹாஸ்ட்டலுக்கு போயிட்டா, நானும் அவ பின்னாடி போய் சமாதானப்படுத்தினாலும் ஒரு யூஸூம் இல்ல, என்ன பண்றது பொறாம இல்லாத காதல் இந்த உலகத்துல இருக்குமா?"

நான் வீட்டுக்கு போய் நைட் அவளுக்கு கால் பண்ணி சாரி கேக்கலாம்னு நெனச்சன் ஆனாலும் அவ ஃபோன்

ஸ்விட்ச் ஆஃப்னு தான் வந்துச்சு, சரி நாளைக்கு காலேஜுக்கு போய் பார்த்துக்கலாம்னு சொல்லிட்டு தூங்கிட்டன், கொஞ்ச நேரம் கழிச்சு ஒரு ஃபோன்கால் வந்துச்சு,

என்னடி இந்த நேரத்துல கால் பண்ணி இருக்க?

"ஏன் இந்த நேரத்துல கால் பண்ண கூடாதா?"

அப்படி இல்ல என்ன விஷயம் சொல்லு.

"உன்ன பத்தி தெரிஞ்சுகிட்டன் உன்கிட்ட சண்ட போட்டாலே மனசு ஒரு மாதிரியாவே இருக்கு".

சரி நான் மன்னிச்சிட்டன் இப்ப தூங்க போலாமா?

"அவ்வளவு தானா ரியாக்ஷன்? இதுக்கா உனக்கு இந்த நேரத்துல கால் பண்ணன், அட போட வெண்ண..."

இல்லடி டயர்டா இருக்கு அதனால தான் சொன்னன்.

"அத விடு, எனக்கு இப்போ உன்னைய பார்க்கணும் போல இருக்கு".

சரிடி நாளைக்கு காலைல காலேஜ்ல பார்க்கலாம்.

"எனக்கு அதெல்லாம் தெரியாது உன்னைய இப்பவே பார்க்கணும் இல்லன்னா நாளைக்கு நான் காலேஜ் வரமாட்டன் அவ்வளவு தான் பார்த்துக்கோ".

அப்பப்பா என்னால முடியல, சரி இரு நான் வர்றன்.

நானும் அவள பார்க்குறதுக்கு அவளோட ஹாஸ்டல் மாடிக்கு போய் வெயிட் பண்ணிட்டு இருந்தன், அவளும் வந்தா,

ஹாய் அனு, இப்ப எப்படி உன் பேர் கரக்ட்டா சொல்லிட்டன்.

"திரும்பவும் சண்ட ஆரம்பிக்காத நவநீ..."

அட சும்மா தான் கிண்டலுக்கு பண்ணன், சரி எதுக்கு என்ன வர சொன்ன?

"எதுக்குன்னு சொன்னா தான் வருவியா? நான் கூப்பிட்டா நீ என்னன்னு கேக்காம வரணும் ஓகேவா, சரி அதவிடு இங்க இருந்து பார்க்குறதுக்கு எவ்வளவு அழகா இருக்கு இந்த சிட்டி".

நல்லா தான் இருக்கு பட் இன்னும் உயரமா போய் பார்த்தா இத விட அழகா இருக்கும்.

"உயரமான இடமா? அதுக்கு நம்ம எப்படி போக முடியும்?"

என் ஃப்ரண்டு நெனச்சா போக முடியும்.

"யாரு, ஷேடோவா?"

இல்ல இது வேற ஃப்ரண்டு அவ பேரு மாயா, அவ ஒரு ஆந்த.

"என்னது ஆந்தையா? அது எப்படிடா நம்மள கூட்டிட்டு போகும்?"

'நீ கண்ண மூடு, அப்பதான் நம்மள கூட்டிட்டு போகும்'னு சொன்னதும் அவ கண்ண மூடிட்டா, அதுக்கு பிறகு மாயா என்னையும் அவளையும் தூக்கிட்டு கோயம்புத்தூர்ல இருக்க உயரமான இடத்துக்கு கூட்டிட்டு போனா, அங்க போனதும் அனுவ கண்ண தொறக்க சொன்னன்,

"என்ன நவநீ என்னால நம்பவே முடியல, ரொம்ப சந்தோஷமா இருக்கு, எப்படி இங்க வந்தோம்?"

'இவதான் நம்மள கூட்டிட்டு வந்தா'னு நான் மாயாவ காட்டுனன், அதப் பார்த்த அனு ஒரு செகண்ட் ஷாக் ஆயிட்டா,

"ஹாய் மாயா, நான் அனு நீங்க எப்படி இருக்கீங்க?" அப்படின்னு கேட்டதும் மாயாவுக்கு வெட்கம் வந்துருச்சு,

'அனு அவ சராசரி மனுஷங்க கிட்ட உடனே பேச மாட்டா, கொஞ்சம் பழகுன பிறகுதான் பேசுவா'னு சொன்னதும் மாயாவும் பறந்து போயிட்டா.

"என்ன நவநீ அதுக்குள்ள பறந்து போயிட்டா?"

அவ அப்படிதான், சரி அத விடு உனக்கு இந்த இடம் புடிச்சிருக்கா?

"கோயம்புத்தூர்ல உயரமான இடம், சில்லுனு ஒரு காத்து, மாயாஜால பறவ, கூடவே நீயும் இதுக்கு மேல என்ன வேணும், இந்த உலகத்துல என்னைய மாதிரி யாராலையும் சந்தோஷமா இருக்க முடியாது, அவ்வளவு சந்தோஷமா இருக்கன்".

நீ சந்தோஷமா இருந்தா எனக்கு அது போதும், சரி நல்லா எஞ்சாய் பண்ணு இப்படியே நானும் அனுவும் ஜாலியா பேசிக்கிட்டே இருந்தோம், எத்தன குழந்த பெத்துக்கலாம், எப்ப கல்யாணம் பண்ணலாம், அப்படின்னு சராசரி லவ்வர்ஸ் மாதிரி பேசாம, எப்படி கத எழுதலாம், எங்க ஷூட்டிங் எடுக்கலாம், யார வச்சு படம் பண்ணலாம், அப்படின்னு ஃபியூச்சர் பத்தி பேசிட்டு இருந்தோம், அனுவுக்கு எப்போதுமே கதையில ஹீரோயினி இருக்கக் கூடாது, அப்படி இருந்துச்சுன்னா அந்த படம் பண்ணும்போது கூடவே இருப்பாளாம், ஏன்னா அவளுக்கு கொஞ்சம் பொறாம இருக்கு என் மேல, இப்படியே மணிக்கணக்கா பேசிட்டு இருந்தனால நேரம் போனதே தெரியல,

சரி அனு டைம் ஆயிடுச்சு நம்ம கிளம்பலாமா?

"இருடா, இன்னைக்கு தான் நானே ஃபர்ஸ்ட் டைம் வந்துருக்கன் அதுக்குள்ள உடனே கிளம்ப சொன்னா எப்படிடா?"

இல்ல அனு, எங்க வீட்டுல என்னைய தேடுவாங்க, அதே மாதிரி உன்னையும் உன்னோட ஹாஸ்ட்டல்ல தேடுவாங்க அதனாலதான் சொன்னன்.

"அதெல்லாம் தேட மாட்டாங்க, நம்ம காலையில விடியறதுக்கு முன்னாடி போயிடலாம் ஓகேவா?"

நீ என்ன சொன்னாலும் கேட்டுதான ஆகணும், அப்ப அதுவரைக்கும் நீ வேடிக்க பாரு நான் தூங்குறன்னு சொல்லிட்டு அவ மடியில படுத்தன், நட்சத்திரங்கள் நிறைந்த வானம், லேசான காற்று, மிதமான குளிர், மென்மையான அவ பேச்சு, கூடவே ஹாரிஸ் ஜெயராஜின் மஞ்சள் வெயில் பாட்டு,

"வெண்ணிலவே
வெள்ளி வெள்ளி நிலாவே
போகும் இடம் எல்லாமே
கூட கூட வந்தாய் வெண்ணிலவே
வெள்ளி வெள்ளி நிலாவே
நட்சத்திரப் பட்டாளம்
கூட்டிக்கொண்டு வந்தாய்

உலகத்தின்
கடைசிநாள் இன்று
தானா என்பது போல்
பேசிப்பேசித் தீர்த்த
பின்னும் ஏதோ ஒன்று
குறையுதே...'

இதெல்லாம் இருக்கும்போது எப்படி இது சொர்க்கமா இல்லாம இருக்கும், அப்படியே அந்த இரவோட மயக்கத்துல தூங்கிட்டன், பிறகு கண் முழிச்சு பார்க்கும்போது நான் ஒரு பக்கம் படுத்துட்டு இருக்கன், அனு ஒரு பக்கம் படுத்துட்டு இருக்கா, மணி வேற 6:30, அதனால எனக்கு கோவம் வேற வந்துருச்சு,

'அட எழுந்திரிடி வெண்ணமவளே'னு சொன்னதும் அவ கண்ணக் கசக்கிட்டே எழுந்திரிச்சா,

"என்ன நவநீ அதுக்குள்ள எழுப்பிட்ட, நானே இப்பதான் தூங்க ஆரம்பிச்சன்".

'அடியே கண்ண தொறந்து பாருடி நம்ம எங்க இருக்கோம்னு' அப்படின்னு சொன்னதும் அவ உடனே பயப்பட ஆரம்பிச்சுட்டா, எப்படிடா இங்க இருந்து உடனே போறதுன்னு கேட்டு பயந்தா,

அதுக்கு தாண்டி நான் அப்பவே சொன்னன், நீதான் கேக்கல, சரி அதவிடு அது இப்ப பேசி பிரயோஜனம் இல்லனு சொல்லிட்டு உடனே மாயாவ கூப்பிட்டு அனுவ சீக்கிரமா கூட்டிட்டு போக சொன்னன், மாயா அனுவ கூட்டிட்டு போனதும், நானும் பறந்து வீட்டுக்கு வந்துட்டன், அது பனிக்காலம்னால 6:35க்கு நாங்க பறந்து போனது யாருக்குமே தெரியல, ஒரு வழியா ரெண்டு பேரும் பத்திரமா வந்து சேர்ந்துட்டோம்.

ரெண்டு பேரும் திரும்பவும் காலேஜுக்கு வந்து மீட் பண்ணி அந்த அழகான இரவு பத்தி பேசிட்டு இருந்தோம், என்னதான் நாங்க ஜாலியா பேசிட்டு இருந்தாலும் எங்க ரெண்டு பேரு மனசுலயும் ஒரு பயம் இருந்துச்சி இதுக்கப்புறம் எப்படி பிரிஞ்சு வாழ்றதுன்னு, அதனால காலேஜோட கடைசி நாட்கள் வர வர நாங்க அதிகமா காதலிக்க ஆரம்பிச்சோம், ஒரு பக்கம் காதலுக்காக ஃபீல் பண்ணிட்டு இருந்தாலும் இன்னொரு பக்கம் சினிமாக்காக இன்னும் எதுவும் பெருசா பண்ணலன்னு பயம் இருந்துகிட்டே இருந்துச்சு, ஷார்ட் ஃபிலிம், ஈ-புக், யூட்டியூப்னு எல்லாமே ட்ரை பண்ணியாச்சு, அடுத்து என்ன பண்ணலாம்னு அனுக்கிட்ட கேக்கும்போது, அவ இன்ஸ்டாகிராம ட்ரை பண்ண சொன்னா, நானும் நல்ல ஐடியான்னு சொல்லிட்டு *BORN_TO_CINEMA* னு இன்ஸ்டால ஒரு பேஜ ஸ்டார்ட் பண்ணி சினிமா பத்தி வீடியோ போட ஆரம்பிச்சன், முதல்ல நல்ல ரெஸ்பான்ஸ் கெடைக்கல இருந்தாலும் தொடர்ந்து வீடியோ

போட்டுட்டு இருந்தன், எக்ஸாமும் நெருங்கிட்டே இருந்துச்சு, அதனாலதான் படிப்பிலும் கவனம் செலுத்த வேண்டியதா இருந்தது.

எக்ஸாம் நாள் வந்தது, எக்ஸாமும் நல்லபடியா எழுதி முடிச்சிட்டன், காலேஜோட கடைசி நாட்கள், இந்த வலி காலேஜ் படிக்கிற எல்லாத்துக்குமே வந்திருக்கும், இத சொல்லி புரிய வைக்க முடியாது, அதே மாதிரி தான் காதலும் சொல்ல முடியாத ஒரு உணர்வு, தாங்க முடியாத ஒரு வலி, புரிந்து கொள்ள முடியாத ஒரு ஏக்கம், முழுமையா தெரிந்து கொள்ளாத ஒரு இன்பம், இப்படி சொல்லி அடுக்கிட்டே போலாம், காதல் என்ன பொருத்தவர கை ரேக போல ஒவ்வொருத்தருக்கும் அது மாறுபடும், ஆனா அதோட வலி மட்டும் யாருக்குமே மாறாது, இவ்வளவு விஷயங்கள மனசுல வச்சுக்கிட்டு அவக்கிட்ட என்ன பேசுறதுன்னு தெரியாம முழிச்சிட்டு இருந்தன், ஆனா அவ முழிக்காம என்ன பேசணுமோ தெளிவா பேசிட்டு இருந்தா.

"நான் சொல்றது மட்டும் கேளு நவநீ, ரொம்ப ஃபீல் பண்ணாத, நான் இல்லன்னு சொல்லி கவலப்படக் கூடாது, நானாவே டெய்லி உனக்கு கால் பண்ணுவன், நீ முதல்ல கால்வலி எப்படி சரி பண்ணலாம்னு பாரு, அதுக்கு பிறகு சினிமாக்கு என்ன பண்ணலாம், எப்படி சான்ஸ் கேக்கலாம்னு யோசி, தேவயில்லாம ஷேடோ கூட சுத்துறன்னு சொல்லி டைம் மட்டும் வேஸ்ட் பண்ணிட்டு இருக்காத, முக்கியமா உன்னைய நீ நல்லா பார்த்துக்கோ"னு சொல்லி கொஞ்ச பணத்த எடுத்து என் பாக்கெட்டுக்குள்ள வச்சா,

என்ன அனு காசு எல்லாம் கொடுக்குற?

"ஆமான்டா நீ செலவுக்காக கடன் வாங்கக் கூடாது, அதனாலதான் கொடுக்குறன், இதுக்கு மேல எனக்கு என்ன சொல்றதுன்னு தெரியல, இப்படியே உன்னைய பார்த்துட்டு இருந்தா அழுதுடுவனு பயமா இருக்கு".

சரி அனு நீயும் ஃபீல் பண்ணாத, உனக்கு எப்போ என்னைய பார்க்கணும்னு தோனுதோ அப்ப சொல்லு உடனே நான் வர்றன், முக்கியமா உங்கப்பன் எதாவது பிரச்சன பண்ணான்னா சொல்லு ஷேடோ வச்சு பார்த்துக்கலாம்.

"எங்கப்பா பத்தி நீ பேசலனா உனக்கு தூக்கமே வராதுல"னு சொல்லி சிரிச்சுக்கிட்டே அழுக ஆரம்பிச்சா.

ஏன்டி எதுக்குடி அழுகுற?

"தெரியலடா இத்தன நாள் பகல் இரவுனு உன் கூடவே இருந்துட்டன், சொல்ல போனா நான் ஹாஸ்ட்டல் வந்ததுக்கப்புறம் நீ என்னைய ரொம்ப நல்லா பார்த்துக்கிட்ட, இனிமே அந்த மாதிரி நம்ம ஜாலியா இருக்க முடியாதுன்னு பயமா இருக்கு".

அட லூசு அதெல்லாம் நெனச்சு பயப்படாத, இதெல்லாம் ஜஸ்ட் ரெண்டு மூனு வருஷம்தான், அதுக்கப்புறம் நம்ம கல்யாணம் பண்ணி ஒன்னாதான வாழப்போறோம்.

"நீ சொல்றதும் கரக்ட் தான், சரி நான் கிளம்புறன் இங்க இருந்தா பேசிக்கிட்டே இருப்போம், ஃபீல் பண்ணாம உன்னைய மட்டும் நீ நல்லா பார்த்துக்கோ எனக்கு அது போதும்" அப்படின்னு சொல்லிட்டு ஏக்கத்தோட பஸ்ல ஏறி அவ வீட்டுக்கு போயிட்டா.

எனக்கு என்ன பண்றதுன்னு தெரியாம ஒரு இடத்துல ஒக்காந்து ஃபீல் பண்ண ஆரம்பிச்சன், அப்ப மாயா வந்தனால அவக்கிட்ட எல்லாத்தையும் பொலம்பிட்ருந்தன் அவளும் எனக்கு ஆறுதல் சொன்னா, அதுக்கு பிறகு நான் அனுகிட்ட பேர் மாத்தி சொன்னனால சண்ட வந்தது பத்தி சொல்லி கொஞ்சம் சிரிக்க ஆரம்பிச்சோம், அப்படியே பேசிட்டு இருக்கும்போது மாயா,

"நவநீ உன்னோட வேலயெல்லாம் முடிஞ்சுருச்சுன்னா சொல்லு நம்ம ட்ரைனிங் போகலாம், ஆனெக்ஸின் வேற நம்ம எப்போ வருவோம்னு காத்துக்கிட்டு இருக்காரு".

அப்படியா மாயா, சரி அப்ப நம்ம உடனே போலாம், அப்பதான் என் மனசுக்கும் கொஞ்சம் ஆறுதலா இருக்கும், அதனால இன்னைக்கு நைட்டு நம்ம கிளம்பலாம்.

அதுக்கு பிறகு எங்க வீட்டுல பர்மிஷன் கேட்டுட்டு, அனுக்கிட்டையும் ஃபோன் பண்ணி சொன்னன், ஆனா அவ முதல்ல ஒத்துக்கல இருந்தாலும் எப்படியோ அவளையும் ஒத்துக்க வச்சிட்டன், இப்படியே ஒவ்வொரு முறையும் சினிமா சான்ஸ் கெடச்சிருக்குன்னு பொய் சொல்லி ட்ரைனிங் போயிட்டு இருக்கன், இது எங்க கொண்டு வந்து முடிய போகுதோ.., பிறகு நானும் மாயாவும் கனவுலகத்துக்கு போனோம்,

அங்க போன பிறகு வெறித்தனமா ட்ரைனிங் எடுத்தன், போன டைம் கத்துக்க முடியாத எல்லாத்தையும் இந்த டைம் கத்துக்க ஆரம்பிச்சன், எத்தன டைம் தோத்தாலும் திரும்பத் திரும்ப ட்ரை பண்ணிக்கிட்டே இருந்தன், குரு சொல்லிக்கொடுத்த எல்லாத்தையும் பொறுமையாவும் தெளிவாவும் பண்ணுனன், ஆனா அந்த அவதாரங்கள கட்டுப்படுத்த மட்டும் ரொம்ப கஷ்டப்பட்டன், இருந்தாலும் ஒரு வழியா காற்றையும், நீரையும் மட்டும் ஓரளவு கட்டுப்படுத்த ஆரம்பிச்சிட்டன், மத்த எந்த அவதாரங்களையும் என்னால கட்டுப்படுத்த முடியல, அதத்தவிர மத்தபடி எல்லாத்தையுமே வேகமா தான் கத்துக்கிட்டுருந்தன்.

சில சக்திகள வேகமா கத்துக்குறது பார்த்து எல்லாரும் ஆச்சரியப்பட்டாங்க, இதுக்கு முன்னாடி இவ்வளவு வேகமா யாருமே இந்த மாதிரி சக்திகள கத்துக்கிட்டது இல்லன்னு ட்ரைனிங் சொல்லித்தர குருவே சொன்னாங்க, ஆனெக்ஸினும் வந்து நான் பண்ற ட்ரைனிங் பார்த்து வியந்தார்.

நான் உடனே, 'ஆனெக்ஸின் இப்ப சண்ட போடலாமா' அப்படின்னு நக்கலா கேட்டன்,

"சண்ட போடலாம் நவநீதன், ஆனா இன்னைக்கு வேணா இன்னொரு நாள் பார்த்துக்கலாம், இப்ப நீ உடனே கிளம்பனும்".

ஆனெக்ஸின் நான் இன்னும் ட்ரைனிங் முழுசா முடிக்கவே இல்ல அதுக்குள்ள எப்படி?

"அதுக்கெல்லாம் இப்ப டைம் இல்ல, பனி அரக்கன் பூமிக்கு வந்துட்டு இருக்கான், நீங்க சீக்கிரமா போய் ஆகணும் அப்போதான் அவன தடுக்க முடியும், மத்ததெல்லாம் அப்புறம் பார்த்துக்கலாம்" அப்படின்னு ஆனெக்ஸின் சொன்னதும் நாங்க எதுவுமே யோசிக்காம உடனே கனவிலிருந்து முழிச்சு அண்டார்ட்டிகாவுக்கு போனோம், அங்கதான் அவன் வருவான்னு ஆனெக்ஸின் சொன்னாரு.

நானும், மாயாவும் அண்டார்ட்டிகா போறதுக்குள்ள அந்தப் பனி அரக்கன் அண்டார்ட்டிக்கால இருக்குற பனி பாறைகள எல்லாத்தையும் உருக்க ஆரம்பிச்சிட்டான், பனி மலைக்கும் அவனுக்கும் வித்தியாசமே தெரியல, அந்த மாதிரிதான் அவனும் இருந்தான், மலையோட அளவுக்கு பெருசா இருந்ததுனால எப்படி தாக்கலாம்னு நான் யோசிச்சிட்டு இருக்கும்போது மாயா டக்குனு அவன தாக்க ஆரம்பிச்சிட்டா.

ஆனா அவன் ஈஸியா மாயாவ சமாளிச்சு திருப்பி அட்டாக் பண்ணி அவள தூக்கி போட்டுட்டான், இதப்பார்த்ததும் எனக்கும் கோவம் வந்துடுச்சு, நானும் போய் டக்குனு அட்டாக் பண்ணன், ஆனாலும் அவனுக்கு ஒன்னுமே ஆகல, அடுத்து நாங்க ரெண்டு பேரும் சேர்ந்து அட்டாக் பண்ணோம் இருந்தாலும் அவன் அத ஈஸியா சமாளிச்சுட்டான்.

இதுக்கு மேல என்ன பண்றதுன்னு யோசிக்கும்போது, மாயா அவதாரங்கள பயன்படுத்தலாம்னு சொல்லி முதல்ல அவளோட நெருப்பு சக்திய பயன்படுத்தி தாக்க ஆரம்பிச்சா, அது அவனக்கு பாதிப்பு ஏற்படுத்தினாலும் கூடவே பனியும் வேகமா உருகிட்டு இருந்துச்சு, இப்படியே உருகிட்டு இருந்தா சீக்கிரமாவே இந்த உலகம் தண்ணிக்குள்ள மூழ்கிடும், அதனால மாயாக்கிட்ட நெருப்பு சக்திய பயன்படுத்த வேண்டாம்னு சொல்லிட்டன், அவன் பெரிய பலசாலியா இருந்தாலும் கொஞ்சம் ஸ்லோவா தான் இருந்தான், அதனால நானும் மாயாவும் வேகமா மாத்தி மாத்தி தாக்க ஆரம்பிச்சோம், முதல்ல அவனும் கொஞ்சம் வீக்காக ஆரம்பிச்சான், ஆனா உடனே எங்க ரெண்டு பேரையும் ஃப்ரீஸ் பண்ணிட்டான், எங்கனால நகரக்கூட முடியல, இதிலிருந்து எப்படி தப்பிக்கிறது, அவன எப்படி அழிக்கிறதுனு எங்களுக்கு தெரியல, இதுக்கு முன்னாடி எல்லாருமே படைகளுடன் வந்தாங்க அவங்கள ஒருவழியா சமாளிச்சுட்டோம், ஆனா இந்த அரக்கன தனியா வந்து கூட சமாளிக்க முடியாம தடுமாறுறோம்.

தடுமாற்றம்.., இப்பதான் எனக்கு ஆனெக்ஸின் சொன்னது நியாபகம் வந்துச்சு, "எந்த ஒரு போருலையும் தடுமாற்றம் இல்லாம சண்ட போடனும் அப்பதான் ஜெயிக்க முடியும், ஒரு போருக்கு ரொம்ப முக்கியமானது பொறுமையும், நிதானமும், கூடவே எதிரிக்கு போலியான நம்பிக்கையும் கொடுக்கணும்", அதனால இப்ப நான் அந்த குளத்துக்குள்ள தியானம் பண்ற மாதிரி நெனச்சு தியானம் பண்ண ஆரம்பிச்சன்.

இது எல்லாத்தையும் பார்த்து மாயா "என்ன நவநீ இப்போ பண்ணிட்டு இருக்க?"ன்னு கேட்டா, அவளுக்கு பதில் சொல்லலாமா, என்னோட தியானத்த நான் கன்டினியூ பண்ணிட்டு இருந்தன், கொஞ்ச நேரத்துல என்னோட மனச ஒருநிலப்படுத்தி காற்று அவதாரத்த வச்சு ஒரு சூறாவளிய உருவாக்கி பனி அரக்கன்க்கிட்ட இருந்து தப்பிச்சிட்டோம், இதுக்கு பிறகு நாங்க எங்களுக்கு ஒரு கவசத்த உருவாக்கிட்டு சண்ட போட ஸ்டார்ட்

பண்ணோம், இப்போ அவனால எங்கள பெருசா அட்டாக் பண்ண முடியல, மாத்தி மாத்தி சண்ட போட்டுட்டு இருந்தாலும் ஜெயிக்க மட்டும் முடியவே இல்ல.

ஒரேவழி தான் இருக்குன்னு மாயாக்கிட்ட சொல்லி அவன ஸ்பீடா தாக்க சொன்னன், அவளும், நானும் அந்த பனி அரக்கன வேகமா தாக்கிக்கிட்டு இருந்தோம், ஒரு வழியா அவன் வீக்காக ஆரம்பிச்சான், அந்த சமயத்துல மாயாக்கிட்ட அவன மொத்தமா நீ கன்ட்ரோல் பண்ணு அப்படின்னு சொல்லி நான் உடனே வானத்துக்கு போனன், கொஞ்ச தூரத்துக்கு போய், அங்கிருந்து காற்று அவதாரம் மற்றும் என்னோட மொத்த சக்தியும் யூஸ் பண்ணி வேகமா அவன நோக்கி வந்தன், கிட்ட தட்ட ஒரு ராக்கெட் மாதிரி வந்து அவன மோதுனன், அவன் ஆல்ரெடி விக்கா இருந்தனால இந்த சக்திய அவனால தாக்கு புடிக்க முடியல, ஒரு வழியா நானும் மாயாவும் அவன அழிச்சிட்டோம், மாயா மட்டும் அவன கன்ட்ரோல் பண்ணலன்னா இது நடந்திருக்காது, அதனால இந்த வெற்றி மாயாவுக்கு தான்.

அட்லீஸ்ட் இந்த சம்பவமாச்சு நியூஸ் சேனலுக்கு தெரியாம இருக்க, நானும் மாயாவும் அவன்கிட்ட இருந்து சிதறிய பாகங்கள விண்வெளிக்கு போய் சராசரி மனிதனால பார்க்க முடியாத இடத்துல தூக்கிப்போட்டுட்டு வந்தோம்.

இந்த வெற்றிய பார்க்கும்போது, நான் சின்ன வயசுல படிச்ச ஒரு விஷயம் நியாபகம் வருது "ஒரு அமைதியான கடல் சிறந்த மாலுமியை உருவாக்காது" அதே மாதிரி தான் நம்ம வாழ்க்கையில பிரச்சன இல்லனா நம்மளால சிறந்தவனா இருக்க முடியாது, நானும் அப்படித்தான் ஒவ்வொரு அரக்கனையும், ஜந்துக்களையும் அழிக்கும்போது தான் என்ன பத்தி எனக்கே தெரிஞ்சுச்சு.

"என்ன நவநீ எதப்பத்தி யோசிச்சிட்டு இருக்க?"

அது ஒன்னுமில்ல மாயா, சும்மா என் வாழ்க்கைய பத்தி யோசிச்சிட்டு இருந்தன்.

"சரி நவநீ நம்ம எப்போ ஆனெக்ஸின போய் மீட் பண்ணலாம்?"

இப்பதான ஜெயிச்சிருக்கோம், கொஞ்ச நாள் ஆகட்டும் அதுவரைக்கும் நல்லா ரெஸ்ட் எடுக்கலாம் மாயா.

"அப்போ அதுவரைக்கும் நீ ரெஸ்ட் எடு, எனக்கும் கொஞ்சம் வேல இருக்கு நான் போயிட்டு வந்தர்றன்"னு சொல்லி அவ பறந்து போயிட்டா, நானும் வாழ்க்கையில என்ன பண்ண போறன்னு யோசிச்சுக்கிட்டே தூங்க போயிட்டன்.

6. நல்லவனா இருந்தா ஜெயிக்கனுமா?

* ★ *

இந்த வாழ்க்க ரொம்ப அபூர்வமானது, ஒரு நாள் வெறுப்போம், ஒரு நாள் ரசிப்போம், ஒரு நாள் ஏங்குவோம், ஒரு நாள் எதுக்குடா இந்த வாழ்க்கனு தோனும், அந்த மாதிரி ஒரு நாள் எனக்கு தோனும்போது அந்த வாழ்க்க என்கிட்ட ஒன்னு சொல்லுச்சு, 'உன்னோட வாழ்க்க ஒரு நரகத்துக்குள்ள இருக்குற சொர்க்கம், அந்த சொர்க்கத்த நீ பார்க்கணும்னு ஆசப்பட்ட நரகத்துக்குள்ள வந்தா மட்டும் தான் உன்னால பார்க்க முடியும், அதுக்கு நீ மூனு விஷயம் தெரிஞ்சுக்கணும், முதலாவது இந்த உலகத்துல எதுவுமே உனக்கு சொந்தமானது இல்ல உன்னுடைய நினைவுகள் தவிர, இரண்டாவது இந்த உலகத்துல இருக்குற எல்லா விஷயத்துக்கும் ஒரு மதிப்பு இருக்கு அந்த மதிப்ப நீ கொடுக்கும்போது தான் உனக்கு அந்த விஷயம் கிடைக்கும், மூன்றாவது உன்னோட வாழ்க்கைக்கு தேவையான எல்லாத்தையுமே நீ மட்டும் தான் செஞ்சுக்கணும், இப்படி வாழ்க்க சொல்லிட்டு இருக்கும்போது என் மனசுக்குள்ள நிறைய விஷயங்கள் ஓடிக்கிட்டு இருந்துச்சு, முக்கியமா இதுக்கு பிறகு என்ன பண்ண போறன்னு காலேஜும் இல்ல, வேலைக்கு போறதுமில்ல, வீட்டுல சும்மாவே இருந்தன்.

பனி அரக்கன அழிச்சிட்டு இருக்கும்போது என்னோட ஃபோனுக்கு ஒரு கால் வந்தது அது எனக்கு சினிமா சான்ஸ் கொடுக்குறதுக்காக, ஆனா அந்த நேரத்துல நான் ஃபோன் எடுக்காததனால எனக்கு அந்த சான்ஸ் கைவிட்டு போயிடுச்சு, இந்த உலகத்த காப்பாத்துற பிஸியில சில விஷயங்கள இழக்க வேண்டியதா போச்சு, இன்னும் இந்த மாதிரி எத்தன விஷயங்கள இழக்க போறன்னு தெரியல, இருந்தாலும் சில விஷயங்கள் கண்டிப்பா பண்ணி தான்

ஆகனும், எனக்காக இல்லாட்டியும் அனுவுக்காக, அப்படினு அவள பத்தி நெனச்சிட்டு இருக்கும் போது அனுவே கால் பண்ணா!

ஹலோ அனு, எப்படி இருக்க?

"அப்பாடா இப்பயாது நீ கால எடுத்தியே, ஏன்டா உனக்கு இவ்வளவு நாள் ஆச்சு கால் எடுக்க?, இத்தன நாள் கால் எடுக்கல அப்படி எங்க போன?, நீ கால எடுக்காததால உனக்கு என்னமோ ஆயிருச்சோனு பயந்துட்டன்".

ஒரு செகண்ட் இருடி, வெறும் கேள்வி மட்டுமே கேட்டுட்டு இருக்க, நானே எவ்வளவு டிப்ரஷன்ல இருக்கனு தெரியுமா?

"சாரி நவநீ, நான் பாட்டுக்கு ஒரு ஆர்வத்துல பேசிட்டன், சரி நீ சொல்லு என்ன ஆச்சுன்னு".

'எனக்கு என்ன நடக்குதுன்னே தெரியல அனு, அடுத்து என்ன பண்ண போறன்னு மனசுக்குள்ள ஓடிக்கிட்டே இருக்கு, காலேஜும் இல்ல, வேலையும் இல்ல, கைல சுத்தமா காசும் இல்ல, இதுல வேற கால் வலி, இப்படியே என் வாழ்க்க போயிருமோனு பயமா இருக்கு' அப்படினு அனுக்கிட்ட சொல்லிட்டு இருக்கும் போது,

"சார் நான் என்ன செஞ்சிட்டு இருக்கன்னு யோசிச்சிட்டு இருக்கன், ஆனா இங்க இருந்து நான் எப்படி முன்னேறி போறதுனு தான் தெரியல சார், தினமும் என் லைஃப்ல என்ன நடக்குதுன்னு எனக்கு மட்டும் தான் தெரியும், என்ன ப்ரூவ் பண்ணிக்க நல்ல வாய்ப்பும் கிடைக்கல, வாழ்க்க இப்படியே போயிருமா சார்".

அப்படினு என் தம்பி "எம்.எஸ்.தோனி" படத்தோட ஸ்டேடஸ் பார்த்துட்டு இருந்தான்.

"என்னடா சொல்லிட்டு இருக்கும் போது டக்குனு நிறுத்திட்ட?"

இல்ல என் வாழ்க்கையே இங்க ஸ்டேடஸா ஓடிட்டு இருக்கு, அதான் யோசிச்சிட்டு இருக்கன்.

"நீ எதையும் நெனச்சி ஃபீல் பண்ணிட்டு இருக்காத நவநீ, மொத கால் வலி என்னனு பாரு, அதுக்கு பிறகு எப்படி வீட்டுல இருந்து சம்பாதிக்கலாம்னு யோசிக்கலாம், கூடவே இன்ஸ்டாவுலயும் டெவலப் பண்ணு".

சரி அனு எல்லாத்தையும் ட்ரை பண்றன், ஆனா ஹாஸ்ப்பிட்டல் போறதுக்கு தான் காசு வேணும் அதுக்கு தான் என்ன பண்றதுன்னு தெரியல.

"சரி நவநீ வெயிட் பண்ணு, முடிஞ்சா நானே காசு தர்றன், அது வர நம்பிக்கைய மட்டும் கை விட்டுறாத" அப்படினு அனு சொன்னதும், நான் இன்ஸ்டாகிராம்ல வீடியோ போட ஆரம்பிச்சன், கிட்ட தட்ட ஒரே மாசத்துல 4000 ஃபாலோவர்ஸ் வந்தாங்க.

அதே நேரத்துல மாயாவும் வந்தா,

"நவநீ உன்ன ஆனெக்ஸின் உடனே பார்க்கனும்னு சொன்னாரு".

சரி மாயா பார்க்கலாம், நீ கொஞ்ச நாளா ஆளையே காணமே ஏன்?

"அத அப்புறமா பேசிக்கலாம், உடனே நாம கிளம்பலாம் வா".

என்ன மாயா நீயும் எது கேட்டாலும் சொல்ல மாட்டுற,

"அப்படி இல்ல நவநீ ஒருநாள் கண்டிப்பா எல்லாத்தையும் சொல்றேன்".

சரி வா போலாம்'னு சொல்லிட்டு நானும், மாயாவும் கனவுலகத்துக்கு போனோம்,

"வா நவநீதன் உனக்காக தான் வெயிட் பண்ணிட்டு இருந்தன், உன்கிட்ட ஒரு முக்கியமான விஷத்த சொல்லனும்".

சொல்லுங்க ஆனெக்ஸின்.

"களிங்கன் வர போறான்".

என்ன ஆனெக்ஸின் சொல்லுறீங்க!, அது எப்படி உங்களுக்கு தெரியும்?

"இப்பதான் எங்களுக்கு எண்ணங்களின் உலகத்துல இருந்து தகவல் வந்திருக்கு".

எண்ணங்களின் உலகமா? அப்ப உங்களுக்கு எல்லா விஷயமும் முன்னாடியே தெரியாதா?

"ஆமா நவநீதன் எனக்கு சில விஷயங்கள் மட்டும் தான் தெரியும், மீதி எல்லாம் எண்ணங்களின் உலகத்துல இருந்து தான் தெரிஞ்சிக்குவன், ஏன்னா எல்லாருடைய நினைவுகளும் அங்க தான் இருக்கும் அதே மாதிரி தான் களிங்கனோடதும்".

சரி ஆனெக்ஸின் இப்ப என்ன பண்ணலாம்?

"உடனே நீ பயிற்சிகள ஸ்டார்ட் பண்ணனும் அப்ப தான் உன்னால களிங்கன் கூட சண்ட போட முடியும்".

என்ன ஆனெக்ஸின், எப்ப பாரு பயிற்சி பயிற்சினு சொல்லிட்டு இருக்கிங்க, எல்லா பயிற்சியையும் உங்களால ஒன்னா கொடுக்க முடியாதா?, எப்படி பார்த்தாலும் கடைசில நாம தான் ஜெயிக்க போறோம், அப்புறம் எதுக்கு இந்த பயிற்சி?

"நவநீதன் திரும்ப திரும்ப உன்கிட்ட சொல்றன் இது ஒன்னும் சினிமா கெடையாது எல்லாத்தையும் ஒரே

நேரத்துல கத்துக்குறதுக்கு, அதே மாதிரி தான் கடைசில நல்லவங்க தான் ஜெயிப்பாங்கனு எதிர் பார்க்குறதும், நல்லவனா இருந்தா ஜெயிக்கனும்னு ஆசைப்படறதும் தப்பு, இங்க யாரு பலசாலியோ அவங்க தான் ஜெயிப்பாங்க, அதனால தான் உன்னைய ட்ரைனிங் எடுக்க சொல்றன் அப்பதான் உன்னால இந்த உலகத்த காப்பாத்த முடியும்".

சரிங்க ஆனெக்ஸின் நீங்க சொல்றது கரக்ட்டு தான், ஆனா ட்ரைனிங் ட்ரைனிங்னு நான் வந்துட்டா என் பர்சனல் லைஃப்க்கு தேவையானதலாம் யாரு பார்த்துக்குவா? அன்னைக்கும் அதே மாதிரி தான் பனி அரக்கன அழிச்சிட்டு இருக்கும் போது ஃபோன எடுக்காததால எனக்கு வந்த சினிமா சான்ஸும் போயிருச்சி, இந்த மாதிரி நடந்துட்டு இருக்கும் போது எனக்கு எப்படி இந்த உலகத்த காப்பாத்தனும்னு தோனும்?

"உன் நெலம என்னனு எனக்கு புரியிது நவநீதன், ஆனா நீ இல்லனா இந்த உலகத்த யாரு காப்பாத்துவா?"

யாரோ காப்பாத்தட்டும், என் வாழ்க்கையே இங்க நாசமா போயிட்டு இருக்கு இந்த உலகம் எப்படி போனா எனக்கென்ன?

"என்ன நவநீதன் நல்லா தான பேசிட்டு இருந்த, அதுக்குள்ள என்ன ஆச்சு?"

இல்ல ஆனெக்ஸின் கொஞ்ச நாளாவே என் வாழ்க்க ரொம்ப மோசமா போயிட்டு இருக்கு, கால் வலி ஒரு பக்கம், சினிமா சான்ஸ் போறது ஒரு பக்கம், கைல காசும் இல்ல, வீட்டுலயும் நெறைய பிரச்சன இருக்கு, இப்படி இருந்தா நான் எப்படி உலகத்த காப்பாத்த முடியும்?

"நவநீதன் நீ ரொம்ப நல்லவன், நீ என்ன பேசுனாலும் உன் மனசால இந்த உலகம் எப்படி போனாலும் பரவால்லனு விட்டுட்டு போக முடியாது".

நேத்து வரைக்கும் நான் நல்லவனா தான் இருந்தன், ஆனா எப்ப என் நிம்மதி போச்சோ அப்பயே அதுவும் போயிருச்சி அப்படினு சொன்னதும் உடனே மாயா,

'நான் சொன்னாலும் கேக்க மாட்டியா நவநீ?' அப்படின்னு மாயா சொன்னதும்

என்ன மாயா நீயே இப்படி பேசுற?, என் வாழ்க்கைல எவ்வளவு கஷ்ட பட்டுட்டு இருக்கன்னு உனக்கு தெரியும்ல, சொல்ல போனா இப்ப நான் வாழ்க்கையே வெறுத்து தான் வாழ்ந்துட்டு இருக்கன்.

'புரியுது நவநீ நீ எவ்வளவு கஷ்டப்பட்டுட்டு இருக்கன்னு ஆனா இந்த உலகத்த உன்னால மட்டும் தான் காப்பாத்த முடியும், நீ மட்டும் இல்லன்னா இந்த உலகத்தை யார் நாளும் காப்பாத்த முடியாது, உலகமே ஒரு நரகமா மாறிடும்'.

அட போ மாயா, நீயும் ஆனெக்ஸினும் பேசி பேசியே என்னைய சம்மதிக்க வச்சிருவிங்க, சரி எப்ப ட்ரைனிங்னு சொல்லுங்க ஆனெக்ஸின்.

"இப்போதைக்கு வேணா நவநீதன், நீ போய் உன் வாழ்க்கைக்கு தேவையானத பாரு, நான் சொல்லும் போது மட்டும் நீ கண்டிப்பா வந்துறனும், ஆனா ஒன்னு மட்டும் நெனப்புல வச்சிக்க களிங்கன மத்தவங்கள மாதிரி ஈஸியா ஜெயிக்க முடியாது".

'சரி ஆனெக்ஸின், நீங்க கூப்டும் போது கண்டிப்பா நான் வந்துடுறன்' அப்படினு சொல்லிட்டு நானும், மாயாவும் கனவுல இருந்து முழிச்சிட்டோம்.

அப்போ நான் மாயா கிட்ட,

இங்க பாரு மாயா, இந்த உலகத்த நான் காப்பாத்துறது எவ்வளவு முக்கியமோ அதே அளவு என் பர்சனல் லைஃப்லயும் நான் முன்னேறனும்.

"கண்டிப்பா நவநீ, நீ முன்னேறுவன்னு எனக்கு நம்பிக்க இருக்கு, நீ மொதல்ல உன் கால் வலி என்னனு பாரு"னு அனு சொன்ன மாதிரியே இவளும் சொன்னா.

அதுக்கப்புறம் மொத வேலையா சியாட்டிகாலருந்து வெளிய வர முடிவு பண்ணன், கிட்ட தட்ட ஹாஸ்ப்பிட்டல்க்கு செலவு மட்டுமே 35,000 ரூபாய்னு சொல்லிட்டாங்க, வீட்டுல ஆல்ரெடி நிறைய கடன் இருந்ததால அவங்க கிட்டையும் கேக்க முடியல, அதனால வெளிய கொஞ்சம் கடன் வாங்குனன், கூடவே ஆகாஷும், ராஜாவும் அவங்கள மாதிரியே இன்னும் சில ஃப்ரண்ட்ஸும் காசு கொடுத்தாங்க, இருக்குற காச வச்சி ஹாஸ்ப்பிட்டல்ல ட்ரீட்மென்ட் எடுக்க ஆரம்பிச்சன், ட்ரீட்மென்ட் எடுக்குறப்ப மட்டும் வலி கம்மியாச்சு மத்த நேரத்துல வலி அப்படியே இருந்துச்சி, இப்படி வலி இருந்தாலுமே மத்த வேலைகளையுமே பார்க்க ஆரம்பிச்சன், அப்ப ஒரு நாள் கோயம்புத்தூர்ல ஒரு படத்தோட ஷூட்டிங் நடந்துட்டு இருந்துச்சி, அப்ப என் ஃப்ரண்ட் வாடா ஜூனியர் ஆர்டிஸ்ட்டா நடிக்க போலாம்னு கூட்டிட்டு போனான், நானும் சும்மா தான் இருக்கன்னு சொல்லி அந்த ஷூட்டிங்க்கு போனன், அங்க போய் நடிக்கிறத விட்டுட்டு அந்த படத்தோட அசிஸ்டன்ட் டைரக்டர் கூட பேசிட்டு இருந்தன், அப்ப அந்த அசிஸ்டன்ட் டைரக்டர் என்கிட்ட,

"நீ சைக்காலஜி படிச்சி இருக்க அதனால நீ சைக்காட்ரிஸ்ட் ஆகு சினிமாக்குள்ள வராத"னு சொல்லிட்டாரு, நான் 'ஏன் சார்'னு கேட்டதுக்கு,

"இல்லப்பா உனக்கு அந்தளவுக்கு சினிமா நாலேஜ் இல்லனு தோனுது".

சரிங்க சார் பட் அது ஏன்னு தெரிஞ்சுக்கலாமா?

"ம்ம் சரி நீ சொல்லு இதுக்கு முன்னாடி நீ சென்னை வந்து இருக்கியா?"

இல்ல சார் இதுக்கு முன்னாடி நான் ஒரு டைம் கூட சென்னை வந்தது இல்ல.

"அப்புறம் எப்படிப்பா உனக்கு சினிமா ஆச வந்துது, அதுல எப்படி நீ சாதிக்க முடியும்னு நம்புற?"

இல்ல சார் எனக்கு சின்ன வயசுல இருந்து ஆச இருக்கு, திறமைய வளத்துக்கிட்டா என்னால சாதிக்க முடியும்னு நம்பிக்க இருக்கு.

"அப்படிலாம் இல்லப்பா நீ சென்னைக்கு வந்தா தான் உன்னால டைரக்டர் ஆக முடியும்" அப்படினு சொல்லிட்டு அவரு போயிட்டாரு.

அன்னைக்கு தான் நான் ஸ்ட்ராங்கா முடிவு பண்ணன், சான்ஸ் வாங்குனதுக்கு அப்புறம் தான் சென்னை போகனும்னு, அதனால இன்ஸ்டால நிறைய வீடியோஸ் போட்டு இம்ப்ரூவ் பண்ணிட்டு இருந்தன், அதுக்கு பலனா *10,000* ஃபாலோவர்ஸ் வந்தாங்க, அது மூலமா சில பேருக்கிட்ட சான்ஸ் கேக்க ஆரம்பிச்சன், இந்த மாதிரி நேரத்துல அனு இல்லாதது தான் எனக்கு வருத்தமா இருந்துச்சி, ஆமா அனு கால் பண்ணி ரெண்டு வாரத்துக்கு மேல ஆயிருச்சி ஆனா அவ இன்னும் கால் பண்ணாம தான் இருக்கா, வாழ்க்கைல இன்னும் இந்த மாதிரி எத்தன பிரச்சனைகள பார்க்க போறன்னு தான் தெரியல, ஒன்னு போனா இன்னொன்னு வந்துக்கிட்டே இருக்கு, இப்படியே வாழ்க்க சோகமா போயிட்டு இருக்கும் போது ஆகாஷ் வந்து என்கிட்ட பிசினஸ் பண்ணலாமானு கேட்டான்,

இல்ல மச்சா, என்னால இந்த கால் வலியோட எதுவும் பண்ண முடியாது, நீ வேற யாரு கிட்டையாது கேட்டு பாரு.

"இல்ல மச்சா யார நம்புறதுனே தெரியல, உன் மேல எனக்கு நம்பிக்க இருக்கு, அது மட்டும் இல்லாம உன்னால

தான் பிசினஸ் டெவலப் பண்ண ஐடியாவும் கொடுக்க முடியும்" அப்படினு அவன் சொன்னதும் சரி சும்மா தான இருக்கோம் ட்ரை பண்ணி பார்ப்போன்னு நானும் ஒத்துக்கிட்டன்.

அதுக்கு அப்புறம் பிசினஸ் எங்க பண்ணலாம், எப்படி பண்ணலாம், அதுக்கு எவ்வளவு செலவாகும் அப்படினு அதுக்கான ப்ளான்ஸ் போட்டு வேலைய ஸ்டார்ட் பண்ணோம், அப்பதான் எங்களுக்கு ஒரு ப்ரைவட் பால் கம்பனியோட டீலர்ஷிப் கெடச்சிது, டீலர்ஷிப்க்கு தேவையான பணத்த நானும், ஆகாஷும் எப்படியோ பொரட்டி ரெடி பண்ணி கடைய திறந்துட்டோம், இதெல்லாம் பார்க்கும் போது எனக்கு சந்தோஷமா இருந்தாலும் அனுக்கிட்ட இதெல்லாம் சொல்ல முடியலயேனு ஒரு பக்கம் சின்ன சங்கட்டம் இருந்துச்சி, பிசினல் ஒரு வழியா ஸ்டார்ட் பண்ணி அத டெவலப் பண்றதுக்கான வேலைகள பார்க்க ஆரம்பிச்சோம், அப்ப எங்க ஃப்ரண்ட்ஸ் விக்கியும், ராஜாவும் எங்களுக்கு நிறைய ஹெல்ப் பண்ணாங்க, அதுக்கு நாங்க, 'சரி நீங்களும் இந்த பிசினஸ்க்கு வரிங்களா?'னு கேட்டோம், அவங்களும் சம்மதிச்சி வந்தாங்க, நாங்க நாலு பேரு சேர்ந்து இந்த பிசினஸ் பண்ணதால சீக்கிரம் டெவலப் பண்ணிட்டு இருந்தோம், நான் ஐடியாஸ் கொடுக்க கொடுக்க அவங்க மூனு பேரும் நல்லாவே வேல பார்த்துட்டு இருந்தாங்க, அதுக்கு நடுவுல சின்ன சின்ன சறுக்கல் வந்தாலும் அதையும் நாங்க மேனேஜ் பண்ணிட்டோம்.

எப்படியோ எங்க வாழ்க்க மாறிடும்னு நாங்க நம்பிட்டு இருக்கும் போது, ஒரு அறிமுக இயக்குனர் அவரு படத்துக்கு எனக்கு சான்ஸ் தர்றன்னு சொன்னாரு, மொதல்ல என்னால நம்ப முடியல அதுக்கு அப்புறம் அவருக்கு கால் பண்ணி பேசுனதுக்கு அப்புறம் தான் நம்புனன், பிசினஸ் ஸ்டார்ட் பண்ணி கொஞ்ச நாள்லயே விட்டுட்டு போறோம்னு நான் ஃபீல் பண்ணாலும், ஃப்ரண்ட்ஸ்லாம் சேர்ந்து நீ அங்க போய் பார்றா, நாங்க இங்க பிசினஸ டெவலப் பண்றோம்னு தைரியம் சொன்னாங்க, நானும் அந்த நம்பிக்கையோட

சென்னைக்கு போனன், எனக்கு சென்னை புதுசுனால அங்க என் ஃப்ரண்ட் ஜெகதீஷ் ஹெல்ப் பண்ணான், மொதல்ல நாங்க மெரினாக்கு போனோம், அங்க போய் கடல ரசிச்சிட்டு அலைகள்ல கால்கள நனச்சோம், அப்ப உடனே என் ஃப்ரண்ட்,

"மச்சா இன்னைக்கு முழுக்க சுத்தி பார்த்துட்டு நம்ம வீட்டுக்கு போலாம், நாளைக்கு நீ டைரக்டர் பார்க்க போகலாம்".

இல்ல மச்சா டைரக்டர் உடனே வர சொன்னாரு, வேலை எல்லாம் முடிச்சிட்டு கண்டிப்பா உங்க வீட்டுக்கு வர்றன்.

"சரி மச்சா அப்ப வா உன்னைய டைரக்டர் வீட்டுல விட்டுட்றன், உன் வேலலாம் முடிஞ்சதும் சொல்லு வந்து கூப்ட்டுக்குறன்".

அப்படினு சொல்லிட்டு ஜெகதீஷ் என்னைய டைரக்டர் வீட்டுல இறக்கிட்டு கௌம்பிட்டான்.

ஒரு வாரமா நான் அங்க இருந்து அவரு பண்ண போற படத்துக்கு ஸ்க்ரிப்ட் வொர்க் பண்ணி கொடுத்தன், என்னோட வொர்க் அவருக்கு நல்லா புடிச்சி போயிருச்சி, ஸ்க்ரிப்ட் வொர்க் எல்லாம் முடிஞ்சதும், ஷூட்டிங் பண்ண நடுவுல ஒரு மாசம் கேப் இருந்ததால "நீ கோயம்புத்தூர் போ ஷூட்டிங் அப்ப கூப்புடுறன்"னு டைரக்டர் சொன்னாரு, ஆச்சரியப்படுற விதத்துல நான் இன்னொரு டைரக்டரயும் மீட் பண்ணன், அவரு யார்னா இன்ஸ்டால நல்லா பழக்கமான ஒரு டைரக்டர் அவரு பேரு மனோ, நானும், அவரும் மீட் பண்ணி நல்ல விதமா பேச ஆரம்பிச்சோம், இவரு மத்த டைரக்டர்ஸ் மாதிரி இல்லாம எனக்கு மோட்டிவேட் பண்ற மாதிரி பேசிட்டு இருந்தாரு, கடைசில அவரும் எனக்கு ஃபியூச்சர்ல சான்ஸ் தர்றன்னு சொன்னாரு, இத கேட்ட உடனே என் மனசுக்கு றெக்கக்கட்டி பறக்குற மாதிரி இருந்துச்சி, அட ஆமால்ல எனக்கு ஆல்ரெடி றெக்க இருக்குல்ல ஆனாலும் எனக்கு இந்த சந்தோஷம் ரொம்பவே புதுசா இருந்தது, வாழ்க்க

அப்பப்ப ஆச்சரியப் படுத்தும்னு இந்த இடத்துல தான் நான் உணர்ந்தன், சொல்ல போனா இந்த விஷயத்துக்காக தான் அஞ்சி வருஷமா ஆசப்பட்டு கஷ்டப்பட்டன், அதுவே கெடைக்கும் போது சொல்லவா வேணும், அதே சந்தோஷத்தோட நான் கோயம்புத்தூர் கௌம்ப ஜெகதீஷ்க்கு கால் பண்ணி சொன்னன், அவனும் வந்தான், கொஞ்ச நேரம் நாங்க ஜாலியா சுத்திட்டு நாங்க ரெண்டு பேருமே சென்ட்ரல் ரயில்வே ஸ்டேஷன்க்கு வந்தோம், அப்பனு பார்த்து அவனுக்கு ஏதோ வேல வந்துருச்சினு கௌம்பிட்டான், ஆனா எனக்கு ட்ரைன் கௌம்ப மூனு மணி நேரம் டைம் இருந்துச்சி, அப்ப என்கிட்ட இருந்த "ஒரு மனிதன் ஒரு வீடு ஒரு உலகம்" புக் படிக்க ஸ்டார்ட் பண்ணன்.

அப்போ திடீர்னு மாயா என் முன்னாடி வந்துட்டா, மாயாவ பார்த்ததும் எனக்கு ஏதோ ஆபத்துனு புரிஞ்சி போச்சி, அதனால யாரும் இல்லாத இடத்துக்கு போய் பேசுனோம்,

இங்க எப்படி மாயா நீ வந்த?

"ஆனெக்ஸின் உன்ன உடனே வர சொல்லிருக்காரு".

எதுக்கு மாயா?

"களிங்கன் வர போறானாமாம்".

என்ன மாயா இப்ப வந்து இப்படி சொல்ற, பிசினஸ்ல வேற ஒரு பிரச்சனன்னு நேத்து தான் என் ஃப்ரண்ட் கால் பண்ணி சொன்னான், நான் உடனே கோயம்புத்தூர் போயாகணும்.

"ஓகே நவநீ, ஆனா களிங்கன் அத விட பெரிய பிரச்சன".

'சரி மாயா'ன்னு என் ஃபேமிலி கிட்டையும், ஃப்ரண்ட்ஸ் கிட்டையும் நான் வர இன்னும் பத்து நாள் ஆகும் அது வர கால் பண்ண மாட்டன் நானே வந்து பேசுறன்னு

சொல்லிட்டு நானும் மாயாவும் கனவுலகத்துக்கு கெளம்புனோம்.

கனவுலகத்தில்,

"வா நவநீதன் நாம ஒரு பெரிய பிரச்சனைல மாட்ட போறோம், களிங்கன் இவ்வளவு சீக்கிரம் வருவான்னு நாங்க எதிர் பார்க்கல, சொல்ல போனா போன முறைய விட இந்த தடவ பல மடங்கு சக்திகளோட வந்திருக்கான்".

என்ன ஆனெக்ஸின் நீங்களே இப்படி சொன்னா எப்படி, அவன எப்படி அழிக்கலாம்னு யோசிங்க, அதுக்கு தேவையான பயிற்சிகள எனக்கு கொடுங்க, அவன நாம ஜெயிச்சிரலாம்.

"அது அவ்வளவு சுலபம் கிடையாது நவநீதன், இந்த கொஞ்ச நாள்ல அவ்வளவு விஷயங்கள கத்துக்குறது சாத்தியம் இல்லாத ஒன்னு".

எதுக்கு ஆனெக்ஸின் இப்படி முன்னாடியே சொல்றிங்க, என்ன நம்பி தான கூப்ட்டிங்க, இப்பயும் என்ன நம்புங்க, நான் அவ்வளவு சீக்கிரம் விட்டு கொடுத்துற மாட்டன், என்ன பொறுத்த வரைக்கும் ஒரே விஷயம் தான், ஒன்னு சாதிக்கணும் இல்லனா சாகணும்.

"சரி நவநீதன் உனக்கு நம்பிக்க இருந்தா போதும் நான் பயிற்சி கொடுக்க ஆரம்பிக்குறன்".

சரிங்க ஆனெக்ஸின் மொத நான் எத கத்துக்கணும்?

"மொதல்ல முக்கியமா நீ ரெண்டு விஷயங்கள கத்துக்கணும், ஒன்னு எதிரியோட ஆயுதத்த கட்டுப்படுத்த கத்துக்கணும், அடுத்து அவனோட தாக்குதல்ல இருந்து தப்பிக்க கத்துக்கணும்".

ஓகே ஆனெக்ஸின் ஆனா நீங்க ரெண்டாதா சொன்னத ஆல்ரெடி கத்துக்கிட்டன்னு நெனைக்கிறன்.

"அது வேற நவநீதன், முன்னாடி நீங்க கத்துக்கிட்டது எதிரியோட ஆயுதத்துக்கிட்ட இருந்து தப்பிக்குறது ஆனா இப்ப நீங்க கத்துக்க போறது அவனோட மந்திர சக்திக்கிட்ட இருந்து எப்படி தப்பிக்குறதுனு".

என்ன ஆனெக்ஸின் மந்திர சக்தியா அதெல்லாம் இருக்கா?

"ஆமா நவநீதன் இவ்வளவு விஷயங்கள பார்த்த பிறகு கூட உனக்கு நம்பிக்க வரலையா?"

ஓகே ஆனெக்ஸின் இந்த ரெண்டு விஷயங்கள கத்துக்கிட்டா மட்டும் போதுமா அவன ஜெயிக்கிறதுக்கு?

"அப்படி இல்ல நவநீதன் இது கூட சேர்த்து நீ இன்னும் நிறைய விஷயங்கள கத்துக்கணும், ஆனா இத தாண்டி நீ ஒன்னுத்த கத்துக்கணும், அது என்னனா ஒரு உலகத்துல இருந்து இன்னொரு உலகத்தோட வாசல திறந்து அதுக்குள்ள பயணிக்கணும்".

சரிங்க ஆனெக்ஸின் அப்ப மொதல்ல அத சொல்லித்தாங்க.

"இல்ல நவநீதன் அத உங்களால இப்ப கத்துக்க முடியாது, மத்த எல்லாத்தையும் கத்துக்கிட்டா தான் உன்னால அத கத்துக்க முடியும், அது ஒன்னும் அவ்வளவு சுலபம் இல்ல".

'ஓகே ஆனெக்ஸின், அப்ப நான் மத்தத கத்துக்குறன்' அப்படின்னு சொல்லிட்டு என்னோட பயிற்சிகள ஸ்டார்ட் பண்ணன்.

என்னோட முதல் பயிற்சிய ஸ்டார்ட் பண்றதுக்கு குரு என்னைய கடலுக்கு கூப்ட்டு போனாரு, கடலோட ஆழத்துக்கு போனதும், குரு எனக்கு ஒரு வித்தியாசமான உயிரினத்த காட்டுனாரு, அது பார்க்குறதுக்கு வெட்டுக்கிளியும், தேளும், கூடவே காண்டாமிருகமும்

சேர்ந்த கலவ மாதிரி இருந்துச்சி, அதோட தலையில ஒத்த கொம்பும், அதோட பின்னாடி ஒரு கொடுக்கு இருந்துது, அதோட முதுகு பக்கம் வெட்டுக்கிளி மாதிரி றெக்கைகளும் இருந்துச்சி, "இது பேரு தான் ராட்சி இது கிட்ட இருந்து தப்பிச்சி வர்றது தான் உன்னோட முதல் ட்ரைனிங்" அப்படினு குரு சொன்னதும், அவர பார்த்து, 'இது கிட்ட இருந்து எப்படி'னு நான் சொல்லும் போது தான் கவனிச்சன் குரு என் பக்கத்துல இல்ல ஆனா அவரு குரல் மட்டும் கேட்டுச்சு "சீக்கிரம் முடிச்சிட்டு வா இது தான் உன்னோட முதல் ட்ரைனிங்" அப்படினு அவரு சொன்னதும் திரும்பி பார்த்தா அதுக்குள்ள அந்த ராட்சி என்னைய தாக்க ஆரம்பிச்சிருச்சி.

நானும் அது கிட்ட இருந்து தப்பிக்கலாம்னு வேகமா நகர பார்த்தா என்னால வேகமா செயல் பட முடியல, அப்புறம் தான் புரிஞ்சுது நான் இருக்குறது கடலுக்குள்ளனு, சரின்னு நானும் சண்ட போட ஆரம்பிச்சன், நாங்க ரெண்டு பேரும் மாத்தி மாத்தி சண்ட போட்டுட்டு இருந்தோம், கடலுக்குள்ள இருந்ததால என்னைய விட பல மடங்கு பலசாலியா ராட்சி தான் இருந்தது, அதனால அது என்னைய வேகமா தாக்கிட்டே இருந்துச்சி நானும் முடிஞ்சளவு சமாளிச்சிட்டே இருந்தன், ஒரு கட்டத்துக்கு மேல அதோட கொடுக்குல இருக்க வெஷத்த யூஸ் பண்ண ஆரம்பித்தது, இதுக்கு மேல தாக்கு புடிக்க முடியாதுனு முடிவு பண்ண நான், கடல விட்டு வெளிய போக நெனச்சன் ஆனா நான் எவ்வளவு தூரம் நீந்துனாலும் என்னால கடல விட்டு வெளிய போக முடியல, ஒரு வேள முடிவில்லாத கடலுக்குள்ள மாட்டிக்கிட்டோமோனு எனக்கு தோனுச்சு.

இந்த உயிரினத்த அழிச்சா மட்டும் தான் நம்மனால இங்க இருந்து தப்பிக்க முடியும், அதனால நம்மளோட காற்று மற்றும் நீர் அவதாரத்த யூஸ் பண்ணி அழிக்கலாம்னு நெனைக்கும் போது, அந்த ராட்சி என்னைய பின்னாடி பக்கமா வந்து அதோட கொடுக்கால கொத்தி அதோட விஷத்த என் உடம்புல இறக்கி என்ன சாகடிச்சிருச்சி,

டக்குனு ஏதோ கனவுல இருந்து முழிச்ச மாதிரி எழுந்தன் பார்த்தா ஆனெக்ஸின் என் முன்னாடி நிக்குறாரு,

என்ன ஆனெக்ஸின் நடந்துச்சு?

"அதான் நவநீதன் நீ திரும்பவும் உன்னோட பழைய கனவுக்குள்ள மாட்டிக்கிட்ட, அந்தக் கனவுல அந்த ராட்சி உன்ன கொன்னுருச்சி, கனவுல உன்னால திரும்ப வர முடிஞ்சுது, நிஜத்துல உன்னால அப்படி வர முடியாதுனு நியாபகம் வச்சுக்கோ".

சரிங்க ஆனெக்ஸின் அடுத்த பயிற்சி என்ன?

"அடுத்த பயிற்சி நானே சொல்லித்தரன்" அப்படினு அவரே பயிற்சி கொடுக்க ஆரம்பிச்சாரு,

ஆனெக்ஸின் பயிற்சி ரொம்பவே வித்தியாசமா இருந்துச்சி, கத்துக்குறதுக்கும் சுலபமா இருந்தது, அதனால கொஞ்ச நாள்லயே ஏகப்பட்ட சக்திகள கத்துக்க ஆரம்பிச்சன், ஆனெக்ஸின் சொன்ன மாதிரி அந்த ஒரு சக்திய தவிர மீதி எல்லாத்தையும் கத்துக்கிட்டன்,

ஆனெக்ஸின் நீங்க சொன்ன மாதிரியே எல்லாத்தையும் கத்துக்கிட்டன், கடைசியா எனக்கு நிலத்த கட்டுப்படுத்துற அவதாரத்தையும், நீங்க சொன்ன அந்த முக்கியமான சக்தியையும் சொல்லித்தாங்க.

"கண்டிப்பா சொல்லி தரன் நவநீதன் ஆனா அதுக்கு முன்னாடி நாம சின்னதா ஒரு சண்ட போடலாம்".

'தாராளமா ஆனெக்ஸின்' அப்படினு சொல்லிட்டு நாங்க ரெண்டு பேரும் சண்ட போட ஸ்டார்ட் பண்ணோம், நாங்க சண்ட போடுறத நிறைய பேரு வெடிக்க பார்த்தாங்க, மொதல்ல நாங்க ரெண்டு பேரும் சரி சமமா தான் சண்ட போட்டோம், இப்பதான் எனக்கு நிறைய சக்திகள் இருக்கில்லனு அதெல்லாம் யூஸ் பண்ணி அவர தாக்க ஆரம்பிச்சன் ஆனா அவரு ஈஸியா அதுல இருந்து

தப்பிச்சிட்டாரு, அதே மாதிரி ஆனெக்ஸினும் என்னைய தாக்க ஆரம்பிச்சாரு, நானும் அதுல இருந்து தப்பிச்சன், அதனால அவரு என்னைய இன்னும் பலமா தாக்க ஆரம்பிச்சாரு, ஒரு கட்டத்துக்கு மேல என்னால சமாளிக்க முடியல, அப்போ என்ன சுத்தி ஒரு கவசத்த உருவாக்குனன், அதுக்கு அப்புறம் என் மனச ஒருநிலப்படுத்தி நான் மொத்த கன்ட்ரோலயும் எடுத்துக்கிட்டு சரியான நேரத்துக்கு வெயிட் பண்ணிட்டு இருந்தன், அதே நேரத்துல ஆனெக்ஸினும் எனக்கு எதிரா ஒரு பெரிய சக்திய யூஸ் பண்ணி என்னைய தாக்குனாரு, நான் அப்ப என்னோட கவசத்த உடச்சி கன்ட்ரோல் பண்ண மொத்த பவரையும் வச்சி அவரோட சக்திய அவருக்கே திருப்பி விட்டன், உடனே அந்த சக்தி அவர தாக்கி அவரு கீழ விழுந்துட்டாரு, சுத்தி வேடிக்க பார்த்துட்டு இருந்த எல்லாரும் அவருக்கிட்ட போய் அவருக்கு என்ன ஆச்சுன்னு பார்த்து அவர எழுப்புனாங்க ஆனா அவரு எழுந்திரிக்கவே இல்ல, உடனே துரோனா என்கிட்ட வந்து,

"நீ என்ன செஞ்ச அது உனக்கு யாரு சொல்லிக் கொடுத்தா"ன்னு கேட்டாரு,

தெரியல துரோனா இத நான் எப்படி பண்ணன்னு.

"நீ பொய் சொல்ற நவநீ, அத உனக்கு யாரோ சொல்லி கொடுத்திருக்காங்க உண்மைய சொல்லு".

இல்ல துரோனா எனக்கு அவங்க சொல்லி கொடுத்தது, மத்தவங்க சக்திய வச்சி தாக்கும் போது அதுல இருந்து தப்பிக்க ஆனா நான் அந்த சக்திய தடுக்காம கன்ட்ரோல்ல எடுத்து அத அவங்களுக்கே திருப்பி அனுப்பிட்டன், அத எப்படி பண்ணன்னு சத்தியமா எனக்கு தெரியல அப்படினு சொல்லிட்டு எல்லாரும் என் மேல சந்தேகப்படும்போது நானும், மாயாவும் தனியா ஒரு இடத்துல ஒக்காந்தோம், கொஞ்ச நேரம் கழிச்சி ஆனெக்ஸின் அங்க வந்தாரு,

"என்ன நவநீதன் நீயும் மாயாவும் தனியா ஒக்காந்துட்டு இருக்கிங்க?"

இல்ல ஆனெக்ஸின் என்னைய யாருமே நம்ப மாட்டுறாங்க அதான் என்ன பண்றதுன்னு தெரியல.

"சரி நவநீதன் நான் உன்ன நம்புறன், அத எப்படி செஞ்சன்னாவது நியாபகப்படுத்தி பாரு".

முழுசா எனக்கு நியாபகம் இல்ல ஆனா என் மனச நான் ஒரு நிலப்படுத்தும் போது எனக்குள்ள நிறைய மாற்றங்கள் நடந்துது அது தான் என்னைய அப்படி செய்ய வச்சிச்சி.

"ஓகே நவநீதன், முடிஞ்சா இன்னும் நியாபகப்படுத்தி பாரு ஆனா இன்னைக்கு நீ செஞ்சத இது வர யாரும் செஞ்சது இல்ல, அதனால தான் எல்லாரும் உன் மேல சந்தேகப்படுறாங்க ஆனா நீ அதெல்லாம் நெனச்சி கவலப்படாத".

ஓ...சரி...அடுத்து என்ன பண்ணனும் ஆனெக்ஸின்?

"அடுத்து ஒரு உலகத்துல இருந்து இன்னொரு உலகத்துக்கு எப்படி போறதுன்னு நீ கத்துக்கணும், ஏன்னா களிங்கன் அதுல தான் கெட்டிக்காரன், ஒரு உலகத்துல இருந்து இன்னொரு உலகத்துக்கு போனா மட்டும் பத்தாது, அதுக்குள்ள களிங்கன நீ சிறை வைக்கணும் அப்பதான் உன்னால களிங்கன ஜெயிக்க முடியும்".

'சரிங்க ஆனெக்ஸின் அப்ப உடனே பயிற்சிய ஸ்டார்ட் பண்ணலாம்' அப்படினு நான் சொல்லிட்டு இருக்கும் போது, அங்க இருந்து ஆனெக்ஸினோட உளவாளி ஒருத்தர் வந்து ஆனெக்ஸின் காதுல ஏதோ சொல்லிட்டு இருந்தாரு, அத கேட்டதும் ஆனெக்ஸின் மூஞ்சு மாறிடுச்சு,

"நவநீதன் நீ உடனே நிஜ உலகத்துக்கு போய், அங்க இருக்க சலிற்றான் கிரகத்துக்கு பக்கத்துல உள்ள கனிலி கிரகத்துக்கு போகனும்".

எதுக்கு ஆனெக்ஸின்? என்னாச்சு?

"அந்த கிரகத்துக்கு களிங்கன் வந்து அழிக்க ஆரம்பிச்சிட்டான், அதனால நீ அந்த கிரகத்துக்கு போய் அவன அந்த கிரகத்த அழிக்க விடாம ஜெயிச்சிட்டு வா, அப்பதான் எங்களாலையும் இந்த கனவுலகத்த விட்டு வெளிய வர முடியும்".

கண்டிப்பா ஆனெக்ஸின், அவன நாங்க ஜெயிச்சிட்டு தான் வருவோம் அப்படினு நான் சொன்னதும் உடனே மாயா,

'ஆனெக்ஸின் இன்னும் நவநீ, ஒரு உலகத்துல இருந்து இன்னொரு உலகத்துக்கு போற சக்திய கத்துக்கவே இல்லையே'.

"அதுக்கு இப்ப டைம் இல்ல மாயா, ஆனா நீங்க போய் எப்படியாவது அவன ஜெயிக்கப்பாருங்க".

'சரிங்க ஆனெக்ஸின்' அப்படினு சொல்லிட்டு நானும் மாயாவும் நிஜ உலகத்துக்கு வந்துட்டோம்.

வந்ததும் எத பத்தியும் யோசிக்காம, மாயா என்னைய கனிலி கிரகத்துக்கு கூட்டிட்டு போனா, அங்க போனதும் களிங்கன பார்த்தன், பார்க்கும் போது ஒரு கம்பீரமான தோற்றம், இதுக்கு முன்னாடி பார்த்தவங்க இந்த மாதிரி இல்ல, அவனோட உருவம் கிட்ட தட்ட எங்கள விட நூறு மடங்கு பெருசா இருந்துச்சு, ஏழு தல கொண்ட ஒரு பெரிய ட்ராகன் அது மேல தான் அவன் ஒக்காந்துட்டு வந்தான், அவன் தனியா வருவான்னு பார்த்தா சின்ன சின்ன படைகளா நிறைய கூட்டிட்டு வந்து இருக்கான், 'இந்த படைகள எப்படி மாயா சமாளிக்க போறோம்'னு சொல்லும்போது மாயா, "ஒரு நிமிஷம் இரு நவநீ

வந்துடுறன்"னு சொல்லிட்டு கிளம்புனா, சில நிமிடங்களுக்கு அப்புறம் மாயாவும் ஒரு பெரிய படைய கூட்டிட்டு வந்தா, அப்பதான் எனக்கு தெரிஞ்சது மாயா கிட்டையும் ஒரு பெரிய ஆந்த பட இருக்குனு, உடனே அந்த ஆந்தைகளுக்கும் சக்தி இருந்ததால களிங்னோட படைய எதிர்த்து சண்ட போட ஆரம்பிச்சாங்க, நானும் மாயாவும் ஒரு பக்கம் களிங்கன எதிர்க்க போயிட்டோம்.

அப்ப களிங்கன் எங்கள பார்த்து, ஏதோ ஒரு புரியாத பாஷைல பேசிட்டு இருந்தான், அப்ப மாயா, 'மிஸ்ட்டர்.களிங்கன் நீங்க என்ன பேசுறீங்கனு எங்களுக்கு புரியல'னு சொன்னா, அதுக்கு அப்புறம் அவன் தமிழ்ல பேச ஆரம்பிச்சான்,

"நீ தானோ அந்த ஆனெக்ஸின் அனுப்பி வைத்த பொடியன்".

ஆமா களிங்கன் ஆனா எங்க தமிழ எங்கள விட அருமையா பேசுறியே.

"நான் பேசுவதை விட அழிப்பதை நன்றாக செய்வேன், இன்னும் சற்று நேரத்தில் உங்கள் கிரகத்தை அழிக்கும் போது நீங்களே தெரிந்து கொள்வீர்கள்".

அப்படியா களிங்கன் அதையும் பார்க்கலாம், நீ பேசிட்டு இருக்கும் போதே உன் படைல பாதி பேர அழிச்சிட்டன், இன்னும் கொஞ்ச நேரத்துல நீங்களும் அழிஞ்சிருவீங்க அத தான் நீங்க பார்க்க போறிங்க.

"பொடியனே முதலில் என் ட்ராகனோடு மோதி பார், அதன் பிறகு நீ உயிரோடு இருந்தால் என்னிடம் வா சாக".

அப்படினு களிங்கன் சொன்னதும், அந்த ஏழு தல ட்ராகன் எங்க முன்னாடி வந்துது, நாங்களும் சரி ட்ராகன் தானனு பார்த்தோம் ஆனா அந்த ஏழு தலைக்கும் ஒவ்வொரு சக்திகள் இருந்துச்சி, உடனே மாயா,

'நவநீ அந்த ட்ராகன்ஸ நான் பார்த்துக்குறன், நீ களிங்கன பார்த்துக்கோ'

என்ன மாயா இப்படி சொல்லிட்டு இருக்க, அந்த ட்ராகன பாரு ஏழு தல இருக்கு ஏழு சக்திகள் இருக்கு அதோட சைஸ் என்ன உன் சைஸ் என்ன?

'என்னால முடியும் நவநீ, கொஞ்சம் வெயிட் பண்ணி பாரு' அப்படினு சொல்லி மாயா என்ன நெனச்சான்னு தெரியல அங்க இருந்த ஆயிரக்கணக்கான ஆந்தைகள்ல பாதி ஆந்தைங்க மாயா பின்னாடி வந்தாங்க, அந்த அத்தன ஆந்தைகளும் சேர்ந்து ஒரு மிக பெரிய ஆந்தையா மாறுனாங்க, இப்ப அந்த ட்ராகனுக்கு சமமான சைஸ்க்கு உருமாறி அது கூட சண்ட போட போயிட்டா மாயா, நானும் களிங்கன் கூட சண்ட போட போனன்,

"பொடியனே நீ அடங்கவே மாட்டாயா, உன்னை அழித்ததும் மற்றவர்களை பார்த்துக் கொள்கிறேன்".

என்ன களிங்கன் எப்பப்பாரு பேசிக்கிட்டே இருக்க, வா சண்ட போடலாம் அப்படினு சொல்லிட்டு நானும் களிங்கனும் சண்ட போட ஸ்டார்ட் பண்ணோம், அவ்வளவு பெரிய உருவத்துக்கு நான் கொசு மாதிரி தான் தெரிஞ்சன் அதனால அவன் என்னைய ஈஸியா அட்டாக் பண்ணிட்டான், திரும்ப திரும்ப நான் என்ன சக்திகள யூஸ் பண்ணி அவன அட்டாக் பண்ணாலும் அவன் கிட்ட கூட நெருங்க முடியல, அந்த நேரத்துல மாயா ட்ராகன அழிச்சிட்டு களிங்கன எதிர்க்க என்கூட வந்தா,

'நவநீ இப்படிலாம் அவன ஜெயிக்க முடியாது, ஆனெக்ஸின் கடைசியா சொல்லி தந்தத யூஸ் பண்ணி தான் அவன ஜெயிக்க முடியும்'.

சரி மாயா ஆனா அதுக்கான டைம அவன் எனக்கு கொடுக்கவே மாட்டுறானே மாத்தி மாத்தி தாக்கிட்டே இருக்கானே.

'அப்ப நான் அவன சமாளிக்குறன் அதுவர உன் மனச ஒருநிலப்படுத்து' அப்படினு மாயா சொல்லிட்டு களிங்கன எதிர்க்க போயிட்டா, நானும் எனக்கான ஒரு கவசத்த உருவாக்கிட்டு என் மனச ஒருநிலப்படுத்திட்டு இருந்தன், அதே நேரத்துல மாயாவோட படைகளும் களிங்கனோட படைல பாதிக்கு மேல அழிச்சிட்டாங்க, மாயாவும் ஓரளவுக்கு களிங்கன சமாளிச்சிட்டு இருந்தாலும் ஒரு கட்டத்துக்கு மேல அவளால தாக்கு புடிக்க முடியல அதனால களிங்கன் மாயாவ தாக்கிட்டு என்கிட்ட வந்தான், இதுவரைக்கும் அவன் யூஸ் பண்ணாத ஒரு வித்தியாசமான சக்திய என்கிட்ட யூஸ் பண்ண பார்க்கும் போது நானும் என் கவசத்த உடச்சி அவன தாக்க நெனைக்கும் போது ஒரு பெரிய வெளிச்சம்....,

சில நேரங்களுக்கு பிறகு,

நான் மயக்கத்துல இருந்து கண் முழிச்சு பார்த்தன், மொதல்ல எப்படி மயக்கமானன்னு கூட தெரியல, ஆமா ஒரு நிமிஷம் இருங்க இது என்ன இடம், வெறும் கருப்பாவும், சாம்பல் நிறமாவும் மட்டுமே இருக்கு, மாயா, களிங்கன் யாரையுமே காணோம் சில எலும்புக்கூடு மட்டும் தான் இருக்கு, இது என்ன இடம்னு ஒன்னுமே புரியல, இப்படியே இருந்தா கொஞ்ச நேரத்துல பைத்தியம் ஆகிடுவனோனு பயமா இருக்கு,

மாயா...மாயா...எங்கருக்க? எனக்கு பயமா இருக்கு, என்ன இங்கிருந்து கூட்டிட்டு போ, ஆனெக்ஸின் உங்களுக்காச்சும் நான் பேசுறது கேக்குதா, நான் எங்கருக்கன்னு நீங்களாது சொல்லுங்க?

அப்படினு நான் எவ்வளவு தூரம் கத்துனாலும் யாருமே வரல, உடனே சரி நாமளே பறந்து பார்க்கலாம்னு பறந்து அந்த இடத்த சுத்தி பார்த்தன், யாருமே அங்க இல்ல சொல்ல போனா ஒரு சபிக்கப்பட்ட பூமி மாதிரி இருந்துச்சு, இதுக்கு பிறகு நாம என்ன பண்ண போறோம்னு ஒரு இடத்துல ஒக்காந்துட்டன்.

இதே நேரத்தில் கனவுலகத்தில்,

மாயா உடனே ஆனெக்ஸின போய் மீட் பண்ணா,

"ஏன் மாயா என்னாச்சு இவ்வளவு அவசரமா வந்துட்டு இருக்க?"

ஆனெக்ஸின்...அது...அது வந்து.

"பொறுமையா சொல்லு மாயா என்னாச்சுனு".

களிங்கன் வந்து...களிங்கன் நவநீய.

"என்னாச்சுனு சொல்லு மாயா?"

களிங்கன் வந்து நவநீய ஏதோ ஒரு உலகத்துல சிறை புடிச்சி வச்சிட்டானோனு எனக்கு தோனுது.

"எப்படி மாயா இது நடந்துச்சு?"

நவநீ அவன் மனச ஒரு நிலப்படுத்தும் போது, அந்த நேரத்த களிங்கன் அவனுக்கு சாதகமா பயன்படுத்தி நவநீய வேற ஒரு உலகத்துக்கு அனுப்பி வச்சிட்டான்.

உடனே அந்த நேரத்துல துரோனா வந்து,

'இப்பதான் செய்தி வந்துது, நவநீதனோட எண்ணங்கள் நிழலுலகத்துல இருக்குன்னு'.

என்ன துரோனா சொல்லிட்டு இருக்கிங்க அப்ப நவநீயோட நிலம?

'அவ்வளவு தான் மாயா எல்லாம் முடிய போகுது, களிங்கன் இந்த மொத்த உலகத்தையும் அழிக்காம விட மாட்டான், நாம தோத்துட்டோம்' அப்படினு துரோனா சொன்னதும்,

இருக்கவே இருக்காது துரோனா, வேற எதாவது யோசிச்சி பாருங்க, கண்டிப்பா வழி இருக்கும்.

"இல்ல மாயா துரோனா சொன்னது தான் கரக்ட்டு நாம தோத்துட்டோம்".

என்ன ஆனெக்ஸின் சொல்றிங்க அப்ப நவநீய யாரு தான் காப்பாத்துவா?

"சாரி மாயா என்னால ஒன்னும் பண்ண முடியாத நிலமைல இருக்கன், நவநீதன் தான் நம்மளோட கடைசி நம்பிக்க, அவனால தான் களிங்கன அழிக்க முடியும்னு விதி சொன்னாங்க, இப்ப நவநீதன் நம்ம கூட இல்ல, அதனால நாம தோல்விய ஒத்துக்கிட்டு தான் ஆகனும்".

என்ன ஆனெக்ஸின் இப்படி சொல்றீங்க?, நவநீ உங்கள நம்பி தான வந்தான், அவன சாக விட்டுட்டு வேடிக்க பார்க்குறிங்களே, இது நியாயமே இல்ல ஆனெக்ஸின் அப்படினு சொல்லிட்டு மாயா அழுக ஆரம்பிச்சுட்டா.

இவங்க சொல்றது எல்லாமே உண்ம தான், நாங்க தோத்துட்டோம், களிங்கன் அந்த கனிலி உலகத்த அழிச்சதுக்கு அப்புறம் நிலாவையும், பூமியையும் அழிச்சிருவான், இதுக்கு மேல ஒன்னுமே பண்ண முடியாது, இது தான் இந்த உலகத்தோட முடிவு, இன்னும் ஓரிரு நாட்கள்ல இந்த உலகத்த விட்டு எல்லாருமே போயிருவோம், ஆனெக்ஸின் சொன்னது இப்பதான் எனக்கு நியாபகத்துக்கு வந்தது "இது ஒன்னும் சினிமா கெடையாது, நல்லவங்க மட்டுமே ஜெயிக்கிறதுக்கு, யாரு பலசாலியோ, யாருக்கு திறம இருக்கோ அவங்க தான் ஜெயிப்பாங்க" இத அடிக்கடி அவரு சொல்லுவாரு அது என்னனு இப்பதான் எனக்கு புரியுது, நீங்களும் ஒரு நாள் புரிஞ்சுப்பிங்க....,

நல்லவனா இருந்தா ஜெயிக்கனுமா? நீங்களே சொல்லுங்க.....

7. நரகத்தின் நிழல்

* ★ *

எப்போதும் நாம நெனைக்கிற விஷயங்கள் எல்லாம் நடக்கனும்னு ஆசப்படுவோம், ஆனா அதே மாதிரி நடக்கனும்னு எந்த ஒரு அவசியமும் இல்ல, நாங்களும் களிங்கன அழிக்கனும், பூமிய காப்பாத்தனும்னு ஆசப்பட்டோம் ஆனா நாங்க நெனச்ச மாதிரி எதுவுமே நடக்கல, நாங்க தோத்துட்டோம்னு எங்களுக்கு தெரியுது ஆனா அத எங்க மனசு ஏத்துக்க மாட்டுது, நானும் ஏதோ ஒரு உலகத்துல மாட்டிக்கிட்டன் இங்க இருந்து எப்படி தப்பிக்கறதுனும் எனக்கு தெரியல, களிங்கன் வேற பூமிய அழிச்சிருவானோனு பயமா இருக்கு, அப்படி அழிச்சிட்டான்னா என் ஃபேமிலி அப்புறம் மக்களோட நிலமைய யோசிச்சு பார்க்கவே முடியல.

அதே சமயத்தில் மாயாவுக்கும், ஆனெக்ஸின்க்கும் கூட என்ன பண்றதுனு தெரியல, அப்போ ஆனெக்ஸின்,

"நான் ஷேலெண்டர்ஸ போய் மீட் பண்ணிட்டு வர்றன் மாயா நீ இங்கயே இரு".

ஷேலெண்டர்ஸா? அது யாரு அத பத்தி நீங்க சொன்னதே இல்லையே.

"சரி மாயா நான் வந்து அவங்கள பத்தி சொல்றன்"னு சொல்லிட்டு ஆனெக்ஸின் ஷேலெண்டர்ஸ பார்க்க கிளம்பிட்டாரு,

"வா ஆனெக்ஸின் நானும் நடந்தத எல்லாம் பார்த்துட்டு தான் இருக்கன், நீ ஏன் எந்த ஒரு முயற்சியும் எடுக்காம இருக்க?"

நாங்க என்ன முயற்சி பண்ண முடியும் நீங்களே சொல்லுங்க?

"அது உனக்கே தெரியும் ஆனெக்ஸின்".

நாங்களே இங்க கனவுலகத்துல மாட்டிருக்கோம் எங்களால எப்படி அவன வெளிய கொண்டு வர முடியும்?

"மறந்துட்டியா ஆனெக்ஸின், நீங்க கனவுலகத்த விட்டு வெளிய போக முடியாம இருக்குறதுக்கு களிங்கன் மட்டும் காரணம் இல்ல, அதுக்கு நீங்களும் தான் காரணம், அதனால உங்களால வெளிய போக முடியாது, அதுக்கு அப்புறம் என்ன பண்ணனும்னு யோசிக்க மாட்டீங்களா?"

ஷேலெண்டர்ஸ் நீங்க சொல்றது, ஆன்மாவ பிரிச்சி அத அனுப்ப சொல்றீங்களா?

"ஆமா ஆனெக்ஸின் உன்கிட்டையே விடையிருக்கு, அப்புறம் ஏன் என்ன பார்க்க வந்த?"

'சரிங்க ஷேலெண்டர்ஸ், இனிமே நான் பார்த்துக்குறன்' அப்படினு சொல்லிட்டு துரோனாவையும் மாயாவையும் பார்க்க வந்தார்.

"துரோனா களிங்கன அழிக்குறதுக்கு ஒரு வழி தான் இருக்கு".

'என்ன வழி ஆனெக்ஸின்? உடனே சொல்லுங்க'.

அப்படினு துரோனா சொன்னதும் மாயா உடனே,

அப்ப நவநீய காப்பாத்திரலாமா?

"கண்டிப்பா மாயா ஆனா அதுக்கு உங்க எல்லாருடைய சக்திகளும் எனக்கு வேணும் அப்ப தான் என்னால என் ஆன்மாவ உடல்லருந்து பிரிச்சி நிழலுலகத்துக்கு அனுப்ப முடியும்".

சரிங்க ஆனெக்ஸின், நீங்க ஆன்மாவா போவிங்க, நவநீ எப்படி வருவான்?

"அதுக்கு நான் மொத நிழலுலகத்துல இருக்கவங்கக்கிட்ட பேசனும், அப்பதான் நவநீதனால வெளிய வர முடியும்".

சரின்னு மாயா, துரோனா அப்புறம் அங்க இருக்க எல்லாரும் சக்திகள குடுத்தாங்க. அந்த சக்திகள வச்சி ஆனெக்ஸின் அவரோட உடல்ல இருந்து ஆன்மாவ பிரிச்சி நிழலுலகத்துக்கு வந்தாரு,

"என்ன நவநீதன் இந்த இடம் உனக்கு புடிச்சி இருக்கா?"

ஆனெக்ஸின் நீங்க எப்படி இங்க வந்திங்க?

"அதுவா நவநீதன் நான் என்னோட ஆன்மாவ பயன்படுத்தி தான் நிழலுலகத்துக்கு வந்தன்".

நிழலுலகமா? அப்ப நான் மாட்டிருக்குறது நிழலுலகத்துலயா?

"ஆமா நவநீதன் நீ மாட்டிருக்குறது நிழலுலகத்துல தான் ஆனா அத விட முக்கியமான பிரச்சனைகள் இருக்கு அது களிங்கன் கனிலி கிரகத்த அழிச்சிட்டான், அடுத்து நிலாவையும், பூமியையும் அழிச்சிருவான் அதுக்குள்ல நீயும் மாயாவும் தான் அவன தடுக்கனும்".

நான் எப்படி ஆனெக்ஸின்? நான் தான் இங்க மாட்டிக்கிட்டன்ல்ல?

"நவநீதன் இப்பதான் நிழலுலகத்துல இருக்குறவங்க கிட்ட பேசிருக்கன், அவங்க நீ வெளிய வர்றதுக்கு உதவி பண்ணுவாங்க, அதுக்கு அப்புறம் நீங்க களிங்கன தடுக்கனும் ஆனா அதுக்கு ஒரே வழி மட்டும் தான் இருக்கு".

அது என்ன ஆனெக்ஸின்?

"நீ என்கிட்ட கனவுலகத்துல யுஸ் பண்ண சக்திய வச்சி தான் களிங்கன அழிக்க முடியும் ஏன்னா உன்னால மட்டும் தான் ஒருத்தவங்களோட சக்திய அவங்களுக்கு எதிராவே திருப்பி விட முடியுது".

சரிங்க ஆனெக்ஸின், நான் இங்க வந்து ரொம்ப நேரம் ஆன மாதிரி இருக்கு ஆனா களிங்கன் ஏன் இன்னும் பூமிய அழிக்காம இருக்கான்.

"நவநீதன் நான் தான் உன்கிட்ட முன்னாடியே சொல்லிருக்கன்ல்ல ஒவ்வொரு உலகத்துக்கும் ஒவ்வொரு கால நிலை வேறுபாடு இருக்கும்னு, நிழலுலகத்தோட காலநிலை ரொம்ப பொறுமையானது அதான் உனக்கு அப்படி தோனுது".

'ஓகே ஆனெக்ஸின் நான் இதுல இருந்து எப்ப வெளிய போவன்?' அப்படினு நான் சொல்லிட்டு இருக்கும் போதே என் பக்கத்துல ஒரு போர்ட்டல் உருவாச்சு.

"நவநீதன் நீ கிளம்ப வேண்டிய நேரம் வந்துருச்சு, இந்த போர்ட்டல் வழியா தான் நீ களிங்கன் கிட்ட போக போற, அதுக்கு முன்னாடி ஒன்னு தெரிஞ்சுக்கோ, இது ஒன்னும் நீ பார்க்குற சினிமா கிடையாது, கடைசி வர போராடி அதுக்கு அப்புறம் ஜெயிக்கிறதுக்கு அதனால நீ எவ்வளவு சீக்கிரம் முடியுமோ அவ்வளவு சீக்கிரம் ஜெயிச்சிக்கோ".

'சரிங்க ஆனெக்ஸின்'னு சொல்லி அந்த போர்ட்டல் குள்ல போனன், அதே நேரத்துல மாயாவும் வந்தா, களிங்கன் எங்கள பார்த்ததும் ஆச்சரியப்பட்டான்,

"இது சாத்தியமே இல்லாத ஒன்று உன்னால் எப்படி நிழலுலகத்தில் இருந்து தப்பிக்க முடிந்தது?"

களிங்கன் நான் தான் சொன்னன்ல நான் மத்தவங்கள மாதிரி இல்லனு.

"அதையும் பார்த்து விடலாம், இப்போதே உன்னை மொத்தமாக அழித்து விடுகிறேன்" அப்படினு களிங்கன் சொன்னதும், நாங்க திரும்பவும் சண்ட போட ஆரம்பிச்சிட்டோம்.

ஆனா இந்த முறையும் எங்களால அவன சமாளிக்க முடியல, ஆனா அதுக்காக விட்டு குடுத்துடட முடியாதுல்ல அதனால திரும்ப திரும்ப சண்ட போட்டோம், நான் ஒரு பக்கம் டயர்டாய்ட்டன் மாயா ஒரு பக்கம் டயர்டாய்ட்டா இருந்தாலும் ஆனெக்ஸின் சொன்னது மட்டும் மண்டைக்குள்ள ஓடிட்டே இருந்துச்சி ஆனா அதுக்கு அவன் சக்திய யுஸ் பண்ணனும் அப்பதான் எங்களால அவன அழிக்க முடியும். அப்ப மாயா,

"என்ன நவநீ இந்த தடவையும் நாம தோத்துருவோமா?"

இல்ல மாயா இந்த முற அப்படி நடக்காதுனு நம்புறன், என்ன பொறுத்த வரைக்கும் சாதிக்கனும் இல்லனா சாகனும்.

"நீ சொல்றத பார்த்தா ஏதோ பிளான் வச்சிருக்க போல".

'ஆமா மாயா, உன்னோட படைகள கூப்ட்டு களிங்கன கோவப்படுத்த ஸ்டார்ட் பண்ணு, மத்தத நான் பார்த்துக்குறன்' அப்படினு நான் சொன்னதும் மாயாவும் அவ படைகள கூட்டிட்டு போய் களிங்கன மாத்தி மாத்தி தாக்க ஆரம்பிச்சாங்க, அது அவனுக்கு பெருசா பாதிப்ப உண்டு பண்ணலனாலும் அவன் கோவத்த தூண்டி விட்டுச்சு, அவன் கோவம் அதிகமாயிட்டு இருக்கும் போது,

டேய் களிங்கன், நீ என்னைய ஒரு உலகத்துக்கு அனுப்புனா மட்டும் போதாது, சிற வைக்கனும் முடிஞ்சா என்ன இப்ப நிழலுலகத்துல சிற வைடா பார்ப்போம்.

"ஆமாம் நான் செய்தது தவறு, உன்னை சிறுவன் என்று தவறாக எடை போட்டு விட்டேன், உன்னை நிழலுலகம் என்ன இருளுலகிலேயே சிறை வைக்கிறேன்" அப்படின்னு அந்த சக்திய யுஸ் பண்ண ஸ்டார்ட் பண்ணிட்டான், உடனே மாயாக்கிட்ட,

'மாயா நீங்க எல்லாருமே சேர்ந்து அவன கட்டுப்படுத்துங்க, நான் சொன்னதுக்கு அப்புறம் மட்டும் அவன விட்டா போதும்' அப்படினு சொல்லி நானும் கவசத்த உருவாக்கி அவனுக்கு எதிரான சக்திய பயன்படுத்த ஆரம்பிச்சன். நான் என்னோட சக்தி எல்லாத்தையும் ஒன்னு சேர்த்த பிறகு,

'மாயா போதும் நான் பார்த்துக்குறன்' அப்படினு சொன்னன், மாயாவும் அவளோட படைகளும் விலகி போனாங்க, களிங்கனும் என்மேல கோவமா இருந்ததால என்ன இருளுலகத்துல சிற வைக்கிற சக்திய என் மேல யுஸ் பண்ணான், நானும் என்னோட கவசத்த உடச்சி அவன் சக்திய உள் வாங்கி அது கூட என் சக்தியையும் சேர்த்து அவன் பக்கம் திருப்பி விட்டன், அப்ப ஒரு பெரிய வெளிச்சம், 'என்னாச்சி?... திரும்பவும் ஒரு வெளிச்சம்... ஒருவேள திரும்பவும் தோத்துட்டோமோ' அப்படினு நெனச்சிக்கிட்டே மயங்கிட்டன், கொஞ்ச நேர கழிச்சி ஒரு குரல், "நவநீ எழுந்திரி"னு யாரோ கூப்ட்ட மாதிரி இருந்துச்சி, எழுந்திரிச்சு பார்த்தா மாயாவும், ஆனெக்ஸினும் என் பக்கத்துல இருந்தாங்க,

நீங்க எப்படி ஆனெக்ஸின் இங்க வந்திங்க?

"நவநீதன் நாம ஜெயிச்சிட்டோம், நீ களிங்கன தோக்கடிச்சதால நாங்களும் கனவுலகத்துல இருந்து வெளிய வந்துட்டோம், ஆனா இது எல்லாத்துக்கும் நீ தான் காரணம், நீ இல்லனா இது சாத்தியம் ஆயிருக்காது".

அப்படியா ஆனெக்ஸின் சரி இப்ப களிங்கன் எங்க இருக்கான்?

"அவன் உன்ன இருளுலக சிறைல அடைக்க நெனச்சான் ஆனா நீ திருப்பி விட்டதால இப்ப அவனே இருளுலக சிறைல மாட்டிக்கிட்டான், சரி நவநீதன் நீ பூமில போய் ரெஸ்ட் எடு, மத்தத எல்லாம் நானும் மாயாவும் பார்த்துக்குறோம்". அப்படினு ஆனெக்ஸின் சொன்னதும் நானும் பூமிக்கு வந்துட்டன், அப்ப என் மனசுல ஒன்னு தோனுச்சு 'இந்த உலகத்துல நல்லவங்களும் ஜெயிக்கலாம்'னு, பூமிக்கு வந்ததுக்கு அப்புறம் எல்லா மனுஷங்கலையும் ஒரு நிமிஷம் பார்த்தன், யாருமே எதுவுமே நடக்காத மாதிரி அவங்கவங்க வேலைய பார்த்துட்டு இருந்தாங்க, உங்க எல்லாத்தையும் காப்பாத்துனது நான் தான்னு சொன்னாலும் யாரும் நம்ப மாட்டாங்கனு நெனச்சிக்கிட்டு வீட்டுக்கு போய் முதல்ல எங்கம்மாவ பார்த்தன், இனிமே பார்க்க முடியாதோனு பயந்துக்கிட்டே இருந்தன் ஆனா அந்த மாதிரி எதும் நடக்கல.

இப்படியே சில நாட்கள் போச்சு,
ரொம்ப நாள் கழிச்சு அனு திரும்பவும் எனக்கு கால் பண்ணா,

"ஹலோ நவநீ எப்படி இருக்க?"

என்ன அனு நான் உயிரோட இருக்கனானு செக் பண்றதுக்கு கால் பண்ணியா?

"ஏன் நவநீ இப்படியெல்லாம் பேசுற?"

ஆமா அப்புறம் எப்படி பேசுவாங்க இத்தன நாள் கழிச்சு கால் பண்ணா?

"என்னோட சூழ்நில அப்படி அமஞ்சிருச்சி நான் என்ன பண்ணுவன்?"

சரி இப்ப எதுக்கு கால் பண்ண?

"இன்னைக்கு தான் நான் காலேஜ் சேர்ந்தன், என் கைல இன்னைக்கு தான் ஃபோன் வந்துச்சி அதனால தான் கால் பண்ணன்".

என்னது காலேஜ் சேர்ந்துட்டியா? என்னடி ஒரு வார்த்த கூட சொல்லல?

"வேணும்னு எதுவும் சொல்லாம இல்ல நவநீ, வீட்ல நாம லவ் பண்ற மேட்டர் தெரிஞ்சி போச்சி அதான் என்னால எதும் சொல்ல முடியல".

'இல்ல அனு நீ சொல்றதுலலாம் எனக்கு நம்பிக்கையே இல்ல, என் மேல உனக்கு பாசம் இருந்திருந்தா கண்டிப்பா கால் பண்ணிருப்ப ஆன நீ கால் பண்ணவே இல்ல அதனால இனி எனக்கு நீ கால் பண்ணாத, கால் பண்ணாலும் எடுக்க மாட்டன்' அப்படினு சொல்லி கோவமா ஃபோன கட் பண்ணிட்டு பிசினஸ்ல என்ன பண்ணலாம்னு யோசிச்சுட்டு இருந்தன், அதுக்கு பிறகு நான் கடைக்கு போனதுக்கு அப்புறம் தான் ஃப்ரண்ட்ஸ் சொன்னாங்க "சுத்தமா லாபமே இல்ல"னு இப்படியே இருந்தா பெரிய லாஸ் ஆகிரும்னு புரிஞ்சிக்கிட்டு அடுத்து என்ன பண்ணலாம்னு பிளான் போட்டன். அப்போ திரும்பவும் அனு கால் பண்ணா,

"என்ன நவநீ என்னைய நீ மன்னிக்கவே மாட்டியா?"

நான் எதுக்கு உன்ன மன்னிக்கனும்?

"சரி நவநீ அப்ப நான் இல்லாட்டியும் நீ இருந்துக்குவியா?"

அதெல்லாம் நான் இருந்துக்குவன் நீ கிளம்பு.

"சரி நான் கிளம்புறன், இனிமே திரும்ப வரமாட்டன், வீட்ல பார்க்குற பையன கல்யாணம் பண்ணிக்குவேன் இதெல்லாம் உனக்கு ஓகேவா?"

கல்யாணம் பண்ணி பாரு, உன்னையும் செருப்பால அடிப்பன், அவனையும் செருப்பால அடிப்பன், உங்கொப்பனையும் செருப்பால அடிப்பன்.

"தெரியிதுள்ல அப்புறம் எதுக்கு பெரிய புடிங்கியாட்டம் கோச்சிக்குற?"

இதுவே நீ பண்ணத நான் பண்ணிருந்தா எப்படி கோவப்பட்டிருப்ப?

"சரிடா பட்டு கோச்சிக்காத, சரி சொல்லு இத்தன நாள் என்ன பண்ண?" அப்படினு அவ கேட்டதும் நானும் மனசு இறங்கி களிங்கன தவிர மீதி எல்லாத்தையும் சொன்னன். காதல் ஒரு மாயாஜாலம் அதுக்குள்ல என்ன நடக்கும்னு யாருக்குமே தெரியாது, எவ்வளவு பெரிய சண்ட வந்தாலும் சில நேரத்துல சீக்கிரமே ஒன்னு சேர்ந்துருவோம், அந்த மாதிரி தான் நானும் அனுவும் இப்ப ஒன்னு சேர்ந்தோம், அதுக்கு அப்புறம் நானும் அனுவும் நெறைய பேசிட்டு இருக்கும் போது பிசினஸ எப்படி அடுத்த கட்டத்துக்கு கொண்டு போலாம்னு பிளான் போட்டுட்டு இருந்தோம். இதுக்கு நடுவுல பிசினஸ்ல ஒரு சறுக்கல், அது என்னனா நாங்க நாலு பேரு சேர்ந்து பிசினஸ் பண்றதால பெருசா லாபம் இல்ல அதனால விக்கி விலகிக்குறன்னு சொல்லிட்டான், இத கேட்டுட்டு எங்க மூனு பேருக்கும் என்ன பண்றதுனே தெரியல, அனுக்கிட்டையும் இத பத்தி சொல்லி பொலம்புனன், அவ மட்டும் தான் இந்த நேரத்துல எனக்கு ஆறுதல் சொன்னா அதே நேரத்துல மாயா எங்க போனானும் தெரியல அவளையும் காணோம்.

கால் வலியும் கொஞ்சம் கூட கம்மி ஆகல, எத்தன ஹாஸ்ப்பிட்டல் போனாலும் எந்த பயனும் இல்ல, இருந்தாலும் பிசினஸ மட்டும் எப்படியாவது மேல கொண்டு வரணும்னு பிளான் பண்ணி நானும், ஆகாஷும், ராஜாவும் மட்டும் கடுமையா உழச்சோம், இங்க இப்படிலாம் போயிட்டு இருக்கும் போது எங்கப்பாக்கு திடீர்னு உடம்பு சரியில்லாம போயிருச்சி,

அதனால நான் வீட்டுல இருக்க வேண்டிய சூழ்நில வேற எங்கயுமே என்னால போக முடியாம போயிருச்சி, அப்பனு பார்த்து நான் ஸ்க்ரிப்ட் ரைட்டரா வொர்க் பண்ண படத்துல இருந்து கூப்பிட்டாங்க, "தம்பி இந்த மாதிரி ஷூட்டிங் ஸ்டார்ட் பண்ணிட்டோம் வாப்பா" அப்படின்னு அவங்க சொன்னதும் எனக்கு என்ன சொல்றதுன்னு தெரியல, அப்பாவ இப்படி விட்டுட்டு எப்படி போறது, கால் வலி ஒரு பக்கம் இருக்கு அதனால நான் 'இல்லணா இப்போதைக்கு வர முடியாது'னு சொல்லி அந்த சான்ஸ நானே வேணாம்னு சொல்லிட்டன், அப்ப என் மனசுக்குள்ல 'இதுக்காக தான் அஞ்சி வருஷம் கஷ்ட பட்டியா? வந்த சான்ஸ ஈஸியா வேணாம்னு சொல்லிட்ட' அப்படினு கேக்குற மாதிரி இருந்துச்சி. நான் ரொம்ப சங்கட்டமாயிட்டன் யாருக்கிட்ட பொலம்புறதுனு தெரியாம அனுக்கு கால் பண்ணி நடந்தத எல்லாம் சொன்னன், அவளும் அதெல்லாம் கேட்டுட்டு மொதல்ல திட்டுனாலும் அதுக்கு பிறகு அப்பாவையும் பார்த்துக்கோ கூடவே கால் வலியையும் பார்த்துக்கோனு சொல்லிட்டா.

இப்படியே ஒரு வாரம் போச்சு,
எத பத்தியும் யோசிக்காம, நான் பாட்டுக்கு கவலப்பட்டுட்டு இருந்தன், அப்ப அனு கால் பண்ணா,

என்ன அனு ஒரு வாரமா கால் பண்ணாம இப்ப கால் பண்ணிருக்க?

"இல்ல நவநீ நான் வீட்டுக்கு வந்துட்டன் அப்பாக்கு உடம்பு சரியில்லனு சொல்லி".

என்னாச்சு அனு உங்கப்பாக்கு?

"ரெண்டு நாள் முன்னாடி எங்கப்பாவுக்கும் அண்ணனுக்கும் பெரிய சண்ட வந்துருச்சு, அதுல எங்கண்ணன் அப்பா பேச்ச கேட்காததால எங்கப்பாக்கு நெஞ்சி வலி வந்துருச்சு அதனால தான் நான் வீட்டுக்கு வந்துட்டன்".

சரிடி நீ எதுக்குடி இப்ப அழுதுட்டே பேசுற அதெல்லாம் ஒன்னும் ஆகாது விடு.

"நான் அதுக்கு அழுகல உன்கிட்ட ஒன்னு சொல்லனும்".

பரவால்லடி எதுவா இருந்தாலும் அழுகாம சொல்லு.

"எங்கப்பா என்கிட்ட வந்து ஒரு சத்தியம் வாங்கிட்டாரு...அது என்னனா...என் பையன் தான் எப்படியே போயிட்டான் நீயாது என் மானத்த காப்பாத்துமா, நான் பார்க்குற பையன கல்யாணம் பண்ணிக்கோ அப்பதான் இந்த கட்ட வேகும்னு சொல்லிட்டாரு".

என்னடி சொல்ற? எனக்கு வேற பீ.பீ ஏறுது.

"நான் சொல்றத கோவப்படாம கேளு நவநீ, என் நிலமைய புரிஞ்சிக்கோ".

என்ன புரிஞ்சிக்கிறது, உனக்கும் உங்கப்பனுக்கும் இதே வேலையா போச்சு, நான் என்ன நிலமைல இருக்கன்னு தெரிஞ்சும் இப்படி பேசுறியே உனக்குலாம் மனசே இல்லையா?

"நவநீ ப்ளீஸ் நவநீ கோவப்படாம பேசு, இதுக்குலாம் காரணம் ஜாதியும், ஜாதகமும் தான், அதெல்லாம் இல்லனா இந்த பிரச்சன வந்திருக்கவே வந்திருக்காது".

போடி அங்குட்டு முன்னாடியே இதெல்லாம் தெரிஞ்சி தான லவ் பண்ண? இப்ப உனக்கு என்ன பிரச்சன?

"இல்ல நவநீ நான் வேற ஜாதில கல்யாணம் பண்ணா எங்கப்பாக்கு எதாவது ஆயிருமோனு பயமா இருக்கு, நீ புரிஞ்சிக்கோ".

இப்ப கூட உங்கப்பாக்கு எதாவது ஆயிருமோனு பயப்புடுற ஆனா என் நிலம என்னாகும்னு யோசிச்சு பார்க்க மாட்டிங்குற, அந்தளவுக்கா என்ன வெறுத்துட்ட?

"அப்படிலாம் இல்ல நவநீ நான் போய் உன்ன வெறுப்பனா?"

அதான் என்ன வேணாம்னு சொல்ட்டல்ல ஆனா ஒன்னு தான்டி புரியல ஏன் தான் இப்படி திரும்ப திரும்ப நடக்குதோ எனக்கும் மட்டும்.

"இல்ல நவநீ நீ கோவத்துல பேசிட்டு இருக்க, கோவம் போனதும் நிதானமா யோசிச்சி பாரு அது உனக்கே புரியும்".

சரி நீ எப்போ வர்றன்னு சொல்லு மத்ததெல்லாம் அப்போ பேசிக்கலாம்.

"நான் இன்னும் நாலு நாள்ல வந்துருவன் நவநீ அது வர பொறுமையா இரு"னு சொல்லிட்டு கால கட் பண்ணிட்டு போயிட்டா. இவளுக்காக தான் எல்லாத்தையும் அவசரவசரமா பண்ணிட்டு இருந்தன் இப்ப இவளே போயிட்டா, பேசாம செத்துரலாமானு தோனுச்சு, அப்ப தான் மாயா சொன்னது நியாபகம் வந்துச்சி "யாரோ பண்ற தப்புக்காக நம்ம உயிர நாமளே தண்டிக்க கூடாது"னு ஆனாலும் இதெல்லாம் வசனத்துக்கு மட்டும் தான் செட்டாகும் என்னோட வாழ்க்கைக்கு செட்டாகுமானு தெரியல அப்படினு நெனச்சிட்டு இருக்கும் போது மாயாவும் வந்தா,

மாயா நீயும் என்னைய விட்டுட்டு போயிட்டியோனு நான் பயந்துட்டன்.

"என்னாச்சு நவநீ இவ்வளவு விரக்தில பேசுற?"

நடந்தத எல்லாத்தையும் மாயாக்கிட்ட சொன்னன், அதெல்லாம் கேட்டுட்டு அவ சங்கட பட்டுட்டு,

"சாரி நவநீ இந்த மாதிரி நேரத்துல நானும் உன்கூட இல்லாம போனதுக்கு".

பரவால்ல மாயா நீ என்ன வேணும்னா பண்ணிருக்க போற? சரி இத்தன நாளூ நீ எங்க போயிருந்த?

"அதான் ஆனெக்ஸினுக்கு விடுதல கெடச்சிருக்குள்ல அதனால நானும் ஆனெக்ஸினும் மத்த உலகத்துக்கு போய் எதாவது பிரச்சன இருக்கானு பார்த்துட்டு இருந்தோம், அவரும் இன்னும் கொஞ்ச நாள்ல உன்ன வந்து பார்க்குறன்னு சொல்லிருக்காரு".

சரி மாயா அவரும் பொறுமையா வந்து மீட் பண்ணட்டும் ஒன்னும் அவசரம் இல்ல.

"ஓகே நவநீ நீ கொஞ்ச நாளா ஏன் மக்கள காப்பாத்தாம இருக்கன்னு ஆனெக்ஸின் என்னைய உன்கிட்ட கேட்டுட்டு வர சொன்னாரு".

ஓ அப்படியா மாயா...அப்ப நீ கூட என்ன பார்க்க வரல, நான் பண்ண தப்ப தான் சொல்ல வந்திருக்க.

"அப்படி இல்ல நவநீ உன்ன பார்க்காட்டியும் நீ என்ன பண்ணிட்டு இருப்பன்னு தான் யோசிச்சிட்டு இருப்பன், சரி நீ பார்த்து இரு, எதையும் நெனச்சு ஃபீல் பண்ணாத, நான் போயிட்டு வரன்".

சரி மாயா பார்த்து போயிட்டு வா.

இப்படியே ரெண்டு மூனு நாட்கள் போச்சு, வழக்கம் போல நானும் அம்மாவும் அப்பாவ ஹாஸ்ப்பிட்டல் கூட்டிட்டு போயிட்டு வீட்டுக்கு வந்தோம், எங்கப்பா சின்ன வயசுல இருந்து என் மேல பாசம் காட்டுனதே கெடையாது எப்பப்பாரு என்மேல கோவப்பட்டுட்டு தான் இருப்பாரு ஆனா இந்த பத்து நாளா என்மேல ரொம்ப பாசம் காட்டுனாரு, நான் சென்னைக்கு போயிட்டு

வந்ததையும், பிசினஸ் பண்றதையும் சில பேருக்கிட்ட பெருமையா சொன்னாரு, இதெல்லாம் நெனச்சிக்கிட்டு வீட்டுக்கு வெளிய ஒக்காந்து ஃபோன் நோண்டிட்டு இருந்தன், அப்ப உள்ள இருந்து எங்கம்மா "அய்யோ"னு கத்துனாங்க, நான் உள்ள போய் பாத்தன், எங்கப்பா பேச்சு மூச்சு இல்லாம இருந்தாரு கூட ஆகாஷும், ராஜாவும் இருந்ததால எல்லாருக்கும் ஃபோன் பண்ணி சொன்னாங்க, கொஞ்ச நேரத்துல எல்லாரும் வந்தாங்க, எங்க அண்ணனாலையும், தம்பியாலையும் இந்த வலிய தாங்கவே முடியல அந்த நாள் எங்கப்பா சிரிச்சிக்கிட்டே எங்கள விட்டு போயிட்டாரு, வீடே சோகத்துல மூழ்கி போயிருச்சி, எனக்கு அடிமேல அடி விழுந்துச்சி, சொல்ல போனா நரகம்னா என்னனு புரிஞ்சிக்கிட்டன், எங்கண்ணனும், தம்பியும், அம்மாவும் அழுதுகிட்டே சோகத்த தீர்த்தாங்க ஆனா எனக்கு அதுக்கு கூட குடுத்து வைக்கல எல்லாருக்கும் ஆறுதல் சொல்றதுனால, சொல்ல முடியாத வலிகள தாங்கிட்டு இருந்தன் என் குடும்பத்துக்காக ஆனா எனக்கு யாரு ஆறுதல் சொல்ல போறான்னு தெரியல, பணத்துக்கு சித்தப்பா ஹெல்ப் பண்ணாரு மத்ததுக்கெல்லாம் எங்க ஃப்ரண்ட்ஸ் உதவி பண்ணாங்க இருந்தாலும் அந்த வலி மட்டும் மறையாம அப்படியே இருந்துச்சி.

அப்போ சில மனுஷங்கள காப்பாத்த வேண்டிய கடம எனக்கு இருந்துச்சி இருந்தாலும் எப்படி இந்த மாதிரி நிலமைல கூட என்னால மக்கள காப்பாத்த முடியும் அதனால மக்கள காப்பாத்தம வீட்டுலையே இருந்தன். வீடும் ஒரு வாரமா சோகத்துலையே மூழ்கி போயிருச்சி, இந்த வலில இருந்து எப்படி வெளிய வர்றதுனு தெரியல அதனால கொஞ்சம் பறந்துட்டு வரலாம்னு நெனச்சு பறக்க போனன் ஆனா என்னால பறக்க முடியல, இது ஏன்னு எனக்கு புரியாம உடனே மாயாவ நெனைச்சன், அவளும் வந்தா, வந்த உடனே நான் நடந்தத எல்லாத்தையும் சொன்னன், அவளும் ரொம்ப வருத்தப்பட்டு,

"சாரி நவநீ திரும்ப திரும்ப உனக்கு பிரச்சன வரும்போது நான் உன்கூட இல்லாம இருக்கன்".

பரவால்ல மாயா ஆனா இப்ப என்னால பறக்க கூட முடியல அதான் ஏன்னு தெரியல, அது என்னன்னாச்சும் உனக்கு தெரியுமா?

"எது உன்னால பறக்க முடியலையா? எப்படி நவநீ?"

அதான் மாயா எனக்கும் புரியல உனக்காச்சும் தெரியும்னு நெனச்சன்.

"சத்தியமா எனக்கு தெரியல நவநீ நீ வெயிட் பண்ணு நான் ஆனெக்ஸின்க்கிட்ட போய் என்னனு கேட்டுட்டு வர்றன், அது வரைக்கும் நீ எதையும் நெனச்சு ஃபீல் பண்ணாத வீட்டுக்கு போய் அம்மாக்கு ஆறுதலா இரு".

சரி மாயா என்னனு பார்த்துட்டு வந்து சொல்லு.

"ஓகே நவநீ"னு சொல்லி அவளும் பறந்து போயிட்டா. அதுக்கு பிறகு அனு கால் பண்ணா,

"சாரி நவநீ நான் இப்பதான் ஊர்லருந்து வந்தன் எனக்கு நியூஸ் இப்ப தான் தெரிஞ்சிது".

பரவால்ல அனு நீ என்ன பண்ணுவ?

"நான் வேணா உன்ன நாளைக்கு பார்க்க வரட்டா?"

இல்ல அனு இப்போதைக்கு நீ பார்க்க வர வேணா ஆல்ரெடி நான் சோகத்துல இருக்கன், நான் சொன்னதுக்கு அப்புறம் வா.

"சரி நவநீ நான் ரெண்டு, மூனு நாள் கழிச்சி வரன் நீ அம்மாவ பார்த்துக்கோ"னு இவளும் சொன்னா.

அப்பா இறந்தது, காதல் தோல்வி, சினிமா சான்ஸ் இழந்தது இப்படினு மனசு மாத்தி மாத்தி நெனச்சு சங்கட பட்டுட்டே இருந்துச்சு, சரி பிசினஸ்லயாச்சும் கவனம் செலுத்தலாம்னு சொல்லி கடைக்கு போனன், ராஜாவும் ஒரு பிரச்சனைய கொண்டு வந்தான்,

"மச்சா எங்க வீட்டு சூழல் சரியில்ல அதனால நானும் இந்த பிசினஸ விட்டு போறன்".

என்ன ராஜா எல்லாரும் போறாங்கனு சொல்லி நானும் போறன்னு சொல்லாம சொல்றியா?

"மச்சா அப்படிலாம் இல்ல".

அப்புறம் எப்படி ராஜா? கடைசி நம்பிக்கையா பிசினஸ தான் வச்சிருந்தன் இப்ப அதுவும் இல்லனா எப்படி மச்சா என் மனசு தாங்கும்?

"புரியுது மச்சா ஆனா என்ன பண்றதுனு தெரியல".

'சரி விடு மச்சா பார்த்துக்கலாம்' அப்படினு சொல்லி திரும்பவும் நான் வீட்டுக்கு வந்தன். ஆகாஷாலையும் என்னாலையும் தனியா பிசினஸ் பண்ண முடியாததால கொஞ்ச நாள்ல பிசினஸ குளோஸ் பண்ணிட்டோம் இதனால நெறைய பேருக்கு என் மேல மரியாதையும், நம்பிக்கையும் இல்லாம போயிருச்சி, ஆகாஷும் வேற வேலைக்கு போயிட்டான், எல்லாரும் ஒவ்வொரு வேலைக்கு போயிட்டாங்க ஆனா எனக்கு தான் இந்த கால் வலியோட எங்க போறதுனு தெரியல, எப்போதுமே ஒரு தோல்வியோ இல்ல காதல் தோல்வியோ ஏற்படும்போது அதுல இருந்து சுலபமா வெளி வர்றதுக்கு நண்பர்கள் தான் உதவி பண்ணுவாங்க ஆனா அந்த நண்பர்கள் கூட இப்ப என் கூட இல்ல, இத்தன நாள் கூடவே இருந்த எல்லாருமே திடீர்னு விட்டுட்டு போகும் போது தனிமையோட உச்சத்த தொட்டன், ஒவ்வொரு வலியும் மாத்தி மாத்தி வர்றதுனால எந்த வலி பெருசுனு என்னால உணர முடியல, எனக்கு வந்த சினிமா சான்ஸையும் நானே

வேணாம்னு சொல்லிட்டன், கால் வலியும் அதிகமாயிருச்சி, அனுவும் என்ன வேணாம்னு சொல்லிட்டா, எங்கப்பாவும் எங்கள விட்டுட்டு போயிட்டாரு, பிசினஸும் லாஸ் ஆகிருச்சி, இப்போ ஃப்ரெண்ட்ஸும் கூட இல்லாம போயிட்டாங்க, இதுக்கு மேல என்ன இழக்குறதுனு தெரியாம மனம் நொந்து அனுவுக்கு கால் பண்ணன்,

அனு நாளைக்கு உன்ன பார்க்க முடியுமா?

"கண்டிப்பா நவநீ எங்க வரணும்னு சொல்லு".

'நாளைக்கு காலைல எப்பையும் மீட் பண்ற இடத்துக்கு நீ வந்துரு' அப்படினு சொல்லி கால கட் பண்ணன். அன்னைக்கு சாயங்காலம் எதேச்சைய என்னோட ஃப்ரண்ட் மதியை மீட் பண்ணன்,

"ஹலோ டைரக்டர் சார் ரோட்டுல போகும்போதுலாம் என்னைய கவனிக்க மாட்டீங்களா?"

ஆஹ்ன் மதி...ஏதோ நெனப்புல போயிட்டன் அதான் கவனிக்கல எப்படி இருக்க?

"ஆஹ்ன் நான் நல்லாருக்கன், நீ எப்படி இருக்க?"

ஏதோ இருக்கன் மதி.

"என்னாச்சு நவநீ இப்படி சொல்ற?" அப்படினு அவ கேட்டதுக்கு நடந்தது எல்லாத்தையும் மொதல்ல இருந்து சொல்ல ஆரம்பிச்சன்,

"சாரி நவநீ உனக்கு இவ்வளவு நடந்து இருக்கா? எனக்கு எதுவும் தெரியல".

பரவால்ல மதி.

"உனக்கு எப்படி ஆறுதல் சொல்றதுன்னே தெரியல நவநீ, இருந்தாலும் ஒன்னு மட்டும் சொல்றன், இந்த வாழ்க்க ஒரு காலச்சக்கரம் மாதிரி, யாருக்காகவுமே வெயிட் பண்ணாது, இந்த உலகத்துல என்ன நடந்தாலுமே வாழ்க்க அது பாட்டுக்கு போயிக்கிட்டே இருக்கும், அதே மாதிரி நாமளும் நம்மளோட கடந்த காலத்துல நடந்த சோகத்த நெனச்சிக்கிட்டே இருந்தோம்னா கடந்த காலத்துலயே மாட்டிக்குவோம் நிகழ் காலத்துக்கு வர முடியாது அதனால நீ கடந்த காலத்துல நடந்தத மட்டும் யோசிக்காம நிகழ் காலத்துல என்ன பண்ணலாம்னு பாரு".

தேங்க்ஸ் மதி எனக்கு தேவையானத நீ குடுத்ததுக்கு.

"நான் என்ன குடுத்தன்?"

நம்பிக்கைய தான் சொன்னன், அத விட இதெல்லாம் சொல்லி பொலம்ப ஆளில்லாம இருக்கும் போது உன்னைய பார்த்தது எனக்கு கொஞ்சம் ஆறுதலா இருக்கு.

"பரவால்ல நவநீ உனக்கு எப்பையாது எதாச்சும் சொல்லனும்னு தோனுச்சினா எனக்கு கால் பண்ணு இல்லனா மெசேஜ் பண்ணு, யாரும் இல்லனு நெனச்சு ஃபீல் பண்ணாத".

தேங்க்ஸ் மதி இப்படி நீ சொன்னதுக்கு.

"அதெல்லாம் பரவால்ல எனக்கு டைம் ஆயிருச்சி நான் அப்படியே கிளம்புறன்" அப்படினு சொல்லி கிளம்பிட்டா. மதியோட பேச்சு எனக்கு கொஞ்சம் நம்பிக்க குடுத்தாலும், எனக்கு அது எரிமல மேல பேய்ந்த லேசான மழ மாதிரி தான் இருந்துச்சி அது முழுசா என்னைய அந்த வலில இருந்து வெளி கொண்டு வரல, அடுத்த நாள் அனு வந்தா, வந்ததும் அப்பா இறந்த சோகத்த சொல்லி அழ ஆரம்பிச்சன், எல்லாத்தையும் அவகிட்ட சொல்லி பொலம்புனதுனால என் மனசு கொஞ்சமாவது சாந்தம் ஆச்சு,

"நவநீ உன்னைய இப்படி பார்க்குறதுக்கு ரொம்ப கஷ்டமா இருக்கு".

என்ன அனு பரிதாபப்படுறியா அது எனக்கு புடிக்காதுனு தெரியும்ல?

"உன்கிட்ட புடிச்சதே இதான் நவநீ இருந்தாலும் உன் நிலம யாருக்குமே வரக்கூடாது, இதலாம் தெரியாம நானும் உன்ன விட்டுட்டு போயிட்டன் அதான் சங்கட்டமா இருக்கு".

பரவால்ல அனு நீ ஒன்னும் சங்கட்ட படாத இனிமே நான் உன்ன தொந்தரவு பண்ண மாட்டன், இப்பதான் எனக்கே புரியுது அப்பானா யார்னு கண்டிப்பா அந்த கஷ்டத்த உனக்கு நான் குடுக்க மாட்டன்.

"என்ன நவநீ இப்படி சொல்ற? திரும்ப நான் உன்கூட இருக்கலாம்னு நெனச்சன், இந்த மாதிரி நிலமைல என்னால எப்படி உன்ன விட்டுட்டு போக முடியும்?"

பரவால்ல அனு, இப்போதைக்கு நீ கூட இருப்ப கொஞ்ச நாள் ஆயிருச்சினா திரும்ப எதாவது பிரச்சன வரும் நீ போயிருவ அப்போ அந்த வலிய என்னால தாங்க முடியாது.

"அப்படிலாம் இருக்காது நவநீ".

வேணா அனு நானே எல்லாத்தையும் இழந்துட்டு கஷ்ட பட்டுட்டு இருக்கன், இதுல நீயும் வந்து கஷ்ட பட வேணாம், நீயும் உன் ஃபேமிலியாச்சும் நல்லாருங்க.

"ஏன் நவநீ இப்படிலாம் சொல்ற அட்லீஸ்ட் உன்கூட ஃப்ரண்டாவாச்சும் இருக்க கூடாதா?"

ஃப்ரண்டாவா என்னால உன்ன அப்படி பார்க்கவே முடியாதுனு உனக்கு தெரியும்ல?

"சரி நவநீ உன் இஷ்டம் ஆனா என்னால எப்படி உன்கிட்ட பேசாம இருக்க முடியும்? அதுக்காகவாச்சும் கொஞ்ச நாள் உன்கூட இருக்கனே".

சரி அனு கொஞ்ச நாள் தான பார்க்கலாம்.

"நான் பயந்துட்டே இருந்தன், இந்த பிரிவ நீ எப்படி ஏத்துக்க போறன்னு ஆனா பரவால்ல ஒரு வழியா நீயும் ஏத்துக்கிட்டு வாழ ஆரம்பிச்சுட்ட".

அதுக்குலாம் காரணம் எங்கப்பாவோட இழப்பு தான், அது தான் என்னைய இப்படி மாத்துச்சி.

"சரி நவநீ நீ நல்லபடியா இரு நீ ரொம்ப நல்ல பையன், உனக்கு எதுக்கு இதல்லாம் நடக்குதுனு எனக்கு புரியல பட் நீ கஷ்டப்பட்டதுக்குலாம் உனக்கு பலன் கிடைக்கும்".

அப்படிலாம் இல்ல அனு, அது சுத்த பொய், என்ன பொறுத்த வர பலன் கிடைக்கிற வர கஷ்டப்படனும், அப்பதான் நம்மனால ஜெயிக்க முடியும்.

"எப்படி நவநீ இவ்வளவு நடந்ததுக்கு அப்புறமும் உன்னால இந்த அளவுக்கு நம்பிக்கையா பேச முடியிது?"

தெரியல அனு அதனால தானோ என்னவோ நான் இன்னும் சூஸைட் பண்ணாம உயிரோட இருக்கன், எனக்கு எப்பையும் ஒரு விஷயம் மட்டும் தான் மனசுக்குள்ல ஓடிட்டே இருக்கும் ஒன்னு சாதிக்கனும் இல்லனா சாகனும்.

"கண்டிப்பா நவநீ நீ சாதிப்ப, இன்னும் ஏழெட்டு வருஷத்துல நீ தான் 'ப்ரைடு ஆஃப் இண்டியன் சினிமா'வா இருப்பியோனு தோனுது ஆனா அப்போ உன்கூட நான் இருக்க மாட்டன்னு நெனைக்கும் போது சங்கட்டமா இருக்கு".

நீ சொல்றதுலாம் எப்ப நடக்கும்னு தெரியாது ஆனா அது நடக்குற வரைக்கும் ட்ரை பண்ணுவன், எனக்கும் சினிமால நான் சாதிக்குறப்ப நீ என்கூட இருக்க மாட்டன்னு நெனைக்கும் போது தான் சங்கட்டமா இருக்கு.

"எனக்கும் அது தெரியும் நவநீ சரி நான் கிளம்புறன், நாம பேசிட்டே இருந்தா டைம் போறதே தெரியாது".

சரி அனு உனக்கு எப்ப தோனுனாலும் கால் பண்ணு நானும் அப்படியே கிளம்புறன்.

"சரி நவநீ போறதுக்கு முன்னாடி ஒரு கேள்வி மட்டும் நான் கேக்கலாமா?"

கேளு அனு.

"நீ தான இந்த உலகத்த காப்பாத்துற ஷேடோ?"

என்ன அனு காமடி பண்ணிட்டு இருக்க?

"நான் காமடிலாம் பண்ணல, நீ தான் ஷேடோனு எனக்கு தெரியும், உன்னைய விட்டுட்டு நான் போக போறன் இப்பக்கூட உண்மைய சொல்ல மாட்டியா நவநீ?"

என்ன பேசுறன்னே எனக்கு புரியல அனு.

"நான் பேசுறதுலாம் உனக்கு புரியும்னு எனக்கு தெரியும், சத்தியமா உன் நிலமைல யாரு இருந்தாலும் அவங்களுக்கு தேவையானதலாம் பண்ணிருப்பாங்க, அட்லீஸ்ட் அவங்களுக்கு வர்ற பிரச்சனைகளையாச்சும் சமாளிச்சிருப்பாங்க ஆனா நீ ஏன் மத்தவங்களுக்கு மட்டும் நல்லது செஞ்சி நீ கஷ்ட படுற, ஏன் நவநீ இப்படி இருக்க?"

சாரி அனு என்னால இப்ப எதுவுமே பேச முடியாது, மழ வர மாதிரி இருக்கு நீ கிளம்பு.

தெரியும் நவநீ நான் என்ன கேட்டாலும் நீ சொல்ல மாட்டன்னு ஆனா ஒன்னு மட்டும் என் மனசுல உருத்திட்டு இருக்கு, நீ அடிக்கடி நம்ம காதல சராசரி காதல் இல்லனு சொல்லுவள்ல ஆனா இப்போ சராசரி காதலோட முடிவு தான் நமக்கும் வந்திருக்கு அப்படினு சொல்லி அவ அழ ஆரம்பிச்சுட்டா, நானும் அவ கண்ணீர தொடைக்கலாம்னு என் கைய எடுத்துட்டு போனன் ஆனா அவ என் கைய தட்டி விட்டுட்டு பரவால்ல நவநீனு சொல்லிட்டு அழுதுகிட்டே கிளம்பி போயிட்டா.

அவ போனதும் மழையும் வந்துச்சி, என் கண்ணுல தண்ணியும் வந்துச்சி, என் சோகத்த நெனச்சு என் கூட சேர்ந்து அந்த மேகங்களும் அழுக ஆரம்பிச்சுது, நானும் அழுதுகிட்டே வீட்டுக்கு வந்துட்டன்.

நைட் ஆனதும்,
ஆனெக்ஸினும் மாயாவும் வந்தாங்க, நைட்டுங்றதால இடியும் மின்னலும் மாத்தி மாத்தி சண்ட போட்டுட்டு இருந்துச்சி, அதுக்கு நடுவுல நாங்க பேசிட்டு இருந்தோம்,

"நவநீதன் நடந்தத எல்லாத்தையும் கேள்விப்பட்டன், எனக்கு என்ன சொல்றதுன்னே தெரியல".

பரவால்ல ஆனெக்ஸின் இதெல்லாம் கேக்குறது எனக்கொன்னும் புதுசில்ல, அத விடுங்க என்னால ஏன் ஒரு வாரமா பறக்க முடியல?

"எப்படி சொல்றதுன்னு தெரியல நவநீதன்".

எதுவா இருந்தாலும் சொல்லுங்க ஆனெக்ஸின், ஆல்ரெடி நான் எல்லாத்தையும் இழந்துட்டன் இதுக்கு மேல இழக்குறதுக்கு என்ன இருக்கு?

"இதுக்கு மேலயும் நீ இழக்குறதுக்கு ஒன்னு இருக்கு நவநீதன் அது தான் உன் சக்தி, இப்ப அதுவும் உன்ன விட்டு போயிருச்சி" அப்படினு சொன்னதுக்கு அப்புறம் என்னால

எதுவும் பேச முடியாம அப்படியே நின்னன், அப்போ மாயா,

'என்ன ஆனெக்ஸின் சொல்றிங்க? அப்ப இனி நவநீயால ஷேடோவா இருக்க முடியாதா?'

"ஆமா மாயா இனிமே நவநீதனால ஷேடோவா மாற முடியாது".

'இது நியாயமே இல்ல ஆனெக்ஸின் நவநீ என்ன தப்பு பண்ணான்னு அவனுக்கு இவ்வளவு பெரிய தண்டன குடுக்குறிங்க?'

"நவநீதன் அவன் கடமைகள மறந்துட்டு மக்கள காப்பாத்தாததுனால தான் இது நடந்திருக்கு, அது மட்டும் இல்லாம களிங்கன அழிக்குறது தான் நவநீதனோட முக்கியமான பொறுப்பு அதனால கூட அவனுக்கு சக்திகள் போயிருக்கலாம்".

என்ன ஆனெக்ஸின் நீங்க தான எனக்கு பவர் குடுத்திங்க இப்ப பவர் போனதுக்கு காரணம் கேட்டா ஏதேதோ சொல்லிட்டு இருக்கிங்க?

அப்போ என்கூட மாயாவும் சேர்ந்து,

'ஆனெக்ஸின் அப்போ நீங்க சொல்றத பார்த்தா நவநீய இந்த உலகத்த காப்பாத்துறதுக்காகவே யூஸ் பண்ணிக்கிட்ட மாதிரி தோனுது'.

"என்ன மாயா நீயும் எதும் புரியாத மாதிரி பேசுற? இதெல்லாம் வீதியின் கீழ தான் செயல்ப்பட்டுட்டு இருக்குனு மறந்துட்டியா?"

சரிங்க ஆனெக்ஸின் நீங்க ஏன் இதெல்லாம் என்கிட்ட முன்னாடியே சொல்லல? கஷ்டப்பட்டு இந்த உலகத்த காப்பாத்திருக்கன் சொல்ல போனா என் உயிரையே பணயம் வச்சிருக்கன் ஆனா அதெல்லாம் உங்க

கண்ணுக்கு தெரியாம நான் பண்ண ஒரு தப்புக்கு எப்படி தான் என் பவர எடுக்க தோனுச்சோ.

"என் கைல எதும் இல்ல நவநீதன்".

அட போங்க ஆனெக்ஸின் நீங்க சொன்னதுக்காக தான் என் பர்சனல் லைஃபயும் கொஞ்சம் விட்டு குடுத்து இந்த உலகத்த காப்பாத்துனன் ஆனா எல்லாத்தையும் இப்ப நான் இழந்துட்டன் இதுக்கு அப்புறம் இந்த பவரையும் நான் இழந்துட்டன்னா என் நிலம என்னாகும்னு யோசிச்சு பாருங்க.

"உன் நிலம எனக்கு புரியுது நவநீதன் ஆனா என்னால எதுவும் பண்ண முடியாத சூழ்நிலைல இருக்கன்".

ஆனெக்ஸின் நான் உங்கள நம்பி தான் வந்தன் இப்ப நீங்களும் இப்படி ஏமாத்துவிங்கனு எதிர்ப்பார்க்கல எல்லாத்தையுமே இழந்துட்டன் கடைசில இந்த பவரையும் இழக்கும் போது இனிமே வாழ்க்கைல என்ன பண்ண போறன்னு தெரியல.

"நவநீதன் இந்த நிரந்தரமற்ற உலகத்துல எதுவுமே நிரந்தரம் கிடையாது உனக்கு நீ மட்டும் கடைசி வரைக்கும் கூட இருப்ப அதனால உன்ன மட்டும் நம்பு".

நீங்க சொல்றதுலாம் கேக்குறதுக்கு வேணா நல்லாருக்கும் ஆனா இத அனுபவிக்கும் போது தான் இதோட வலி புரியும் ஏன்னா தனிமை சில நேரங்கள்ல ரொம்ப கொடூரமா இருக்கும்.

"ஆனா எனக்கு நம்பிக்க இருக்கு நவநீதன் நீ வாழ்க்கைல ஜெயிப்பனு, நான் பார்த்ததுலயே ஒரு வித்தியாசமான புத்திசாலி நீதான், அது மட்டும் இல்லாம கடந்த 2700 வருஷத்துல உன்கிட்ட மட்டும் தான் நான் தோத்திருக்கன், அத நினைக்கும் போது எனக்கு பெருமையா இருக்கு, முக்கியமா நீ இல்லனா நான் இந்த மாதிரி சுதந்திரமா சுத்திருக்க முடியாது உனக்கு நான் கடம பட்டிருக்கன்".

பரவால்ல ஆனெக்ஸின் எல்லாம் போனாலும் நீங்களும், மாயாவும் என்கூட இருக்கிங்கள்ல அது போதும்.

"சாரி நவநீதன், உனக்கு சக்தி இல்லாததுனால இனிமே என்னையும், மாயாவையும் உன்னால பார்க்க முடியாது, இது தான் கடைசி, அதனால மாயாக்கிட்ட எதாவது பேசனும்னா பேசிக்க, நான் கிளம்புறன், உன் முகத்த பார்க்கவே எனக்கு ரொம்ப கஷ்டமா இருக்கு".

நான் கண் கலங்கிட்டே 'ஆனெக்ஸின் ஒரு நிமிஷம்'.

"சொல்லு நவநீதன்".

இறந்தவர் உலகத்துல எங்கப்பாவ பார்த்து ஒரே ஒரு விஷயம் மட்டும் சொல்லுங்க, நாங்க மூனு பேருமே அவரு ஆசப்பட்டத நிறவேத்திருவோம் அத நெனச்சு அவர கவல பட வேணாம்னு சொல்லிருங்க.

"கண்டிப்பா நவநீதன் உனக்காக இத அவருக்கிட்ட கண்டிப்பா சொல்லிடுறன்" அப்படினு சொல்லி அவரு மறஞ்சி போயிட்டாரு, அவரு போனதும் மாயா என் பக்கத்துல வந்தா,

என்னைய விட்டு ஒவ்வொன்னா போகும் போது எனக்கு மாயா இருக்கானு எனக்கு நானே ஆறுதல் சொல்லிக்கிட்டன் ஆனா இப்போ.

'நானும் இத எதிர்ப்பார்க்கல நவநீ, இந்த மாதிரி ஒரு நிலமைல நான் எப்படி தான் உன்ன விட்டுட்டு போக போறனோ'.

ஆமா மாயா என்னாலையும் முடியல, என் வாழ்க்க இப்போ நரகமும், நிழலுலகமும் சேர்ந்த "**நரகத்தின் நிழல்**" மாதிரி ரொம்ப கொடுமையா இருக்கு, இதுல இருந்து நான் எப்படி தப்பிக்க போறன்னு தெரியல மாயா.

"லூசு மாதிரி பேசாத நவநீ, நான் சொல்றத மட்டும் கேளு, உன்னைய வளத்த உங்கப்பா உன்ன விட்டுட்டு போகலாம், நீ அதிகமா காதலிச்ச அனுவும் உன்ன விட்டுட்டு போகலாம், கூடவே இருந்த ஃப்ரண்ட்ஸூம் திடீர்னு காணாம போகலாம், ஏன் நாங்க கூட போகலாம் ஆனா உன் திறம மட்டும் உன்கூடவே இருக்கும் அத மட்டும் நம்பு, கண்டிப்பா நீ பெரிய டைரக்டர் ஆவ எனக்கு நம்பிக்க இருக்கு".

அதெல்லாம் இருக்கட்டும் மாயா ஆனா நான் உன்ன ரொம்பவே மிஸ் பண்ணுவன். நீயாச்சும் என்கூட இருக்கலாம் அதுக்கு எதாவது வழி இருக்கா மாயா?

"நீ சொல்லவே வேணா நவநீ எனக்கும் உன்கூட இருக்கனும்னு தான் ஆச ஆனா அது முடியாதுனு உனக்கே தெரியும்".

சரி மாயா இதுக்கு மேல எனக்கு என்ன சொல்றதுன்னே தெரியல, நல்லபடியா போ, சந்தோஷமா இரு, இத்தன நாள் என்கூட இருந்து உதவி பண்ணதுக்ககுலாம் தேங்க்ஸ், ரொம்பவே தேங்க்ஸ்.

"நன்றிலாம் சொல்லி கஷ்டப்படுத்தாத நவநீ நான் கண்டிப்பா உன் கனவுல வருவன்" அப்படினு சொல்லி அவளும் அழுதுகிட்டே பறந்து போயிட்டா.

அவ போனதும் நான் அந்த மலைல அப்படியே முட்டி போட்டு அழுக ஆரம்பிச்சிட்டன், நான் அழுகுறத கேட்டுட்டு இடியும், மின்னலும் கூட சண்டைய நிப்பாட்டி அமைதியாகிருச்சி.

அதே நேரத்துல மாயாவும் ஆனெக்ஸினும்,

"என்ன மாயா நீயும் சராசரி மனுஷங்க மாதிரி அழுதுட்டு வந்துட்டு இருக்க?"

அதுக்கு காரணம் நவநீயும் அவனோட அன்பும் தான் ஆனெக்ஸின், அவன நெனச்சா எனக்கு பயமா இருக்கு அவன் செத்துருவானோனு.

"ஏன் மாயா அப்படி நெனைக்கிற?"

இல்ல நிறைய பிரச்சனைகள் வரும்போது அவனுக்கு சாகனும்னு தோனிருக்கு இப்ப யாருமே அவன் கூட இல்ல அது தான் எனக்கு ரொம்ப பயமா இருக்கு.

"மாயா நவநீதன நான் சின்ன வயசுல இருந்து பார்த்துட்டு இருக்கன், அவன் சின்ன வயசுல இருந்து ரொம்ப கஷ்டப்பட்டு வளந்ததுனால தான் தைரியமா இருக்கான் அதுவும் இப்ப எல்லாருமே அவன விட்டுட்டு போனதுனால அவன் இன்னும் பலசாலியா மாறிருவான், அது மட்டும் இல்லாம அவன் எப்பையும் ஒரே விஷயத்த தான் சொல்லிட்டு இருப்பான் 'ஒன்னு சாதிக்கனும் இல்லனா சாகனும்', அப்ப அவன் முடிவு பண்ணனும்னு நெனைக்கிறப்ப அவன் சாதிக்கனும்னு தான் முடிவு பண்ணுவான், அவன் அவ்வளவு சீக்கிரமா எதையும் விட்டு குடுக்க மாட்டான் ஏன்னா நவநீதன் நான் பார்த்ததுலையே ரொம்ப வித்தியாசமான புத்திசாலி".

அப்போ நீங்க சொல்றத பார்த்தா நவநீ கண்டிப்பா டைரக்டர் ஆகிருவானா?

"அது விதியோட கைல தான் இருக்கு மாயா நம்ம கைல எதும் இல்ல, இன்னும் நவநீதன பத்தி நிறைய ரகசியங்கள் இருக்கு சொல்லப்போனா அவன பத்தி உனக்கு கொஞ்சம் கூட தெரியாது".

அப்ப நவநீதன் சராசரி மனுஷன் கிடையாதா?

"அப்படி இல்ல மாயா இப்போ அவன் சராசரி மனுஷன் தான் ஆனா இதுக்கு முன்னாடி அவன் அப்படி இல்ல, இதுக்கு அப்புறமும் அவன் அப்படியே இருப்பானானு தெரியாது".

என்ன ஆனெக்ஸின் எல்லாமே புதிராவே பேசுறிங்க? நவநீக்கு திரும்ப சக்தி கிடைக்குமா? கிடைக்காதா? அட்லீஸ்ட் இதுவாச்சு சொல்லுங்க.

"தெரியல மாயா திரும்பவும் இந்த உலகத்த காப்பாத்துற மாதிரி சூழ்நில அமஞ்சா நவநீதனுக்கு சக்தி கிடைக்கலாம், கிடைக்காமலும் போகலாம், களிங்கன அழிச்சிட்டோம்னு நம்மளால நிம்மதியாவும் இருக்க முடியாது அவன மாதிரி இன்னும் இங்க நிறைய பேரு இருக்காங்க".

சரிங்க ஆனெக்ஸின் நீங்க என்ன சொல்றிங்கனு எனக்கு முழுசா புரியல இருந்தாலும் சொல்லுங்க அடுத்து நாம எங்க போறோம்.

"இறந்தவர்கள் உலகத்துக்கு புதுசா ஒரு பிரச்சன வந்திருக்கு நாம அடுத்து அங்க தான் போகனும் ஆனா அதுக்கு முன்ன துரோனாவையும், அலெக்ஸியையும் பார்த்து பேசிட்டு போகனும்".

நவநீயும் கூட இருந்தா நல்லா இருக்கும்னு மாயா மனசுக்குள்ள நினைக்கும் போது,

"மாயா நீ என்ன நினைக்கிறன்னு எனக்கு புரியுது".

சரி அத விடுங்க ஆனெக்ஸின், இப்பையாச்சும் பழைய மாதிரி நான் பொண்ணா மாறட்டுமா? இல்ல ஆந்தையாவே இருக்கட்டுமா?

"நீ மாறுறதுக்கு இன்னும் நேரம் வரல அது வரைக்கும் நீ வெயிட் பண்ணு"னு சொல்லிட்டு மாயாவும் ஆனெக்ஸினும் துரோனாவ பார்க்க கிளம்பிட்டாங்க...,

தொடரும்